சமணர் கழுவேற்றம்
ஒரு வரலாற்றுத் தேடல்

கோ.செங்குட்டுவன்

விழுப்புரத்தில் பிறந்து வளர்ந்து வசித்து வருபவர். தினகரன், தினமலர், தினமணி நாளிதழ்களிலும் குமுதம் வார இதழிலும் சன் டிவியிலுமாக ஊடகத் துறையில் 20 ஆண்டுகாலம் செய்தியாளராகப் பணியாற்றியவர். கலை, இலக்கியம், பண்பாடு மற்றும் வரலாற்று அமைப்புகளில் பங்கேற்று இயங்கி வருபவர். இவருடைய சமீபத்திய நூல்கள் 'கூவம் - அடையாறு - பக்கிங்காம்: சென்னையின் நீர்வழித்தடங்கள்', 'மதுவிலக்கு: நேற்று இன்று நாளை'.

சமணர் கழுவேற்றம்

ஒரு வரலாற்றுத் தேடல்

கோ.செங்குட்டுவன்

கிழக்கு

சமணர் கழுவேற்றம்: ஒரு வரலாற்றுத் தேடல்
Samanar Kazhuvetram: Oru Varalatru Thedal
Ko. Senguttuvan ©

First Edition: September 2017
168 Pages
Printed in India.

ISBN 978-93-86737-24-3
Kizhakku - 1035

Kizhakku Pathippagam
177/103, First Floor,
Ambal's Building, Lloyds Road,
Royapettah, Chennai 600 014.
Ph: +91-44-4200-9603

Email : support@nhm.in
Website : www.nhm.in

🅵 kizhakkupathippagam
🇪 kizhakku_nhm

Cover Photo: Badri Seshadri

Photographs: Senguttuvan

Author's Email: ko.senguttuvan@gmail.com

Kizhakku Pathippagam is an imprint of New Horizon Media Private Limited.

This book is sold subject to the condition that it shall not, by way of trade or otherwise, be lent, resold, hired out, or otherwise circulated without the publisher's prior written consent in any form of binding or cover other than that in which it is published and without a similar condition including this the rights under copyright reserved above, no part of this publication may be reproduced, stored in or introduced into a retrieval system, or transmitted in any form or by any means (electronic, mechanical, photocopying, recording or otherwise), without the prior written permission of both the copyright owner and the above-mentioned publisher of this book.

என்னை வளர்த்து ஆளாக்கிய அம்மா
கோ.விட்டோபாய் அவர்களுக்கு...

பொருளடக்கம்

முன்னுரை: ஒரு கற்பனைக் கதை வரலாறாகிய விதம்	...	09
அணிந்துரை: முடிவா தொடக்கமா?	...	14

1. தமிழகத்தில் சமயங்கள் - ஒரு பார்வை

தமிழர் வழிபாடு	...	21
சமணம் - பௌத்தம் - ஆசிவகம்		
வருகையும் வளர்ச்சியும்	...	26
பௌத்தத்தின் வீழ்ச்சியும் சமணத்தின் சரிவும்	...	34
புராணங்களும் திருவிழாக்களும்	...	45
திருவிளையாடற் புராணம்	...	48
தமிழ்ச் சூழலில் சமய மோதல்கள்	...	50

2. கழுவேற்றம் - ஒரு பார்வை

கழுவேற்றம்	...	54
கழுமரம்	...	57
எண்பெருங்குன்றம்	...	60
எண்ணாயிரம் - சில குறிப்புகள்	...	61
சமண பௌத்த எதிர்ப்பில் சம்பந்தர்	...	66

3. இலக்கியப் பதிவுகளில் கழுவேற்றம்

'எண்ணாயிரம் சமணர் கழுவேற்றம்'	...	71
சேக்கிழாருக்கு முன்னும் பின்னும்	...	74
விவாதத்தின் தொடக்கம்	...	79

	விவாதக் களத்தில் பெரியார்	... 90
	அறிஞர் அண்ணா எழுத்தில்	... 93
	தொடரும் விவாதம்	... 93
	விவாதச் சுருக்கம்	... 99
4.	கழுவேற்றம் - பிற ஆதாரங்கள்	
	முதன்மை ஆதாரங்கள்?	... 102
	எண்ணாயிரம் சமணர் கழுவேற்றம் கற்பனையே	... 110
	கழுமரம் - சிற்பம் - எண்ணாயிரவர்	... 119
5.	தொடரும் சமணப் பாரம்பரியம்	
	சமணம் அழிக்கப்பட்டதா?	... 124
	சாய்க்கப்படவில்லை சமணம்	... 139
	வழிபாட்டிடங்களில் மாற்றம்	... 143
	'சுமந்தான் தலை பத்து'	... 149
	வழக்காறு வழியாக வரலாறு	... 151
	பின்னிணைப்பு	
	திருநறுங்கொன்றை	... 156
	மேல் சித்தாமூர்	... 158
	'மெரியா'	... 161
	குகையிடிக் கலகம்	... 163

ஒரு கற்பனைக் கதை வரலாறாகிய விதம்

'**க**தைக்குக் கால் முளைத்தால்?' - இப்படி ஒரு பழமொழி தமிழில் உண்டு. கதைக்குக் கால் முளைக்கத்தான் வேண்டும். அப்போதுதான் அதில் சுவாரசியம் இருக்கும். எதிரில் அமர்ந்திருப்பவரை 'அப்புறம்' என உம்கொட்ட வைக்கும். ஆனால், அந்தக் கால் யானைக் கால் போல் பொய்யானதாகப் போலியானதாக இருந்தால்..? இப்படிப் பொய்க் கால் முளைத்த கதைகள் உலகம் முழுவதும், எல்லா மொழிகளிலும் - மதங்களிலும் இருக்கின்றன. ஒன்றுக்கொன்று சளைத்தவை அல்ல. தமிழிலும் இப்படித்தான் ஒரு கதைக்கு யானைக் கால் 12ஆம் நூற்றாண்டில் முளைத்தது. இது, 16ஆம் நூற்றாண்டில் திடும் திடும் என நிலம் அதிர நடந்தது. இப்போதும் அது அதிரவைத்துக் கொண்டுதான் இருக்கிறது.

2014 ஜனவரியில் எனது மூன்றாவது நூலான 'வரலாற்றில் விழுப்புரம் மாவட்ட ஊர்கள்' - நூல் வெளியீட்டு விழா நடந்தது. இதில் கலந்து கொண்டு பேசிய கவிஞர். அன்பாதவன், 'இந்நூலில் குறிப்பிடப்பட்டுள்ள எண்ணாயிரம் குறித்து காலச்சுவடு இதழில் தொடர் விவாதம் நடந்து வருவதாகத்' தெரிவித்தார்.

தொடர்ந்து, 'வரலாற்றில் விழுப்புரம் மாவட்ட ஊர்கள்' நூலைப் படித்த மதுரை செ.பன்னீர்செல்வம், என்னைத் தொடர்பு கொண்டு 'எண்ணாயிரம் சமணர் கழுவேற்றம் குறித்த தகவல் புதிதாக இருக்கிறது. தனியே இதுபற்றி ஆய்வு செய்யுங்களேன்' என விதை போட்டார். மதுரைப் பகுதியைச் சேர்ந்த இன்னும் சிலரும் எண்ணாயிரம் குறித்து என்னிடம் தகவல் கேட்டனர். இதற்கிடையே தினமணிக்கதிர் 'ஒன்ஸ்மோர்' பகுதியில் 'எண்ணாயிரம்' பிரசுரிக்கப்பட்டது.

'விழுப்புரம் மாவட்டம் எண்ணாயிரம் பகுதியைச் சேர்ந்த சமணர்கள் தான் மதுரையில் கழுவேற்றப்பட்டார்கள்' எனும், காலஞ்சென்ற

ஆய்வாளர் கொடுமுடி ச.சண்முகன் அவர்களது தகவலைத்தான் எனது நூலில் பதிவு செய்திருந்தேன்.

முன்னதாக காலச்சுவடு இதழில் நடந்த தொடர் விவாதம், பிற்பாடு 'தமிழ் இந்து'வில் வெளியான விவாதக்களம் போன்றவை, எண்ணாயிரம் சமணர் கழுவேற்றங் குறித்த எனது ஆய்வைக் கூர்மைப்படுத்தின. இது தொடர்பான தேடலில் இறங்கினேன்.

'சமூகம் வளர்ச்சியடைந்து சமூக வாழ்க்கை முறைகளில் மாற்றம் நிகழ்ந்த போதெல்லாம் மத நூல்களின் மீது நம்பிக்கை தளர்ந்தன. இழந்த நம்பிக்கைகளை மீட்டெடுக்க வன்முறைத் தாக்குதல்களைப் பயன்படுத்த வேண்டி வந்தது. இதற்கு மிகப்பெரிய எடுத்துக்காட்டு ஐரோப்பா. 10ஆம் நூற்றாண்டு முதல் 17ஆம் நூற்றாண்டின் ஆரம்பம் வரை அங்கு நடத்தப்பட்ட மத வன்முறை குரூரச் செயல்கள் ஏராளம்' என்பார் மலையாளச் சிந்தனையாளர் ஏற்றுமனூர் கோபாலன்.

தமிழ்நாட்டில் நிலைமை என்ன? இங்கும் மத வன்முறை நடந்தது என்பார்கள். இதற்கு எடுத்துக்காட்டாகப் பயன்படுத்தப்படுவது மதுரையில் நடந்ததாகக் கூறப்படும் 'எண்ணாயிரம் சமணர் கழுவேற்றம்.' ஆனால் உண்மை என்ன? அந்தணர் பள்ளியும், சமணப் பள்ளியும், பௌத்தப் பள்ளியும் அருகருகே இருந்ததை சிலப்பதிகாரம், மணிமேகலை உள்ளிட்ட இலக்கியங்களில் பார்க்கிறோம். வழிபடுவது மட்டுமல்லாது அவரவர் தத்தமது சமயக் கருத்துகளை ஒருங்கே இணைந்து விவாதிக்கும் தளத்தையும் அமைத்துக் கொடுத்தது தமிழ் மண்.

கலாநிதி க.கைலாசபதி சொல்வது போல் 'இவ்வாறு 'உடனிருந்து வாழும்' நிலையைப் பயன்படுத்திச் சமணமும் பௌத்தமும் ஒருபடி மேற்சென்ற போதுதான் வைதிக சமயங்களுக்கும் அவைதிக சமயங்களுக்கும் இடையே நேரடியான துவந்த யுத்தம் மூண்டது.'

இந்த யுத்தம் 8 ஆயிரம் பேரைக் கொலை செய்யும் அளவுக்குச் சென்றதா? 'ஆம்' எனச் சொல்லும் ஆய்வறிஞர் மயிலை சீனி.வேங்கடசாமி போன்றவர்கள் பெரியபுராணம், மதுரை சித்திரைத் திருவிழா, பொற்றாமரைக்குள ஓவியங்கள் ஆகியவற்றை முதன்மை ஆதாரங்களாகக் காட்டுகின்றனர்.

ஏழாம் நூற்றாண்டின் மொழி, சமய, பண்பாட்டுச் சூழல்கள், 13ஆம் நூற்றாண்டுக்குப் பின் சமணம் சந்தித்த சரிவு, 17ஆம் நூற்றாண்டில் திருமலை நாயக்கரால் தொடங்கி வைக்கப்பட்ட சித்திரைத் திருவிழா ஆகியவை குறித்து இதுவரை, தமிழ்ச் சூழலில் நடுநிலையான ஆய்வுகள் மேற்கொள்ளப்படவில்லை என்றே சொல்ல வேண்டும்.

இந்நூலில் புதிய தகவல் எதையும் கொடுத்ததாக நான் நினைக்க வில்லை. ஏற்கனவே சொல்லப்பட்டவைகளைத் தொகுத்துத்

தந்திருக்கிறேன், அவ்வளவுதான். ஆனாலும் நூலின் தலைப்பு பலருக்கு ஆச்சரியத்தையும் அதிர்ச்சியையும் அளிக்கும் என்பதில் சந்தேகமில்லை. இதற்குக் காரணம், சமணர் கழுவேற்றம் நடந்ததாகச் சொல்லப்படுவதுபோல் இதனை மறுக்கக் கூடிய கருத்துகள் ஆழமாகப் பதிவு செய்யப்படவில்லை என்பதே.

இந்த இடத்தில் அண்ணாமலைப் பல்கலைக்கழக உதவிப் பேராசிரியர் இ.மணமாறன் அவர்களின் ‘சமணர் கழுவேற்றம்’ குறித்த கருத்தை இங்கு பதிவு செய்வது அவசியமாகக் கருதுகிறேன். ‘வரலாற்று வரைவியலிலும் தலைசிறந்த வரலாற்று அறிஞர்களும் இந்தக் கருத்தை அடிக்குறிப்புகள்கூடத் தராமல் உண்மை நிகழ்வுகளாகப் பதிவு செய்துள்ளனர்.’

உண்மைதான். பின்னர் பாருங்களேன், ‘பாண்டியர் காலச் செப்பேடுகள்’ நூலாசிரியர் டாக்டர் மு.ராஜேந்திரன் ஐஏஎஸ், தனது நூலில் இளையான்புதூர் செப்பேடு கட்டுரைக்குப் பயன்படுத்தப் பட்ட சமணச் சிற்பத்துக்குப் பட விளக்கம் அளிக்க முற்படுகையில், ‘இச்செப்பேட்டை வழங்கிய கூன்பாண்டியனின் காலத்தில் தான் 8000 சமணர்கள் கழுவேற்றிக் கொல்லப்பட்டனர்’ என்று குறிப்பிட்டு, ‘வரலாற்றின் இப்பெருங் களங்கத்தைத் துடைக்கும் சிறு முயற்சி’ என்ற விளக்கமும் அளித்துள்ளார். ஆனால், அந்த நிகழ்வுக்கு ஆதாரம் எதுவுமே கொடுக்காமலேயேதான் அந்த ‘களங்கத்தை’ துடைக்க முற்பட்டிருக்கிறார். ஒரு கற்பனைக் கதை உண்மை நிகழ்வாகப் பதிவு செய்யப்படுவதற்கு இதுபோன்ற உதாரணங்கள் மேலும் பல உள்ளன.

தமிழர்களின் வழிபாடு சிவ-விஷ்ணுவை அடிப்படையாகக் கொண்டிருப்பது, சமணம், பௌத்தம், ஆசீவகம் ஆகியவற்றின் வருகை - வளர்ச்சி - வீழ்ச்சி - சரிவு குறித்தும், திருவிழாக்களுக்கு அடிப்படையாகப் புராணங்கள் அமைந்திருப்பது, தமிழகத்தில் நிகழ்ந்த சமய மோதல்கள் குறித்த குறிப்புகளும் அடுத்தடுத்த தலைப்புகளில் தரப்பட்டுள்ளன.

கழுவேற்றம் குறித்த தகவல்களுக்கு அறிமுகமாக அது தொடர்பான கதைகள், கழுமரம் குறித்த விவரங்கள், மதுரைக்கு அருகிலுள்ள எண்பெருங்குன்றங்கள் குறித்தும் விவரிக்கப்பட்டுள்ளன. சேக்கிழாரின் பெரியபுராணத்தில் தெரிவிக்கப்பட்டுள்ள எண்ணாயிரம் சமணர் கழுவேற்றம், அதே காலக்கட்டத்தில் எழுதப்பட்ட தக்கயாகப்பரணி, அதற்கு முன்பாகவும் பின்பாகவும் எழுதப்பட்ட நம்பியாண்டார் நம்பி, பரஞ்சோதி முனிவர் ஆகியோரது புராணங்களில் இருந்தும் தகவல்கள் தரப்பட்டுள்ளன.

சமணர் கழுவேற்றக் கதை தொடர்பாக 1867 முதல் 2014 வரை நடந்தேறிய விவாதங்களை, ஓரளவு தொடர்ச்சியாகத் தொகுக்க முயற்சித்துள்ளேன். (இதில் விடுபட்டுள்ள தகவல்களை என் பார்வைக்குக் கொண்டு வாருங்கள்).

விவாதங்களின் முடிவினைத் தொடர்ந்து, தமிழ் மண்ணில் சமணம் அழிக்கப்பட்டதா? வழிபாட்டிடங்களில் செய்யப்பட்டதாகக் கூறப்படும் மாற்றங்கள், வாய்மொழித் தகவல்களை வரலாற்றுக்குப் பயன்படுத்திக் கொள்வது பற்றியும் பதிவுசெய்யப்பட்டுள்ளது.

இறுதியாக, திருநறுங்கொன்றை, மேல்சித்தாமூர், மெரியா, குகையிடிக் கலகம் குறித்த விவரங்கள் பின்னிணைப்பாகக் கொடுக்கப்பட்டுள்ளன.

கழுவேற்றம் நடந்ததைச் சமணர்களே ஏற்றுக்கொள்ளாத நிலையில், சமணத்தை ஆதரிக்கிறோம் அல்லது சைவ, வைணவத்தை எதிர்க்கிறோம் என்று சொல்லிக் கொள்பவர்களால் 'எட்டாயிரம் பேர் படுகொலை செய்யப்பட்டனர்' என்று திரும்பத் திரும்பச் சொல்லப்பட்டு வருகிறது.

இந்நூல் யாருக்கும் ஆதரவாகவோ எதிராகவோ எழுதப்படவில்லை. உள்ளதை உள்ளபடியே சொல்லும் எளிய முயற்சியே இது.

சமயத் தத்துவங்கள் குறித்து ஆராய்ச்சி செய்வதும் இந்நூலின் நோக்கமல்ல. வரலாற்றை வாசிக்கும்போது குறிப்பாக, 'எண்ணாயிரம் சமணர் கழுவேற்ற' விவகாரத்தில் எனக்குள் எழுந்த சில கேள்வி களையும் அது தொடர்பாக நான் செய்த ஆய்வுகளையும் உங்களுடன் பகிர்ந்து கொண்டிருக்கிறேன். அவ்வளவுதான்.

எளியவர்களும் புரிந்து கொள்ளும் வகையிலேயே எழுதியிருப்பதாகக் கருதுகிறேன்.

இந்நூலின் வடிவத்திலும், உள்ளடக்கத்திலும் குற்றங் குறைகள் இருக்கலாம். அல்லது பதிவு செய்யப்பட்ட தகவல்களில் மாறுபட்ட கருத்துகள் இருக்கலாம். இதுபற்றி எனக்குத் தெரியப்படுத்துங்கள்.

இந்நூலுக்கு அரியதொரு அணிந்துரை வழங்கியிருக்கும் காரைக்கால் அவ்வையார் அரசு மகளிர் கல்லூரி இணைப்பேராசிரியர் முனைவர் நா.இளங்கோ அவர்களுக்கும், விழுப்புரம் பேராசிரியர் (ஓய்வு). கவிஞர் த.பழமலய் அவர்களுக்கும், பல்வேறு பணிகளுக்கிடையில் நேர்காணல் வழங்கிய மேல்சித்தாமூர் ஜினகாஞ்சி மடாதிபதி ஸ்ரீலட்சுமி சேன பட்டாரகர் அவர்களுக்கும் நன்றி தெரிவிக்கக் கடமைப்பட்டுள்ளேன்.

மேலும், இந்நூலாக்கத்தின் போது, இலக்கிய ஆவணங்களைத் தொடர்ந்து வழங்கி உதவியதோடு, இதுபற்றி எழுதவும் தூண்டிய

மதுரை செ.பன்னீர் செல்வம் அவர்களுக்கும், புதுச்சேரி பொறியாளர் மு.இரமணி அவர்களுக்கும், விழுப்புரம் முன்னாள் நகர்மன்றத் தலைவர் இரா.ஜனகராஜ் அவர்களுக்கும், வி.மு.பாலசுப்பிரமணியன் (திருக்குறளார் அவர்களின் மகனார்) அவர்களுக்கும், தலைமை ஆசிரியர் (ஓய்வு) இரா.இராமமூர்த்தி அவர்களுக்கும், பாபு அச்சகத்தார் கோ.பாபு அவர்களுக்கும், முல்லை புத்தக முகவாண்மை தே.ஏழுமலை அவர்களுக்கும், பிழை திருத்திக் கொடுத்து உதவிய தோழர் எழில்.இளங்கோ அவர்களுக்கும், நூலுக்கு அழகிய மேலட்டையினை வடிவமைத்துக் கொடுத்த ஜா.அசாருதீன் அவர்களுக்கும் எனது நன்றிகள்.

என் ஆய்வுக்கு, தேடலுக்கு மிகவும் பயன்பட்டவை விழுப்புரம் மாவட்ட மைய நூலகமும் விழுப்புரம் மந்தக்கரை ஊர்ப்புற நூலகமும்தான். இந்நூலகர்களுக்கும் எனது நன்றிகள்.

எனது நூல்களை மக்களிடம் கொண்டு செல்வதில் உதவியாக இருந்து வரும் விற்பனையாளர்கள், நண்பர்கள், இந்நூல்களை வாங்கி என்னை மென்மேலும் ஊக்கப்படுத்தி வரும் வாசகப் பெருமக்களாகிய உங்களுக்கும்,

மதுரைப் பயணத்தின்போது உறுதுணையாக இருந்த என் சகோதரி கலைச் செல்வி, அவரின் மகன் இராஜேந்திரன் (ஆர்எம்சி ரெடிமிக்ஸ், சென்னை), இவரின் துணைவியார் சுதா, மற்றும் அசோகன் தம்பதியினர் ஆகியோருக்கும் எனது நன்றிகள்.

மிகவும் ஆபத்தான மலையேற்றத்தில் ஆர்வத்துடன் தன்னை ஈடுபடுத்திக் கொண்டு புகைப்படங்கள் எடுத்துக் கொடுத்த மதுரை அ.அருணாசலம் (எ) கோபி அவர்களுக்கும் என் நன்றிகள் மிகவும் உரித்தாவதாக.

வழக்கம்போல் என் எழுத்துக்கும், நூலாக்கத்துக்கும் கண்ணுங் கருத்துமாய் இருந்து ஒத்துழைத்து, உற்சாகப்படுத்தி- எழுத்துலகில் என்னைத் தொடர்ந்து இயங்கச் செய்து கொண்டிருக்கும் என் மனைவி ராணி, மகள் புனிதவதி, மகன் சித்தார்த்தன் ஆகியோருக்கும் நன்றி சொல்லாவிட்டால் இந்நூல் முழுமை பெறாது.

தமிழ்கூரும் நல்லுலகத்தின் பார்வைக்கு இந்நூலை எடுத்துச் செல்ல முன்வந்திருக்கும் கிழக்கு பதிப்பகத்துக்கும் எனது மனமார்ந்த நன்றிகள்.

அன்புடன்,
கோ.செங்குட்டுவன்
விழுப்புரம்

22.12.2015

முடிவா தொடக்கமா?

உண்மைக்கும் புனைவுக்குமான இடைவெளி மிகச் சொற்பமே. ஒன்றை உண்மையென்றோ புனைவென்றோ தீர்மானிக்கும் அம்சம் தீர்மானிப்பவனின் கருத்தியல் சார்ந்தே இயங்குகிறது. எனவே ஒன்றை உண்மையா புனைவா என்று தீர்மானிப்பவனே இங்கே முதன்மை பெறுகின்றான். அவனது நிகழ்கால அனுபவங்களே அதனை உறுதிப்படுத்துகின்றன. அதற்கான தரவுகளே அவனை இனங்கண்டு வந்தடைகின்றன.

வரலாறு என்பதும் இத்தன்மையதே. வரலாற்றில் புனைவுகளோ உண்மைகளோ வரலாற்றாசிரியனைச் சார்ந்தே இயங்குகின்றன. வரலாற்று ஆசிரியனின் கருத்தியல் சார்ந்தே வரலாறுகள் கட்டமைக்கப் படுகின்றன. அக்கட்டமைப்புகளும் நிகழ்காலத் தேவைகள், இருத்தல் என்பனவற்றோடு பின்னிப் பிணைந்தே உருக்கொள்கின்றன. வரலாற்றியல் அறிஞர் இ.எச்.கார் அவர்களின் கூற்று இங்கே நினைவுகூரத்தக்கது.

'ஒரு வரலாற்றாசிரியன் கடந்த காலத்தில் வீழ்ந்து கிடப்பதோ, கடந்த காலத்தின் பதிவுகளிலிருந்து விலகி நிற்பதோ கூடாது. மாறாக, கடந்த காலத்தைத் தீர்க்கமாக உள்வாங்கிக் கொண்ட பிறகு, நிகழ்காலத்தைப் புரிந்து கொள்வதற்கான முக்கியமான கருவியாக அதைக் கையாள வேண்டும்.

ஆய்வாளர் இல்லாமல் உண்மை வேரற்றது. உண்மைகள் இல்லாமல் ஆய்வாளர் பொருளற்றவர். ஆகவே, வரலாற்று உண்மை என்ற இறந்த காலத்துக்கும், வரலாற்றாய்வாளர் என்ற நிகழ் காலத்துக்கும் இடையிலான ஓர் இடையறாத உரையாடலே வரலாறு.'

இ.எச்.கார் அவர்களின் கூற்றுப்படி, வரலாறுகள் இறந்த காலப் பதிவுகளிலிருந்து மட்டுமே உருவாவதில்லை. அது வரலாற்றை

மறுஆக்கம் செய்யும் ஆய்வாளனின் நிகழ் காலத்தோடும் தொடர்புடையது என்பது தெளிவாகிறது.

கோ.செங்குட்டுவனின் 'எண்ணாயிரம் சமணர் கழுவேற்றம் கற்பனையே' என்ற இந்நூல் கடந்த ஆயிரம் ஆண்டுகளுக்கு மேலான வரலாற்றுப் புனைவு, புனைவு வரலாறு என்ற சமய அரசியல் கருத்தாக்கப் பதிவுகளைச் 'சமணர் கழுவேற்றம்' என்ற ஒற்றைப் புள்ளியில் வைத்து அலசி ஆராயும் ஒரு தொகுப்பு நூலாக உருவாக்கப் பட்டிருக்கிறது.

விழுப்புரம் கோ.செங்குட்டுவன், எழுத்தாளர், செய்தியாளர், களப்போராளி, சிந்தனையாளர், பேச்சாளர் முதலான பன்முக ஆளுமைகளுக்கு சொந்தக்காரர். மார்க்சிய, திராவிடர் கருத்தியல் களை உள்வாங்கித் தனித்தன்மையோடு செயல்பட்டு வருபவர். தமது சமரசமற்ற ஆளுமையால் தொடர்ந்து ஒரே நிறுவனம் சார்ந்து இயங்கமுடியாத கொள்கைப் பிடிப்பாளர். மொத்தத்தில் இன்றைய பிழைக்கத் தெரிந்த சராசரி மனிதர்களிலிருந்து மாறுபட்டவர்.

அண்மைக் காலமாக இவர் தொடர்ந்து மண்சார்ந்த வரலாற்றினைப் பதிவு செய்வதில் ஆர்வம் காட்டி வருகிறார் என்பதற்கு, இவரின் 1. விழுப்புரம் வரலாற்றுச் சுவடுகள், 2. நந்தன் கால்வாய், 3.வரலாற்றில் விழுப்புரம் மாவட்ட ஊர்கள் போன்ற முந்தைய நூல்களே சாட்சியாகும். இந்நூல் இவரது நான்காவது ஆக்கம். பல நூற்றாண்டு களாகத் தொடரும் விவாதத்துக்கு முற்றுப்புள்ளி வைக்கும் வகையில், எண்ணாயிரம் சமணர்கள் கழுவேற்றம் என்பது வரலாறா? கற்பனையா? கழுவேற்றப்பட்டவர்கள் எண்ணாயிரம் பகுதியைச் சேர்ந்தவர்களா? எண்ணாயிரம் குழுவைச் சேர்ந்தவர்களா? எட்டாயிரம் பேரா? அவர்கள் கழுவேற்றப்பட்டார்களா? அல்லது அவர்களே கழுவேறினார்களா? இப்பிரச்சனையில் திருஞான சம்பந்தரின் பங்கு யாது? போன்ற வினாக்களை முன்னிறுத்தி இதுவரை நடந்து வந்துள்ள விவாதங்களை விவரித்து எண்ணாயிரம் சமணர் கழுவேற்றம் என்பது கற்பனையே என்ற முடிவினை அழுத்தம் திருத்தமாகப் பதிவுசெய்கின்றது இந்நூல்.

சமணர் கழுவேற்றத் தொன்மைக் கதையின் தொடக்கப் பதிவுகளாக நமக்குக் கிடைப்பன கி.பி.பத்தாம் நூற்றாண்டைச் சேர்ந்த நம்பியாண்டார் நம்பி அவர்களின் பாடல்களே.

கோதைவேல் தென்னன்தன் கூடல் குலநகரில்
வாதில் அமணர் வலி தொலையக் காதலால்

புணர்கெழுவு செம்புனல் ஆறுஓடப் பொருதவரை
வன்கழுவில் தைத்த மறையோன்

- ஆளுடைய பிள்ளையார் திருவந்தாதி

நம்பியாண்டார் நம்பி தொடங்கிவைத்த இத்தொன்மக் கதை, பன்னிரண்டாம் நூற்றாண்டைச் சேர்ந்த சேக்கிழாரின் பெரிய புராணத்தில் விரிவாகப் பதிவு செய்யப்படுகிறது. தொடர்ந்து ஒட்டக் கூத்தரின் தக்கயாகப் பரணி, பரஞ்சோதி முனிவரின் திருவிளையாடற் புராணம் முதலான நூல்கள் இத்தொன்மக் கதையினைப் பதிவு செய்கின்றன.

ஆனால், சைவக் குரவர்களின் தேவாரப் பாடல்களில் சமணர்கள் கழுவேற்றம் தொடர்பாக எந்தவொரு குறிப்பும் இல்லை. அதேபோல் சமண இலக்கியங்களோ, ஆவணங்களோ ஓரிடத்திலும் இக்கழுவேற்றம் பற்றிக் குறிப்பிடவே இல்லை என்பதும் கவனத்தில் கொள்ளத்தக்கது.

நூலாசிரியர் செங்குட்டுவன் தரவுகளைத் திரட்டுவதில் ஒரு தேர்ந்த ஆய்வாளரையும் மிஞ்சும் விதத்தில் செயல்பட்டு நூலினை முழுமைபெற்ற ஆவணமாக மாற்றியுள்ளார்.

'இவ்வளவுக்கும் பிறகும்கூட, எண்ணாயிரம் சமணர் கழுவேற்றம் வரலாறுதான் என்று சாதிப்பார்களேயானால், தீயில் போட்டும் ஏடு எரியாமல் இருந்தது, பெருக்கெடுத்த ஆற்று வெள்ளத்தில் பனையோலைகள் எதிரேறியது, மந்திர தந்திரங்களை ஏவியது, சைவர்மடத்துக்குத் தீவைத்தது, நாவுக்கரசரைச் சுண்ணாம்புக் காளவாயில் போட்டது, விஷம் கலந்த உணவு கொடுத்தது, யானையை ஏவியது, கல்லைக் கட்டி கடலில் வீசியது, பழையாறை சிவத்தளியை மூடியது, உறையூரை அழித்தது போன்றவற்றையும் அறிவுசார் சமூகம் வரலாறாகத்தான் ஏற்றுக்கொள்ள வேண்டும்.'

நூலாசிரியர் விவாத உற்சாகத்தில் பதிவு செய்துள்ள மேற்காணும் பத்திகளில் புராண, இதிகாசத் தொன்மங்களை வரலாறாக நாம் ஒருபோதும் ஏற்றுக் கொள்ள முடியாது என உறுதிபடக் கூறியுள்ளார்.

தொன்மங்களை வரலாறாக வாசிப்பதைவிட அத்தொன்மம் புழங்கும் சமூகத்தின் ஆழ் மனப்பதிவுகளாக அவற்றைப் புரிந்து கொள்வதே மானிடவியல் அணுகுமுறை.

நூலாசிரியர் கோ.செங்குட்டுவனின் இந்நூல் ஒருதொடர் விவாதத்துக்கு முற்றுப் புள்ளி வைக்கிறதா? அல்லது மீண்டும் விட்ட இடத்திலிருந்து தொடங்குகிறதா? என்பதற்குக் காலம்தான் பதில் சொல்ல முடியும். எப்படி நடந்தாலும் அது இந்நூலுக்குக் கிடைத்த வெற்றி!

அரிதின் முயன்று தகவல்களைத் திரட்டி எளிய, இனிய தமிழில் ஒரே மூச்சில் படித்து முடிக்கக்கூடிய நடைநலத்தோடு உருவாக்கியுள்ள நூலாசிரியர் கோ.செங்குட்டுவனைப் பாராட்டுவது நமது கடமை.

கல்வியாளர்களின் ஆய்வுகள் மெலிந்துவரும் இந்நாளில் கல்விப் புலத்துக்கு வெளியே தன்னார்வலராக வரலாற்று ஆய்வுகளில் தொடர்ந்து ஈடுபட்டு வருவதோடு தமது மண்சார்ந்த பதிவுகளுக்காக அன்றாடம் உழைத்துவரும் எழுத்தாளர் மேன்மேலும் உயர்வடைய வாழ்த்துகள்.

23.11.2014 நா.இளங்கோ
தமிழ் இணைப் பேராசிரியர்,
அவ்வையார் அரசு மகளிர் கல்லூரி, காரைக்கால்.

உப்புக் கல்லை வைரம் என்று...

'**க**லையுரைத்த கற்பனையை நிலையெனக் கொண்டாடும் கண் மூடிப்பழக்கம் மண் மூடிப்போக' என்றார் வடலூர் இராமலிங்கர். 'வேடிக்கைக் கதைகளை வரலாற்று ஆராய்ச்சிக் கருவிகளாக்கிக் கொண்டு ஆய்வு செய்வது வீண் வேலை' என்றார் வரலாற்று ஆய்வாளர் கே.ஏ.நீலகண்ட சாஸ்திரியார்.

மெய்தான். இவர்கள் சொல்வது மெய்தான். என்றாலும் தந்தை பெரியார் ஊர் ஊராகச் சென்று இந்த வீண் வேலையைத் தம் வாழ்நாள் இறுதிவரை செய்தார். செய்து செத்தார்.

ஏன்? கற்றவர்கள், கசடறக் கல்லாதவர்களாக இருக்கின்றனர். கல்லாதவர்களோ, கற்பனை எது, வரலாறு எது எனப் பகுத்தறிய முடியாதவர்களாக உள்ளனர்.

வரலாறு என்பதும்கூட எவ்வளவுக்கு வரலாறாக இருக்கிறது என்பதும் கேள்விதான். கற்பனையை வரலாறாக மயங்குகிறோம். வரலாறு சரிவரத் தெரியாதபோது குழப்பம் அடைகிறோம்.

'இட்டுக் கட்டுபவர்கள்' இருக்கிறார்கள். வரலாற்றைத் திரித்தும் மறைத்தும் எழுதுபவர்களும் உள்ளனர். இவர்கள், மக்கள் நலனுக்கு எதிரானவர்கள். குழு நலம் பேணுபவர்கள். இவர்கள் அம்பல ப்படுத்தப்பட வேண்டியவர்கள். இவர்களுடைய 'படைப்புகள்' தீவிரத் திறனாய்வுக்கு உட்படுத்தப்பட வேண்டியன. உப்புக் கல்லை வைரம் என்று சொல்லி ஏய்ப்பவர்களும், அதை ஒப்புக் கொண்டு நம்பி ஏமாறுபவர்களும் இருக்கிறார்கள் - என்பதால்தான் இவ்வளவும். மக்கள் சுரண்டல்கள் யாவற்றிலும் இருந்தும் காக்கப்பட வேண்டியவர் கள். யாவரும் நேர்மையானவர்களா? எல்லோருமே திருடர்களாக இருக்கலாம். என்பதால் திருட்டுப் பேணப்பட வேண்டிய ஒன்று ஆகிவிடாது. அது சமுதாயப் பின்னடைவையே தரும்.

தந்தை பெரியாரும் அண்ணல் அம்பேத்கரும், இராமாயண பாரத இதிகாசக் கதை மாந்தர்களைக் குற்றவாளிக் கூண்டில் ஏற்றி நிற்க வைத்துக் கேள்விகளை எழுப்பியவர்கள். பொதுமக்களுக்கு அவை உதவியாக இருந்தன. செய்தார்கள்.

எத்தனை காலந்தான் மக்களை ஏமாற்றிக் கொண்டிருப்பது. மக்களும் ஏமாந்து கொண்டிருப்பது? இந்தத் திசை வழியில் தொடர்ந்து, நிறையவே செய்ய வேண்டுவன இருக்கின்றன. செய்பவர்கள் வேண்டும்.

விநாயகர் பால் குடிக்கிறார்! மேரி மாதா கண்களில் நீர்வழிகிறது. இன்னும் சாய்பாபா, சாயாத பாபா! சித்தர்கள் என்று சொல்லிக் கொள்வோர் நித்தம் நித்தம் செய்யும் சித்து வேலைகள்! தீயில் போட்ட பனை ஓலை எரியவில்லையாம். இது அனல்வாதம். நீரில் விடும் ஏடு எதிர்த்து வர வேண்டும். இது புனல்வாதம். இதில் தோல்வியடைந்த 'எண் பெருங்குன்றத்து எண்ணாயிரவரும் கழுவிலேறினார்கள்.' தாங்களே முன்வந்து கழுவிலேறினார்கள். கழு ஏற்றப்படவில்லை. எண்ணாயிரவரும் கழுவேறினார்கள். ஒட்டு மொத்த எண்ணாயிரவரும். இந்த 'எண்ணாயிரவர்' எண்ணாயிரம் பேர்களா? இது ஒரு குழுவினர் பெயரா?

இது வரலாறு இல்லை. வாய்க்கு வந்தபடி பாடப்பட்டுள்ளது. கைக்கு வந்தவாறு எழுதப்பட்டுள்ளது. ஒருவரைப் பின்பற்றி ஒருவர். கதைகள் வேண்டுந்தான். அதற்காக அவை 'கதை விடுவனவாக' இருக்கக் கூடாது. புத்தியைத் தீட்ட வேண்டும். மழுங்கடிக்கக் கூடாது. படிமலர்ச்சியே- கூர்தலே -முன்னேற்றம்.

அவரவர் தேவைக்கு அவரவர் சொல்ல வேண்டியிருந்தாலும் கூட, அதில் ஒரு நடுவுநிலைமை இருக்க வேண்டும். எதிரியும் மதித்து ஏற்றுக் கொள்ள வேண்டும். பொய் மூட்டைகள் எந்தக் காலத்திலும் தலைக்குத் தலைப்பாகையாகப் பெருமை சேர்க்காது. இறக்கி வைத்து அவிழ்க்கையில் மானந்தான் போகும்.

இது ஒரு வேலையா? ஆம், வேலை இல்லாதவர்கள் வேலை. எழுத்தாளர் கோ.செங்குட்டுவன் போன்ற ஆய்வாளர்களுக்கு 'வேலை வைக்கிற வேலை'. அவர்கள் தங்கள் 'வேலையைக் காட்டுகிற வேலை'.

வெளிச்சம் உண்டாக்க வேண்டும். விளக்கு அணைக்கக் கூடாது. கோ.செங்குட்டுவன் உழைத்திருக்கிறார். கள ஆய்வுகளும் நேர்காணல்களும் செய்திருக்கிறார். தேடித்தேடிப் படித்திருக்கிறார். மூல நூல்களை ஆய்வு நூல்களை, இதழ்க் கட்டுரைகளை, வலைத் தளச் செய்திகளை.

நூலாசிரியரை யாரும் வற்புறுத்தவில்லை. இவருக்கு இதில் உள்நோக்கம் என்று எதிர்மறையான எதுவும் இல்லை. ஒன்று சொல்லப்பட்டது. அது நாளைக்கும் நடித்துக் காட்டுவதாக இருக்கிறது. ஏற்படாத தோல்வியை ஏற்பட்டதாகச் சொல்லியும், பல வகையிலும் காட்டியும் வருவது சமயத்தாருக்குப் பெருமை சேர்ப்பது ஆகாது. ஒரு கட்டத்தில், உரியவர்கள், இதனை உணர வேண்டும்.

மத நல்லிணக்கம், சமய நாகரிகம் என்பன கருதி இது கைவிடப்படல் வேண்டும். உண்மையைச் சொல்லி நன்மைகள் செய்யவேண்டும். இங்குப் 'பொய்மை' வாய்மை இடத்து ஆகாது. கலை, இலக்கியங்களில் புனைவு இருக்கலாம். அது கலையாக இருக்க வேண்டும். களையாக இருந்து விடக்கூடாது. களை, களையப்பட வேண்டியதே. இது சைவத்துக்கும் சமணத்துக்கும் இடையிலான பிரச்னையோ விவகாரமோ ஆகாது. பொது அறிவையும் பொதுநலத்தையும் நோக்கியது.

செங்குட்டுவன் சிறப்பான நூல்களை எழுதிய பயிற்சி உடையவர். எடுத்துரைப்பதில் வல்லவர். பக்கங்களைப் புரட்டினால், படிக்க வைத்துவிடுவார். இந்தக் கடின உழைப்பும் அரிய திறமையும் அவர் எதிர்வரும் காலத்தில் இன்னும் படிக்கத்தக்க பல நூல்களைத் தருவார் என்கிற எதிர்பார்ப்பைத் தருகின்றன.

இந்த நூல் ஓர் ஆராய்ச்சி நூல்தான். ஆர்வத்தைத் தூண்டுகிற ஓர் ஆராய்ச்சி. மானமும் அறிவும் மாந்தர்க்கு அழகு. மனித மனங்களுக்கு அழகு சேர்க்கும் ஒரு நூல் இது.

4.11.2014

த. பழமலய்
விழுப்புரம்

1
தமிழகத்தில் சமயங்கள் - ஒரு பார்வை

தமிழர் வழிபாடு

'**சா**மி கண்ணைக் குத்திடும்.' ஏதோ ஒன்றைச் செய்யாமல் இருக்க, குழந்தைகளிடம் நாம் இன்றும் சொல்லும் வார்த்தை இது. 'அச்சத்தில் இருந்துதான் வழிபாடு பிறந்தது' என்பதற்கு உதாரணமாக இருக்கும் சொல். 'பயபக்தியுடன் சாமி கும்பிட வேண்டும்'- என்பதும் முந்தியவற்றுடன் தொடர்பான இன்னொரு சொல்லாகும்.

காடுகளிலும் மலைக்குகைகளிலும் வாழ்ந்த ஆதிகாலத்து மனிதன் முடிந்தவரை இயற்கையுடன் இணைந்த வாழ்க்கையையே வாழ விரும்பினான். அப்போது வானில் நிகழும் அற்புதங்களான சூரியன் வரவு, இடி, மழை, அச்சத்தைத் தரக்கூடிய பாம்பு, தனக்கு வாழ்விடமாக இருக்கக் கூடிய மரம் ஆகியவை அவனிடத்தில் ஆச்சரியத்தை ஏற்படுத்துவதற்கு பதில் பயத்தையே ஏற்படுத்தின. தனக்கு ஏதோ ஒருவகையில் நன்மையோ தீமையோ செய்யக்கூடிய இவற்றை வணங்க அவன் ஆரம்பித்தான்.

மேலும், இறந்தவர்கள் மீண்டும் உயிர் பெற்று வருவார்கள் எனும் நம்பிக்கையும் அவனுள் இருந்தது. இதன் வெளிப்பாடாகப் பேய் அல்லது ஆவி அவனது வழிபாட்டுக்குரியதாக மாறியது.

மதத்தின் தோற்றம் குறித்து ஆய்வுசெய்த மலையாளச் சிந்தனையாளர் டாக்டர் தாமஸ் வர்கீஸ் சொல்வார் 'மதம் அச்சத்திலிருந்து உருவானதுதான். அச்சம் ஆட்களைச் சேர்க்கவும் கோயில்களை

அதிகரிக்கவும் செய்கிறது. மதம் மனிதனை முழங்காலிடவும் மந்திரம் சொல்லவும் வைக்கிறது. மதம் சிந்தனையை மறந்துவிடச் செய்கிறது. ஓர் அடிமைக்கு இருக்கிற குணங்களெல்லாம் ஒரு நல்ல மதநம்பிக்கையாளனுக்கும் இருக்கும்.' தமிழர்களும் இதற்கு விதிவிலக்கல்லர்.

வேட்டைச் சமூகம் வேளாண் சமூகமாக மாறிய காலகட்டத்தில் தமிழ் நிலம் ஐந்திணைகளாக வகுக்கப்பட்டது. இவற்றுக்குரிய தெய்வங்களாக மாயோன், சேயோன், வேந்தன், வருணன், கொற்றவை குறிக்கப்பட்டன. இவற்றின் ஊடாகச் சிவ வழிபாடும் தமிழகத்தில் பின்பற்றப்பட்டது.

'கி.பி.ஏழாம் நூற்றாண்டுக்கு முற்பட்ட தமிழிலக்கியங்கள் எவற்றிலும் கடவுளின் பெயரான சிவன் சுட்டிக் காட்டப்படவில்லை. எனினும், மிகப்பழங்காலத்தில் இருந்தே சிவனை வழிபடும் நெஞ்சினராகத் தமிழர்கள் இருந்தனர்' என்கிறார் ஆய்வாளர் டாக்டர் வி.வி.இரமண சாஸ்திரி. வேதகாலத்துக்கு முற்பட்ட கற்காலத்தில் சிவலிங்கங்கள் கிடைத்திருப்பதால் சிவலிங்க வழிபாடு வேத காலத்துக்கு முற்பட்டது என்கிறார் ஆய்வாளர் பி.டி,சீனிவாச ஐயங்கார். டாக்டர் ஸ்டீவன்சன் உள்ளிட்ட மேற்கத்திய ஆய்வாளர்களும் 'சிவன் தமிழர் கடவுள்' எனத் தெரிவித்துள்ளனர்.

மேலும், இறந்தவர்களைப் பற்றிய நம்பிக்கை, நடுகல் வழிபாடாக மலர்ந்தது. சங்க காலத்தில் தொடங்கிய இவ்வழக்கம் கி.பி.10ஆம் நூற்றாண்டு வரை நீடித்தது. இன்று வானுயர நின்று கொண்டிருக்கும் கோயில்களுக்கு அடிப்படையாக அமைந்தது இந்நடுகல் வழிபாடு என்பது குறிப்பிடத்தக்கது. வீர மரணமடைந்த போர் வீரனுக்கு மட்டுமின்றி, கோழிச் சண்டையில் ஊரின் பெருமையைக் காத்த கோழிகளுக்கும் நடுகல் எடுக்கப்பட்டுள்ளது. அந்த வகையில் விழுப்புரம் வட்டம் அரசலாபுரம் கோழி நடுகல் முக்கியத்துவம் வாய்ந்ததாகும்.

கடவுள் என்னும் சொல்லுக்கு வடிவம் அற்றது, மலர்ச்சியானது, அழியாதது எனப் பொருள் கூறும் தொல்காப்பியர், மதம் சமயம் போன்றச் சொற்களைக்கூடப் பயன்படுத்தவில்லை. காரணம், அக்காலத் தமிழரிடையே 'மதம்' பிடிக்கவில்லை. சமயச் சார்பு ஏதும் ஏற்படவில்லை என்பதுதான். கி.பி.இரண்டாம் நூற்றாண்டுக்குப் பிற்பட்ட நூல்களான புறநானூறு, பரிபாடல், பத்துப் பாட்டு போன்ற இலக்கியங்களில் 'கடவுள்' - உயிர், உலகம், ஒழுக்கம் போன்ற பொருட்களில் எடுத்தாளப்பட்டுள்ளதாகத் தெரிவித்துள்ள மறைமலை யடிகளார், 'கி.பி. மூன்றாம் நூற்றாண்டுக்கு அஃதாவது இற்றைக்கு

ஆயிரத்தெழுநூறு ஆண்டுகட்கு முற்பட்ட நூல்களில் 'மதம்' என்னுஞ் சொல் கொள்கையென்னும் பொருளில் வருதலைக் காண்கிறோம்' எனத் தெரிவித்துள்ளார்.

தமிழர்களின் வழிபாடு ஒருவகையில் சிவன் அல்லது விஷ்ணுவைத் தொடர்பு கொண்டதாக இருந்தாலும், அது சமயம், மதம் எனும் நிறுவனமயமாக்கப்படாமல் இருந்தது. ஒருவகையில், விரும்பியவர்கள் விரும்பிய தெய்வத்தை வழிபடும் உரிமை படைத்த சமூகமாக, வழிபாட்டுச் சுதந்திரம் உடைய சமூகமாக அன்றைய தமிழ்ச் சமூகம் இருந்தது.

பன்மொழிப் புலவர் கா.அப்பாத்துரையார், 'தமிழர் பண்டையச் சமய வாழ்வு இன்றைய பல சமயங்களின் உருவாகா மூலக்கரு முதலைத் தன்னிடமாகக் கொண்ட வாழ்வேயாகும். அதில் எல்லாச் சமய மூலமும் காணலாம். ஆனால் அது எச்சமயத்துக்கும் உரித்தன்று' எனச் சுட்டிக்காட்டியிருப்பது குறிப்பிடத்தக்கது.

இந்த நிலையில்தான் கி.மு.இரண்டாம் நூற்றாண்டளவில் வடக்கில் இருந்து ஆரியர்களின் வைதீகம், மறகலியின் ஆசீவகம், மகாவீரரின் ஜைனம், புத்தரின் பௌத்தம் ஆகிய நிறுவன மயமாக்கப்பட்ட மதங்கள் தமிழகத்துக்குள் நுழைந்தன. இவற்றில், 'திராவிட மதத்தில் முதன் முதல் செல்வாக்கு செலுத்திய மதம் எது என்றால் அது வேத மதமே ஆகும்' என்கிறார் ஆய்வாளர் டி.ஆர்.சேசையங்கார்.

'ஆரியர்கள் அயல் நாட்டில் இருந்து இந்தியாவுக்குள் நுழைந்ததற்கும், வடஇந்தியாவில் இருந்து தென்னிந்தியாவுக்குள் நுழைந்ததற்கும் வேறுபாடு இருப்பதாக' கில்பர்ட் ஸ்லாட்டர் சுட்டிக்காட்டியுள்ளது இங்குக் குறிப்பிடத்தக்கது. ஏனென்றால் முன்னது படையெடுப்பு (இதில் சிலர் மாறுபடலாம்), பிந்தியது குடியேற்றம்.

ஆய்வாளர் கே.கே.பிள்ளை 'தமிழகம் நுழைந்து குடியேறிய ஆரிய மக்கள் காலம், இடம் ஆகிய சூழ்நிலைகளில் சிக்குண்டு தமிழருடன் திருமணத் தொடர்புகள் கொண்டு தாமும் தமிழராகவே மாறிவிட்டனர். தமிழகத்தின் பழக்க வழக்கங்களையும், வாழ்க்கை முறைகளையும் தாமும் மேற்கொண்டனர்' என்பார்.

இந்திய மதங்கள் குறித்து ஆய்வு செய்த தத்துவமேதை டாக்டர். இராதா கிருஷ்ணன், 'தமிழர்களின் செல்வாக்கினால் வேத நாகரிகம் இதிகாசங்களில் இந்து நாகரிமாக உருமாற்றம் அடைந்துள்ளது. தமிழர்க்கே உரிய உருவ வழிபாட்டினை ஆரியர்கள் ஏற்றனர். தமிழர்க்குரிய ஆகம மரபுகள் வேத மரபுகளை ஆதிக்கம் செய்தன' என்றார். 'இக்கலப்பு இரண்டு மதங்களிலும் நிகழ்ந்தது' எனத்

தெரிவிக்கும் டி.ஆர். சேசையங்கார், 'தமக்கே உரிய சுயேச்சை மதத்தையும், தத்துவத்தையும் கொண்டிருந்த தென் இந்தியத் திராவிடர் மீது ஆரியர்தம் மதத்தையும் தத்துவத்தையும் திணித்தனர். முடிவில் சமரசத்துக்கும், ஏற்புக்கும் பழகிப்போன வேதமதம் பண்டைய இந்தியாவில் இருந்துவந்த பழக்கங்களுக்கு ஏற்ப தன்னை மாற்றிக் கொண்டது' என்கிறார்.

சிவன் ஆரியக் கடவுளான ருத்திரனுடன் சேர்க்கப்பட்டது. கொற்றவை வழிபாடு உமாதேவியாக மாறியது. இவர்களின் பிள்ளையாக ஸ்கந்தன் (முருகன்) மாற்றப்பட்டது. விஷ்ணுவுடன் சிவனுக்கு உறவு உண்டாக்கப்பட்டது போன்றவை வைதீக மதம்- தமிழர் வழிபாடு கலப்பின் அடையாளங்களாகும். கோவலன்-கண்ணகி திருமணம் வைதீக மரபின்படி 'மாமுது பார்ப்பான் மறைவழி காட்டத் தீவலம் செய்து' நடந்தேறியது. ஆதிச்சநல்லூரிலும், சிந்து வெளியிலும் கிடைத்த சான்றுகள் தமிழரிடையே பிணத்தை எரிக்கும் வழக்கம் இல்லை என்பதைக் காட்டின. ஆனால், மணிமேகலையில் ஐந்து வகையான சவ அடக்க முறைகள் விளக்கப்படுகின்றன. அதில் ஒன்று 'சுடுதல்'. பிணத்தை எரிப்பது என்பது ஆரியர்களின் வழக்கமாகும். இவை, தமிழ் பண்பாட்டுக்குள் ஆரியம் ஊடுருவியதற்கான எடுத்துக் காட்டுகளாகும்.இதன் தொடர்ச்சியாக, யாகசாலை நடத்திப் புகழ்பெற்ற 'பல்யாகசாலை முதுகுடுமிப் பெருவழுதி' எனும் பாண்டிய மன்னனை இலக்கியத்தில் பார்க்க நேர்கிறது. 'தமிழ் புரோகிதர்கள் (அறிவர்) இருந்த இடத்தில் ஆரியப் புரோகிதரை அமர்த்தும் வழக்கம் இம்முதுகுடுமி காலத்திலிருந்துதான் தொடங்கியது' என்கிறார் மொழியியல் அறிஞர் அ.சிதம்பரனார். கடையெழு வள்ளல்களில் ஒருவனாகத் திகழ்ந்த திருமுடிக்காரி, முள்ளூர் மலையில் (தற்போதைய விழுப்புரம் மாவட்டம் கல்வராயன் மலை) பார்ப்பனர்களுக்கு நிலங்களைக் கொடுத்தான். இதனால் ஆரியர் நிரம்பிய, புகழ்வாய்ந்த (ஆரியர் துவன்றிய பேரிசை முள்ளூர்) மலையாக அம்மலைத் திகழ்ந்தது.

தமிழ்ப் பண்பாட்டில் ஊடுருவிய ஆரியம், மொழியிலும் கலந்தது. இதன் காரணமாக சங்க இலக்கியங்களில் வடமொழியின் தாக்கத்தை உணர முடிகிறது. வரலாற்று ஆய்வாளர் கில்பர்ட் ஸ்லாட்டர் இப்படிச் சொல்வார் 'ஆரியர், நாகரிகத் துறையில் திராவிடமயமான போது, திராவிடர், மொழித்துறையில் ஆரியமயமாகினர் (While the Aryans were dravidised in culture the Dravidians were aryanized in language).'

ஆனாலும், 'திராவிடர்தம் சமயக்கூறுகளில் கணிசமானவை ஆரியமதச் செல்வாக்குக்கு உட்படாதவை' என்கிறார் டி.ஆர்.சேசையங்கார்.

இதற்கு மொழியியல் அறிஞர் தேவநேயப் பாவாணர் காட்டும் உதாரணம், 'ஆரியர்கள் தங்கள் முதற் கடவுளாக பிரம்மாவைக் கொண்டிருந்தனர். ஆனால் நாயன்மார்கள் தங்களின் முழு முதற்கடவுளாக சிவனையும் ஆழ்வார்கள் தங்கள் முழுமுதற் கடவுளாக விஷ்ணுவையும்தான் கொண்டிருந்தனர்.'

இதனால்தான், காலஞ்சென்ற காஞ்சிப் பெரியவர் ஸ்ரீசந்திர சேகரேந்திரரும் 'நம் தேசத்தில் இத்தனை ஆயிரம் கோயிலிருந்தும், ஒவ்வொரு கோயிலிலும் ஏகப்பட்ட ஸந்நிதிகள் இருந்தும், அநேக உத்ஸவாதிகள் நடத்தப்பட்ட போதிலும் ப்ரம்மாவுக்கு எதுவுமே காணோம். பரமேச்வரனின் முடியைத் தேடிப் போனவரின் கோயிலையும் இன்று நாம் தேடித்தேடிப் பார்க்கும்படி இருக்கிறது' என வருத்தப்பட்டுக் கொண்டார்.

ஐந்திணைத் தெய்வ வணக்கங்களில் இரண்டுதான் (சிவன், விஷ்ணு) பின்னர் சைவம், வைணவம் எனும் நிறுவனமாக்கப்பட்டன. சிவனியம், மாலியமாக இருந்த தமிழரின் சமயங்கள் கௌமாரம், காணாபத்தியம், சௌரம், சாக்தம் ஆகியற்றுடன் சேர்ந்து ஆறு வகையானது. மேலும் சைவ மதத்துக்குள் அகச்சமயம், புறச்சமயம் என பன்னிரு பிரிவுகள் உருவாக்கப்பட்டன. வைணவத்தில் வடகலை, தென்கலைகள் உருவாயின.

1985ஆம் ஆண்டு இந்திய அரசு மேற்கொண்ட ஆய்வில், இந்தியா முழுவதும் 4,635 சமூகங்கள் இருப்பதாகவும், தமிழ்நாட்டில் மட்டும் 364 சமூகங்கள் இருப்பதாகவும் கண்டறியப்பட்டது. மேலும், தமிழகத்தின் 364 சமூகங்களுள் 299 சமூகங்கள் (82.14 சதவீதம்) இந்து சமயத்தவராக இருக்கின்றனர். இது தேசிய அளவான 76.35 சதவீதத்தைக் காட்டிலும் 6 சதவீதம் கூடுதலாகும் என, மத்திய அரசு விவரங்கள் தெரிவிக்கின்றன. தமிழர்கள், சமயம் எனும் தளத்தில் இரண்டு பெருங்குழுக்களாக, அதாவது சைவம், வைணவம் எனப் பாகுபட்டுள்ளதாக மானிடவியலாளர் பக்தவத்சல பாரதி தெரிவித்துள்ளார்.

'தமிழர்கள் தங்கள் சமயம் அல்லது மதமாகக் குறிப்பிட வேண்டுமானால் சிவநெறியான் தன்னை சிவனியன் என்றும், திருமால் நெறியான் தன்னை மாலியன் என்றுமே குறித்தல் வேண்டும்' என மொழியியல் அறிஞர் தேவநேயப் பாவாணர் கேட்டுக் கொண்டது இங்குக் குறிப்பிடத்தக்கது.

பிற்காலத்தில் சைவத்துக்குள்ளேயே குகையிடிக்கலகம் நிகழ்ந்த போதும், சைவத்துக்கும் வைணவத்துக்கும் மோதல் ஏற்பட்ட போதும், பின்னர் வைணவத்துக்குள்ளேயே வடகலை தென்கலை

போன்ற பிரச்னைகள் ஏற்பட்டபோதும், பிற சமயங்கள், மதங்கள் தமிழ் மண்ணில் ஆதிக்கம் செலுத்திய போதிலும் தமிழர்கள் தங்களை சைவர்களாகவோ, வைணவர்களாகவோ தான் அடையாளப்படுத்திக் கொண்டனர் என்பதும், ஆங்கிலேயர் ஆட்சிக் காலத்திலும் எழுதப் பட்ட பல்வேறு நில ஆவணங்களில் விற்பவர் வாங்குபவர் சிவமதம் அல்லது விஷ்ணுமதம் சார்ந்தவராகத்தான் குறிப்பிடப்பட்டனர், குறித்துக்கொண்டனர் என்பதும் நினைவில் கொள்ளத்தக்கது.

சங்க காலத்தில் தொடங்கிய வைதீகத் தாக்கத்தின் தொடர்ச்சி, பிற்காலத்தில் ஏற்பட்ட பல்லவர் ஆட்சியிலும், பின்பு சோழராட்சியிலும் தொடர்ந்தது. பல்லவர் காலத்தில் (4ஆம் நூற்றாண்டில்) காஞ்சியில் செயல்பட்டு வந்த சமஸ்கிருதக் கல்லூரி (கடிகா), சோழராட்சியில் (11ஆம் நூற்றாண்டில்) எண்ணாயிரம், திருபுவனை உள்ளிட்ட இடங்களில் நடந்து வந்த வேதக்கல்லூரிகள் போன்றவை இதற்கு உதாரணங்களாக இருக்கின்றன.

அதேவேளை, சோழர் காலத்தில்தான் தேவாரத் திருமுறைகள் தொகுக்கப்பட்டன என்பதையும், முதலாம் இராஜராஜன், தான் கட்டிய பெரியகோயிலில் வேதங்களை ஓதி வழிபாடு செய்யாமல் மூவர் தேவாரங்களை ஓதுவதற்கு ஏற்பாடுசெய்து, அதற்காக 48 ஓதுவார்களை நியமித்ததையும் நாம் மறந்துவிட முடியாது.

சமயத்துறையில் தமிழர்கள் தங்கள் தனித்தன்மையைக் காப்பாற்றிக் கொள்ளத் தொடர்ந்து இயங்கி வந்திருக்கின்றனர் என்பதற்குக் கடந்த கால நிகழ்வுகள் மட்டுமல்ல, சிதம்பரம் நடராசர் கோயில் விவகாரம் போன்ற அண்மைக்கால நிகழ்வும் சாட்சிகளாகத் திகழ்கின்றன.

அதனால்தான் 'சிவனியம் மாலியம் என்னும் இரு தமிழ் மதங்களினின்றும் ஆரியக் கூறுகளை நீக்கும் முயற்சி திருவள்ளுவர் காலத்திலிருந்து தொடர்ந்து வருகின்றது' என தேவநேயப் பாவாணர் தெரிவித்திருந்தது இங்கு குறிப்பிடத்தக்கதாகும்.

பௌத்தம் - சமணம் - ஆசீவகம்: வருகையும் வளர்ச்சியும்

வேத வேள்வியை அடிப்படையாகக் கொண்ட வைதீக மதம் தமிழ் மண்ணில் கால் வைத்த போதே, பௌத்தம், சமணம், ஆசீவகம் போன்ற மதங்களும் இங்கு வந்துவிட்டதை முன்னரே பார்த்தோம். தமிழர்களிடையே காலூன்ற இம்மதங்கள் போட்டி போட்டுக்

கொண்டு இயங்கின. இதில் ஓரளவு வெற்றியும் பெற்றன. இவற்றின் தாக்கத்தை தமிழகத்தில் இன்றுவரை பல்வேறு வடிவங்களில் நாம் பார்க்கலாம். அந்த வகையில் இங்கு தடம் பதித்த இம்மதங்கள் பற்றிய சிறிய அறிமுகம் இப்போது.

பௌத்தம்

புத்தர் பரிநிர்வாணம் அடைந்தபின், அவரைப் பின்பற்றிய பிட்சுகள் பல நாடுகளுக்கும் சென்று புத்த மதக் கொள்கைகளைப் பரப்பினர். இப்படி அசோக மன்னரது காலத்தில், கி.மு. 3-2ஆம் நூற்றாண்டளவில் புத்த மதம் தமிழகத்துக்குள் நுழைந்தது. மதுரை மாவட்டம் அரிட்டாப்பட்டி மற்றும் இலங்கையில் காணப்படும் தடயங்களின் மூலம் இக்காலக் கட்டத்தில் பௌத்த மதம் தமிழகம் புகுந்த வரலாறு தென்படுகிறது.

‘தமிழ்நாட்டில் ஆங்காங்கிருந்த அரசர், வணிகர், செல்வந்தர் முதலானவர்களின் பொருளுதவி பெற்று விகாரைகளையும், பள்ளிகளையும், சேதியங்களையும், ஆராமங்களையும் ஆங்காங்கே நிறுவினார்கள். மடங்களில் வாழும் பௌத்தத் துறவிகள் மருத்துவம் பயின்று, தம்மிடம் வரும் பிணியாளர்களுக்கு இலவசமாக மருந்து கொடுத்துத் தொண்டு செய்து வந்தார்கள். அன்றியும் தமது பள்ளிகளில் பாடசாலைகளை அமைத்துச் சிறுவர்களுக்குக் கல்வியையும் கற்பித்து வந்தார்கள். மற்றும் குருடர், செவிடர், முடவர் முதலானவருக்கும், ஏழைகளுக்கும் உணவு கொடுத்துதவ அறச்சாலைகளை அரசர் செல்வந்தர் முதலானோர் உதவிபெற்று நிறுவினார்கள்’ என்கிறார் ஆய்வாளர் மயிலை சீனி.வேங்கடசாமி.

தமிழகத்தில் பௌத்தர்களின் குறிப்பிடத்தக்கச் சின்னங்களாக விளங்குவது காஞ்சியும், நாகப்பட்டினமும் ஆகும்.

புகழ்பெற்ற நாளந்தா பல்கலைக் கழகத்தின் தலைமைப் பேராசிரியராக இருந்த ஆசாரிய தர்மபாலரும், அபிதம்மாத்த சங்கிரகம் முதலிய நூல்களை இயற்றிய அநுருத்ரரும் காஞ்சியில் பிறந்தவர்கள். போதிதருமர், காஞ்சிபுரத்தை ஆண்ட ஓர் அரசனுடைய குமாரர். சீனதேசம் சென்று தம் கொள்கைகளைப் போதித்து வந்தார். இவரது தியான மார்க்கம் ஜப்பானியரால் சென் மதம் என்று அழைக்கப் படுகிறது. சீனர்கள் சான்மதம் என்று கூறுவர். இவரை சீனர் தமக்குரிய இருபத்தெட்டுச் சமயக் குரவர்களில் ஒருவராகக் கொண்டிருக் கின்றனர். ஜப்பானிலும் சீனாவிலும் இவருக்குக் கோயில்கள் உண்டு.

ஆசாரிய திக்நாகர் (தின்னாகர்) குறித்து, சீன யாத்திரிகர் யுவான் சுவாங் தமது யாத்திரைக் குறிப்பில் எழுதியிருக்கிறார். நாளந்தா பல்கலைக்

கழகம் மற்றும் பல்வேறு தேசங்களுக்குச் சென்று கற்றுத் தேர்ந்து காஞ்சிபுரம் திரும்பியவர். இவரது மாணவர்களில் ஒருவர் ஆசாரிய தருமபாலர். நாளந்தா பல்கலைக்கழகத்தின் தலைமைப் பேராசிரியராக இருந்தவர். இவரிடம் தத்துவம் பயிலுவதற்காக இலங்கையிலிருந்து 300 பிட்சுகள் காஞ்சிபுரம் வந்து சென்றிருக்கின்றனர்.

காஞ்சியில் இருந்த பௌத்தப் பெரியோர்களால் பல்வேறு நூல்கள் இயற்றப்பட்டன. இந்நூல்கள் திபெத், சீன மொழிகளில் மொழி பெயர்க்கப்பட்டதை நினைவுகூரும் ஆய்வாளர் ச.கிருஷ்ணமூர்த்தி 'பாட்னா அருங்காட்சியகத்தில் உள்ள பெயர் பொறிப்புள்ள பதினேழு புத்தர் சிலைகள் காஞ்சியைச் சேர்ந்தவை' எனும் தகவலையும் தருகிறார்.

பல்லவ மன்னன் முதலாம் நரசிம்ம வர்மன் காலத்தில் (கி.பி.640) காஞ்சிக்கு வந்த சீனப்பயணி யுவாங் சுவாங், 'புத்தரே காஞ்சிக்கு வந்து பல சமயத்தவரை வாதில் வென்றார். அவ்வாறு அவர் வென்ற இடத்தில் அசோக மன்னன் 100 அடி உயர ஸ்தூபி எழுப்பியிருந்தான். அங்கு நூறு பௌத்த பள்ளிகள் நடைபெற்று வந்தன. பதினாராயிரம் பிக்குகள் தங்கி அறம் வளர்க்க வசதிகள் செய்யப்பட்டிருந்தன' என்று பதிவு செய்துள்ளது குறிப்பிடத்தக்கது.

இதே போல் நாகப்பட்டினத்தில் இருந்த புத்த விகாரையும் குறிப்பிடத்தக்கதாகும். கீழை நாடுகளிலிருந்து தென் இந்தியாவுக்கு வரும் கலங்கள் (கப்பல்கள்) முதலில் அடையும் துறைமுகம் நாகப்பட்டினமே என்று ஐட்சிங்கின் பயணக் குறிப்புகள் தெரிவிக்கின்றன. 'இதனாலேயே கடாரத்தரசனும் இந்நகரில் புத்த விகாரத்தினைக் கட்டியிருத்தல் வேண்டும்' என்கிறார் ஆய்வறிஞர் கே.ஏ.நீலகண்ட சாஸ்திரி.

நாட்டின் வடக்கே நாளந்தாவில் வங்க மன்னன் தேவபாலனால் புத்த விகாரம் கட்டப்பட்டது. தெற்கேயும் ஒரு புத்த விகாரத்தை அமைக்க கி.பி.1003-ல் ஸ்ரீவிஜய நாட்டின் சைலேந்திர மன்னனான ஸ்ரீசூடாமணி வர்மதேவன் இராஜராஜ சோழனுடைய உதவியை நாடுகிறான். இதனைத் தொடர்ந்து நாகப்பட்டினத்தில், சைலேந்திர மன்னன் பெயராலேயே - சூடாமணி விகாரை - என்ற பெயருடைய புத்தமடம் (விகாரம்) ஒன்று எழுப்பப்பட்டது. இக்கோயிலுக்கு யானைமங்கலம் என்ற ஊரும் தானமாக வழங்கப்பட்டிருந்தது. இராஜராஜன் மறைவுக்குப்பின் இராஜேந்திரன் ஆட்சிப் பொறுப்புக்கு வருகிறான். அப்போது நாகப்பட்டினம் 'சோழ குலவல்லி' என அழைக்கப்படுகிறது. அதே நேரம் புத்த விகாரத்தின் ஒரு பகுதிக்கு இராஜராஜப் பெரும்பள்ளி எனவும், இன்னொரு பகுதிக்கு இராஜேந்திரப் பெரும்பள்ளி எனவும் பெயரிடப்படுகிறது. இது

‘இராசராசன் செய்த சிறப்புக்கு நன்றிக்குறியாக மாற விஜயோத்துங்க வன்மனால் (ஶ்ரீசூடாமணி வர்மதேவனின் மகன்) செய்யப்பட்ட மாற்றம்’ என்கிறார் ஆய்வறிஞர் ஔவை துரைசாமிப்பிள்ளை. இதற்கிடையில் புத்த விகாரத்துக்கு ஒதுக்கப்பட்ட இடங்கள் காணியாளர்களால் கவர்ந்து கொள்ளப்பட்ட நிலையில், கி.பி.11ஆம் நூற்றாண்டின் பிற்பகுதியில் முதற்குலோத்துங்கச் சோழன் அரசுக் கட்டிலேறினான். அப்போது கடாரத்து அரசு சார்பில் இராஜவித்யாதர ஶ்ரீசாமந்தன், அபிமானதுங்க ஶ்ரீசாமந்தன் ஆகியோர் நாகப்பட்டினம் வருகின்றனர். புத்த சங்கத்தாரைச் சந்தித்த அவர்கள், முதல் இராஜராஜன் அளித்த செப்பேட்டுடன் முதற்குலோத்துங்கனைச் சந்திக்கின்றனர். இதனை ஆய்ந்த மன்னனும் தம் முன்னோர் கொடுத்த ஆணையை உறுதிசெய்கிறான். இதுவும் செப்பேட்டில் வெளியிடப்படுகிறது.

ஆனாலும், ‘நாகப்பட்டின புத்த சைத்தியம் சோழ மன்னர்களுக்கு முன்பாக பல்லவர் ஆட்சியிலேயே நிறுவப்பட்டது’ என்கிறார் ஆய்வறிஞர் ஔவை துரைசாமிப் பிள்ளை. 1951-ல் வெளியிடப்பட்ட புதுவைக் கல்விக்கழகத்தின் வெள்ளிவிழா நினைவு மலரில் ‘நாகப்பட்டினத்து புத்தசைத்தியம்’ எனும் தலைப்பில் அவர் எழுதியுள்ள கட்டுரையில் ‘இரண்டாம் நரசிங்கவன்மன் காலத்தில் சீனநாட்டில் அரசு புரிந்த சீனவேந்தன் நாகப்பட்டினத்தில் புத்த பகவானுக்கு கோயிலெடுக்க விரும்பினான். அவன் விரும்பியவாறே இரண்டாம் நரசிங்கவன்மனான கோக்கழற் சிங்கனும் புத்த சைத்தியத்தை ஏற்படுத்தினான்’ எனத் தெரிவித்துள்ளார்.

கி.பி.18ஆம் நூற்றாண்டில் புதுவேலி கோபுரம், பழங்கோபுரம், சீன கோபுரம் என வழங்கப்பட்ட நாகப்பட்டின புத்த சைத்தியம், ஜெசூட் பாதிரியார்களின் தொடர் வற்புறுத்தலால் 1867-ல் இடித்துத் தரைமட்டமாக்கப்பட்டது.

‘தமிழகத்தில் பௌத்தம் கி.பி.14ஆம் நூற்றாண்டு வரை வழக்கிலிருந்த சமயமாக இருந்தது. இன்று இச்சமயத்தைப் பின்பற்றக் கூடிய சமூகம் ஒன்றுகூட தமிழகத்தில் இல்லை’ என்கிறார் மானிடவியலாளர் பக்தவத்சல பாரதி.

மணிமேகலை, குண்டலகேசி. வீரசோழியம் ஆகிய காவியங்களைத் தமிழிலக்கியத்துக்கு பௌத்தம் தந்திருக்கிறது.

சமணம்

கி.மு.4ஆம் நூற்றாண்டின் இறுதியில் மகதநாட்டில் வற்கடம் ஏற்பட்டமையால் மௌரியப் பேரரசனாகிய சந்திரகுப்தன் முடிதுறந்து பத்ரபாகு முனிவருடனும், பன்னிரண்டாயிரம் சமணத்

துறவியருடனும் தென்னகம் நோக்கிப் புறப்பட்டு கர்நாடக மாநிலத்திலுள்ள சிரவண பெலகோலாவில் தங்கியதாகக் கூறப்படுகிறது. இவர்களது வருகையால் அங்கு சமண சமயம் வேரூன்றத் தொடங்கலாயிற்று.

சந்திரகுப்தனும், பத்ரபாகுவும் இயற்கையெய்திய பின்னர் பத்ரபாகு முனிவரின் சீடராகிய விசாகாச்சாரியாரும், அவரைத் தொடர்ந்து ஏராளமான துறவியரும் தமிழகத்துக்கு வந்து சமணம் பரவுவதற்கு வழிகோலினர்.

இதனை நிலைநாட்டும் வகையிலான பிராமி கல்வெட்டுகள் அரிட்டாபட்டி, மாங்குளம், முத்துப்பட்டி, திருப்பரங்குன்றம், மறுகால் தலை, அழகர்மலை, கீழவளவு, மேட்டுப்பட்டி, ஜம்பை உள்ளிட்ட பல இடங்களில் காணப்படுகின்றன.

கர்நாடக மாநிலத்தில் இருந்து கொங்கு நாட்டின் வழியாக முதலில் பாண்டி மண்டலத்திலும், பின் தொண்டை மண்டலத்திலும் சமணம் பரவியதாகக் கூறப்படுகிறது. பாண்டிய நாட்டிலுள்ள சில பிராமிக் கல்வெட்டுகள் கி.மு.3 அல்லது 2ஆம் நூற்றாண்டினைச் சார்ந்தவை எனவும், தொண்டை மண்டலத்திலுள்ளவை கி.பி.2,3 ஆம் நூற்றாண்டுகள் அல்லது அதற்குப் பிற்பட்டவை எனவும் வரையறை செய்யப்பட்டிருப்பதால் முதன் முதலில் சமண சமயம் பாண்டிய நாட்டுக்கும், அதற்குப் பின்னர் தொண்டை நாட்டுக்கும் பரவியிருக்க வேண்டுமென்கின்றனர் வரலாற்று ஆய்வாளர்கள்.

தமிழகத்தில் கண்டுபிடிக்கப்பட்டுள்ள குகைக் கல்வெட்டுக்கள், குறிப்பாக மாங்குளம், அழகர்மலை ஆகிய இடங்களில் உள்ள கி.மு.2-1 நூற்றாண்டு கல்வெட்டுகள் சமண சமயத்தைச் சார்ந்தவை என்கிறார் மூத்த கல்வெட்டு ஆய்வாளர் ஐராவதம் மகாதேவன். விழுப்புரம் மாவட்டத்தில் நெகனூர்பட்டி. பறையன்பட்டு, திருநாதர் குன்று ஆகிய இடங்களில் காணப்படும் சமணக் கல்வெட்டுக்கள் கி.பி.4,5ஆம் நூற்றாண்டுகளைச் சேர்ந்தவையாகும்.

கி.மு.ஒன்றாம் நூற்றாண்டில் திருப்பாதிரிப்புலியூரில் (கடலூர்) சமண சங்கமாகிய மூல சங்கம் ஏற்படுத்தப்பட்டு, அதன் தலைமைப் பொறுப்பினையேற்ற, குந்த குந்தாச்சாரியார் சமண சமயம் சிறப்புறுவதற்குரிய ஆக்கப்பணிகளை மேற்கொண்டார். கி.பி.இரண்டாம் நூற்றாண்டில் சமந்த பத்திரர் என்னும் முனிவரால் சமணம் வளர்க்கப்படலாயிற்று. இதற்குப் பின்னர் பூஜ்யபாதர் என்பவரின் சீடராகிய வஜ்ரநந்தி கி.பி.5ஆம் நூற்றாண்டில் திரமிளச் சங்கத்தை மதுரையில் ஏற்படுத்தினார். இதனைத் தொடர்ந்து தமிழகத்தின் பல்வேறு பகுதிகளில் சமணம் செல்வாக்கு பெற்றது.

'களப்பிரர் ஆட்சி காலத்தில்தான் சமணர்கள் ஏராளமானோர் வடநாட்டில் இருந்து மதுரை வந்து பிரான்மலை, அழகர்மலை, ஆனைமலை, பசுமலை, நாகமலை, பரங்குன்றம், பன்றிமலை, கழுகுமலை முதலிய எட்டுக் குன்றங்களிலும் முக்கியமான ஊர்களிலும் குடியேறிச் சமண மதத்தை வளரச் செய்தார்கள்' என்கிறார் தமிழறிஞர் துடிசைக்கிழார் அ.சாமி சிதம்பரனார்.

களப்பிரரிடமிருந்து பாண்டிய நாட்டைக் கைப்பற்றி கி.பி.575-ல் பட்டத்துக்கு வந்த கடுங்கோனும் சமண மதத்திற்கே ஆதரவளித்தான். கடுங்கோன் மற்றும் அவன் பின் வந்த அவனி சூளாமணி, செழியன் சேந்தன், மாறவர்மன் அரிகேசரி என்கிற கூன்பாண்டியன் முதலியோரும் சமண மதத்தைத் தழுவி அம்மதத்தை வளரச் செய்தார்கள் என்கின்றனர் ஆய்வாளர்கள்.

மேலும் 'சமண சமயத்தைத் தங்கள் குலச்சமயமாகக் கொண்ட கங்கநாட்டு அரசரோடு கி.பி.எட்டாம் நூற்றாண்டில் பாண்டியன் முதலாம் இராசசிம்மன் (கி.பி.730 -767) மணவுறவும் அரசியல் உறவும் தொடர்ந்தது திகம்பர சமணம் கருநாடகத்தில் இருந்து பாண்டிய நாட்டுக்கு வருவதற்கும் நிலைபெறுவதற்கும் வழிவகுத்தது' எனத் தெரிவிக்கும் முனைவர் வெ.வேதாசலம், 'மதுரைப் பகுதியில் சமணம் வளர்வதற்குப் பாண்டிய நாட்டுக்கும் திகம்பர சமணத்தின் மூலசங்கமாக விளங்கிய சிரவணபெள கோளாவுக்கும் இடையேயுள்ள தொடர்புகள் காரணமாக இருந்துள்ளதை'யும் சுட்டிக்காட்டுகிறார்.

சிலப்பதிகாரம், சீவக சிந்தாமணி, வளையாபதி, உதயண குமார காவியம், நாககுமார காவியம், யசோதர காவியம், சூளாமணி, நீலகேசி, பெருங்கதை, நேமிநாதம், நன்னூல், அகப்பொருள் விளக்கம், யாப்பருங்கலம், யாப்பருங்கலக் காரிகை, வெண்பாப் பாட்டியல், அவிநயம், நாலடியார், சிறுபஞ்ச மூலம், ஏலாதி, நான்மணிக்கடிகை, திணைமாலை, அறநெறிச் சாரம், அருங்கலச் செப்பு, திவாகரம், பிங்கலந்தை, உரிச்சொல் நிகண்டு, சூடாமணி நிகண்டு போன்றவை சமணம் தமிழுக்கு வழங்கியக் கொடை என்று சொல்லும் தமிழறிஞர் தெ.பொ.மீ., 'இலக்கணப் பரப்பெலாம் சமணர் இட்ட பிச்சை' என்கிறார்.

ஆசீவகம்

சிலப்பதிகாரத்தில், மதுரை எரிப்புக்குப் பின்னர், கண்ணகியின் தந்தை மாநாய்கன் தனது செல்வத்தையெல்லாம் ஆசீவகப் பள்ளிக்குத் தானமாகக் கொடுத்துவிட்டுத் தானும் அச்சமயத்தைத் தழுவுகிறான்.

> 'கண்ணகி தாதை கடவுளர் கோலத்து
> அண்ணலும் பெருந்தவத்து ஆசீவகர்முன்
> புண்ணியதானம் புரிந்தறங்கொள்ளவும்.'

மணிமேகலையில், சமயக்கணக்கர் தம் திறம்கேட்ட காதையில், சமணர் கொள்கைகளை அறிவதற்குமுன் ஆசீவகக் கொள்கையையே மணிமேகலை அறிவதையும் காணமுடிகிறது. இந்த வகையில் அன்றைய தமிழகத்தில் ஆசீவகக் கோட்பாடுகள் நிலைபெற்றிருந்ததை அறிய முடிகிறது. தமிழர்க்கெனத் தொன்மையாக ஒரு வாழ்வியல் நெறி இருந்தது. அதனைக் கண்காணிக்கவும் ஒழுகி ஓம்பவும் பல இடங்களில் கற்படுக்கைகளில் இருந்து மக்களுக்கு வழி காட்டியவர்கள் தாம் ஆசீவகத் துறவிகள். இவர்கள் சைனப்படுக்கைகள் உருவாவதற்கு முன்னமே கற்படுக்கைகள் அமைத்து அங்கிருந்து மக்களுக்கான காலநிலை மாற்றங்கள், கணியம், வானியல், மழைப் பொழிவு, வேளாண் பாதுகாப்பு, கல்வி, மருத்துவம் இன்னோரன்ன பிற செய்திகளிலும் அன்றாட வாழ்வியல், வணிகம் முதலான வற்றிலும் அளவு, நிறை போன்ற வணிக வரைகளையும் வரையறுத்து வாழ்வியலை வழிநடத்தும் ஆற்றல் வாய்ந்தவர்களாக இருந்தனர் என, ஆசீவக அறிஞர் குறித்துச் சொல்லப்படுகிறது.

'ஆசீவகம் அழிந்து போன இந்தியச் சமயம்' எனத் தெரிவித்துள்ள ஆய்வாளர் ஏ.எல்.பாசம், 'அதன் வேர்கள் தமிழகத்திலேயே நிலைகொண்டிருப்பதாகவும்' தெரிவித்திருந்தார். ஆசீவகத்தின் தோற்றுநரான மற்கலி கோசாலர் குறித்து ஆய்வு செய்த க.நெடுஞ்செழியன், 'புத்தர், மகாவீரர் இவர்களைப் போல மற்கலியும் குறுநில மன்னர் மரபைச் சார்ந்தவர். அவர் தமிழகத்தவர். அரசாண்டு-துறவியாகி-சமயத் தலைவராக உயர்ந்து புகழ்பெற்ற காரணத்தால் அவரின் ஊராகிய திருப்பிடவூரில் அவருக்குக் (ஐயனார்) கோயில் எடுத்துச் சிறப்புச் செய்துள்ளனர்' என்கிறார்.

மதுரைக்கு அருகில் மாங்குளத்தில் காணப்படும் கற்படுக்கைகள், சித்தன்னவாயில் ஓவியங்கள் மற்றும் கற்படுக்கைகள் ஆகியவை ஆசீவகத் துறவிகளுக்கு உரியவை எனவும் தெரிவித்துள்ள க.நெடுஞ்செழியன், 'இன்றைய தமிழகத்தில் சிவன்-திருமால் கோயில்களாகப் புகழ் பெற்று விளங்கும் பல கோயில்கள் ஆசீவகப் பள்ளிகளாகவோ அல்லது ஐயனார் கோயில்களாகவோ இருந்தவை தாம். பல ஐயனார் கோயில்கள் காலப்போக்கில் பிள்ளையார் கோயில்களாக மாறியுள்ளன. ஆசீவகத்தின் சின்னமாகிய யானையின் உருவத்தை அப்படியே பிள்ளையார் வடிவமாக்கிவிட்டதற்கு மிகச் சரியான எடுத்துக்காட்டு பிள்ளையார்பட்டி பிள்ளையாராகும்' எனவும் குறிப்பிட்டுள்ளார்.

'இந்து, சமண, பௌத்த சமயங்களுக்கென வரையறுத்த நூல்கள் பல கிடைத்தல் போல ஆசீவக சமய நூல்கள் ஒன்றும் இப்பொழுது முழுமையாகக் கிடைக்கவில்லை' எனத் தெரிவிக்கும் டாக்டர் சோ.ந.கந்தசாமி, ஆசீவகத்தில் எழுந்த பல நூல்கள் நிமித்தம் பற்றியது என்கிறார். வெண்பா யாப்பில் பாடப்பெற்ற சினேந்திரமாலை எனும் சமணச் சோதிட நூல், ஆசீவக நூலாக இருக்கலாம் என ஐயப்படும் டாக்டர் சோ.ந.கந்தசாமி, 'ஆசீவகரின் நியதிக் கொள்கையின் நிழல், கணியன் பூங்குன்றனாரின் 'யாதும் ஊரே யாவரும் கேளிர்' எனும் புறநானூற்றுப் பாடலில் காணப்படுவதாக'வும் தெரிவித்துள்ளார்.

ஆறாவது நூற்றாண்டினரான வராஹமிஹரர், ஏழாவது நூற்றாண்டில் ஹர்ஷ சரித்திரம் எழுதிய பாணர் ஆகியோர் ஆசீவகத் துறவிகளைப் பற்றிக் கூறுவதாகவும், 12ஆம் நூற்றாண்டைச் சேர்ந்த சிவஞான சித்தியார் ஆசீவகத்தை மறுத்துள்ளதாகவும் தெரிவித்துள்ள தெ.பொ.மீ., 'கி.பி.ஆறாம் நூற்றாண்டில் இருந்து ஆசீவகர் இவ்வாறு பிறரொடு மயங்கி முடிவில் மறைந்தனர் என்று கொள்ளுதல் வேண்டும்' என்கிறார்.

'சமயப் படையெடுப்பு'

சமண, பௌத்த மதங்கள் இந்திய மண்ணில் முகிழ்த்த மதங்களாக இருந்தாலும், தமிழகத்துக்கு வந்தேறிய மதங்கள். அந்த வகையில் இவற்றின் வருகையை 'சமயப் படையெடுப்பாக'க் கருதுகிறார் பெரும்புலவர் குழந்தை.

'அவர்கள் கங்கை வெளியிலிருந்து தவஞ் செய்வதற்காகத் தமிழகத்துக்கு எதற்காக வர வேண்டும்? அங்கென்ன அதற்கு இடமா இல்லை? தங்கள் சமயத்தைத் தமிழரிடைப் பரப்புவதற்காகவே வந்தவராவார் என்பதில் தடை என்ன? மேலும், சந்திர குப்தன் பத்திர பாகுவுடன் மட்டும் வரவில்லை. பல்லாயிரக்கணக்கான சமணர்களையும் உடன் கூட்டி வந்தான்' எனத்தெரிவிக்கும் அவர், இம்மதங்கள் ஏற்படுத்திய தாக்கமாக, 'தமிழ் மக்கள் அன்று அச்சமயக் கணக்கர்களின் விரிவுரைகளைக் கேட்டு மருண்டனர். அம்மயக்கத்தால் அப்புதுச் சமயங்களை மேற்கொண்டு, வீரமிழந்து கோழைகளாயினர். மொழிப்பற்று, நாட்டுப் பற்று, இனப்பற்று ஆகிய மூன்றையும் ஒருங்கிழந்தனர். சங்ககாலத் தமிழர் வழி வந்த தமிழரா இவர் என ஐயுறும் நிலையை அடைந்தனர்.

அண்ணனுக்குத் துணையாயிருந்து அரசாளப் பிறந்த இளங்கோ, இளங்கோ அடிகளானதும், வாழப் பிறந்த மங்கை மணிமேகலை

பிக்குணிக் கோலம் பூண்டதும் அப்புறச் சமயங்களால் தமிழர் அடைந்த வீழ்ச்சிக்கு எடுத்துக்காட்டாகும். வாழ்வியலுக்குப் புறம்பான அப்புறச் சமயக் கொள்கைகளான முதிர்ந்த அருளறப் பற்றும், (குறுகிய அகிம்சை) நிலையாமைப் பற்றும் தமிழரை வீழ்ச்சியடையச் செய்துவிட்டன' என விளக்கியுள்ளார் பெரும்புலவர் குழந்தை. *(நூல்: கொங்கு நாடு)*

ஆனால், 'பத்திரபாகு சுவாமிகளின் வருகைக்கு முன்னரே தென்னாட்டில் ஜைன சமயம் பெருகி வளர்ந்தோங்கியிருந்தது' என்று தெரிவித்துள்ள, ஜீவபந்து டி.எஸ்.ஸ்ரீபால், 'கி.மு. 3 அல்லது நான்காம் நூற்றாண்டில் பத்திரபாகு சுவாமிகளும், சந்திரகுப்த மௌரியரும் எண்ணாயிர ஜைன முனிவர்களுடன் தென்னாட்டுத் திராவிடர்களின் நிலையை அறியவும், அவர்களை பண்டைய கொள்கையினின்றும் வழுவாது நிலை நிறுத்தவும் விஜயம் செய்தார்கள். இவர்கள் தென்னாட்டுக்கு வர திட்டம் வகுப்பதற்கு முன் தென்னாட்டின் நிலையை அறிந்து வர அனுப்பிய தூதுக்குழுவின் திருப்திகரமான நிலையை அறிந்தே தென்னாட்டுக்குப் புறப்பட்டு வந்தனர்.

தென்னாட்டில் தங்களுக்கு ஆதரவு இல்லாமலிருந்தால் இவர்கள் வரத் துணிவார்களா? மன்னர்களா திடீரெனப் படையெடுத்து வர. இல்லை, முற்றும் துறந்த முனிவர்களன்றோ வந்தவர்கள். ஆகவே தங்கள் வருகைக்கு முன் இந்நாட்டின் ஆதரவை அறிந்தே புறப்பட்டார்கள் என்பதே சாலப் பொருந்தும்' என்கிறார். *(நூல்: தமிழகத்தில் ஜைனம்)*

பௌத்தத்தின் வீழ்ச்சியும் சமணத்தின் சரிவும்

அமெரிக்கா சென்றிருந்த சுவாமி விவேகானந்தர் 4 மார்ச் 1895-ல் கேத்ரி மன்னருக்கு எழுதிய கடிதத்தில் 'புத்தமதம் அற்புதமான ஒழுக்க பலத்தைப் போதித்தாலும், ஏற்கனவே இருந்த நம்பிக்கைகளைக் கடுமையாக எதிர்ப்பதாக இருந்தது. அதனுடைய சக்தியில் பெரும் பகுதி 'இதுகூடாது, அதுகூடாது' என்று தடுப்பதிலேயே செலவிடப் பட்டது. எனவேதான் பிறந்த பூமியிலேயே அது மடிய நேர்ந்தது. அதில் எஞ்சியபகுதி மூடப்பழக்க வழக்கங்களும் சடங்குகளும் நிறைந்ததாக இருந்தது. எந்த மூடப்பழக்க வழக்கங்களையும் சடங்குகளையும் ஒழிக்க நினைத்ததோ அதைப் போன்று நூறு மடங்கு அதில் பெருகியது' என இந்தியாவில் பௌத்தத்தின் வீழ்ச்சி குறித்துக் குறிப்பிட்டிருந்தார்.

இதையே சற்று விளக்கமாக, டாக்டர்.தேவிபிரசாத் சட்டோபத்தி யாயா இப்படிக் கூறுகிறார்,

'பௌத்தம் அதன் இறுதிக் கட்டத்தில், புத்தரே தமது சொந்தக் கருத்துகளைப் போதிப்பதற்காக நிராகரித்த நம்பிக்கைகள், மரபுகளிடம் முழுமையாக சரணடைந்தது. உருவ வழிபாடு என்று வந்தபொழுது அக்கொள்கை முழுமையாக எதிர்மறையாகிப் போனது. 'ஆன்மாவற்ற' என்ற கொள்கை இறுதியில் இறையியல் அர்த்தத்தில் புத்தக் கடவுள் என்பதாக மாற்றப்பட்டது.

இத்தகைய எல்லாவித நம்பிக்கைகளையும் ஏற்றுக்கொண்டு நடைமுறையில் இந்துமதம் என்றழைக்கப்படுவதற்கும் அதற்கும் எவ்வித வேறுபாடும் இல்லை என்றானது. எல்லாவித கடவுள்களை யும் தாய்த் தெய்வங்களையும் விரிவாக வணங்குவதைப்போல - அடிக்கடி புதிய பெயர்களில் உருவாக்கப்பட்டு புத்தரால் நிராகரிக்கப் பட்ட அனைத்து வகையான சடங்கு முறைகளும் மேற்கொள்ளப் பட்டன. பௌத்தம் அதனை ஆதரிப்பவர்களிடம் புதிய வடிவத்தைப் பெற்றபோது இந்தமத நம்பிக்கைகளை உருவாக்கிய மனிதரின் நினைவுகளும், அவரது அடிப்படையான மானுட போதனைகளும் முழுமையாக பௌத்தத்தில் மறைந்து போயின. சுருக்கமாகக் குறிப்பிட்டால் இந்தச் சித்தாந்தம் முழுமையாக எதிர்மறையாகிப் போனது. விக்கிரமசிலாவும், ஓடந்தபுரியும் அழிந்ததானது இந்தியாவில் பௌத்தத்தின் வீழ்ச்சியைக் காட்டியது. இந்த இரு மடங்களும் வீழ்ச்சியுற்றதைத் தொடர்ந்து அவற்றிலிருந்த பௌத்த ஆச்சாரியார்கள் இங்குமங்கும் ஓட்டம் பிடித்தனர். காஷ்மீர், நேபாளம் மற்றும் பல நாடுகளில் அடைக்கலம் புகுந்தனர். பரந்த ஒரு நாட்டில் பெரும் செல்வாக்குடன் விளங்கிய இந்த மத நம்பிக்கை, உள்ளார்ந்த ரீதியில் எவ்வித பலமும் பலவீனமும் இன்றி பீகாரில் எங்கோ இரண்டு மையங்களில் ஏற்பட்ட வீழ்ச்சியைத் தொடர்ந்து முழு அழிவுக்கு உள்ளானது, பௌத்தம் அது பிறந்த நாட்டிலேயே முடிவுக்கு வந்தது.'

பௌத்தத்தின் வீழ்ச்சிக்கான பொதுவான தன்மைகளாக மேற்கண்டவை காணப்பட்டாலும். தமிழகத்தில் அம்மதம் அகப்பகையுடன் சேர்ந்து புறப்பகையான சமணம் மற்றும் வைதீகம் போன்றவற்றின் தாக்குதல்களைத் தாக்குப் பிடிக்க முடியாமல் வீழ்ந்தது என்பதுதான் உண்மை.

தமிழ் மண்ணில் வைதீகத்தை முடக்குவதில் முக்கியப் பங்காற்றி, அதில் வெற்றியும் பெற்றுச் செல்வாக்கு அடைந்த சமணமும் நீண்ட நாள் தன் ஆதிக்கத்தை நிலை நிறுத்திக் கொள்ள முடியவில்லை.

பின்னாளில் தோன்றிய பக்தி இயக்கம், சமணத்தின் செல்வாக்கைக் குறைத்தது. இதனிடையே, இப்பெருமதங்களுக்கு இடையில் தன்னை நிலைநிறுத்தும் போராட்டத்தில் தாக்குப் பிடிக்க முடியாமல் முதல் சுற்றிலேயே தன் இருப்பை இழந்தது ஆசீவகம்.

பௌத்தம், சமணமாகிய பெருமதங்கள் தமிழ் மண்ணில் பின்னடைவைச் சந்தித்தது குறித்து அறிஞர் பெருமக்கள் சிலரது வாயிலாகக் கேட்போம்:

'பௌத்தத்தின் செல்வாக்கைக் கண்டு ஜைன மதமும் வைதீக சமயமும் பின்னடைந்து விடவில்லை. இவை பௌத்தத்தை எதிர்த்துத் தாக்கிய வண்ணமாய், இதன் வீழ்ச்சிக்கு வழிகோலிக் கொண்டேயிருந்தன. தனது நிலையைக் காத்துக் கொள்ள பௌத்தம் இந்த இரண்டு பிறவிப் பகையுடன் போராட வேண்டியிருந்தது. கடைசியாக நாளடைவில் பௌத்த மதத்தின் வீழ்ச்சிக்கு வழியும் ஏற்பட்டுவிட்டது.

ஜைனம், வைதீகம் என்னும் புறப்பகை ஒருபுறமிருக்க, அகப்பகையும் தோன்றிவிட்டது. பௌத்தத்துக்குள்ளே சிலபிரிவும் உண்டாயின. ஈனயானம், மகாயானம் என்னும் இரண்டு பெரும் பிரிவுகள் தோன்றி அவற்றினின்றும் பல கிளைகள் வளர்ந்தன. இந்தப் பௌத்த உட்பிரிவினர் தமக்குள்ளேயே தர்க்கம் செய்து போரிட்டுக் கொண்டனர். இந்த உட்பிரிவுகளால் அந்த மதத்தின் வலிமை குன்றிவிட்டது. உடம்பில் தோன்றிய நோய் நாளடைவில் உடலையே அழித்துவிடுவதுபோல, இந்த உட்பிரிவுகளே பௌத்த மதத்தின் வீழ்ச்சிக்கு முதற் காரணமாயிருந்தன.

அன்றியும், பொதுமக்களாலும் அரசர்களாலும் செல்வர்களாலும் அளிக்கப்பட்ட செல்வத்தினால், பௌத்த விகாரைகளில் வசித்த பிக்ஷுக்கள் தங்கள் கடமையை மறந்து, செல்வத்தின் இன்பங்களைத் துய்க்கத் தொடங்கிவிட்டார்கள். ஆகவே, இவர்களிடத்தில் பொது மக்களிடமிருந்த மதிப்புக் குன்றவும், பௌத்தம் தன் செல்வாக்கினை இழக்க நேரிட்டது. இவை போன்ற குற்றங் குறைகளும் உட்பிரிவு களும் ஏற்படாதிருந்தால் பௌத்தமதம் தனது புறப்பகை மதங்களுடன் போரிட்டுக் கொண்டே இன்றளவும் ஓரளவு நிலைபெற்றிருப்பினும் இருக்கும். ஆயினும், குறைபாடுகளும் உட்பிரிவுகளும் ஏற்பட்டு விட்டபடியால் அது புறப்பகையாகிய ஜைன வைதீக மதங்களுடன் போராட முடியாமல் வீழ்ச்சியடைந்துவிட்டது.

பௌத்தக் கோயில்கள் ஜைனக் கோயில்களாக மாற்றப்பட்டன. பௌத்த பிக்ஷுக்கள் வசித்த மலைக்குகைகள் ஜைனக் குகைகளாக

மாற்றப்பட்டன. அளங்கர் எனும் ஜைனர், கி.பி.8ஆம் நூற்றாண்டில் காஞ்சிபுரத்தில் உள்ள காமக்கோட்டத்தில், பௌத்தருடன் சமய வாதம் செய்து அவரைத் தோற்பித்துச் சிங்கள நாட்டுக்குத் துரத்தி விட்டார் என்னும் செய்தி பலர் அறிந்ததொன்றே.

பின்னர்ச் சமண சமயத்தின் செல்வாக்குக் குறையத் தொடங்கிற்று. இதற்குக் காரணம் யாதெனின், புதிதாகத் தோன்றிய 'இந்து' மதமும் 'பக்தி' இயக்குமும்தான். சமண சமயத்தின் செல்வாக்கையழிக்க இந்து மதத்தார் வேறுமுறைகளையும் கையாண்டனர். அறநெறி அல்லது மறநெறிகளையும் செம்மை முறைக்கு மாறுபட்ட முறைகளையும் கொடுஞ்செயல்களையும் சூழ்ச்சிகளையும் செய்த படியால் சமண சமயம் முழுதும் செல்வாக்கு இழந்துவிட்டது.

சமண சமயம் பலவிதத்தில் தாக்கப்பட்டது. கொடுமைப்படுத்தல், கழுவேற்றுதல், கொலை செய்தல், கலகம் விளைவித்தல், நில புலன்களைக் கவர்தல் முதலிய செயல்கள் நிகழ்ந்ததைக் காண்கிறோம். இவ்வாறு இந்துக்கள் சமண மதத்தை அழித்த செய்திகள் பல உள. திருஞானசம்பந்தர் மதுரையிலே எட்டு ஆயிரம் சமணரைக் கழுவேற்றினார் என்று சைவ சமய நூல்களாகிய பெரிய புராணம், திருவிளையாடற் புராணம், தக்கயாகப் பரணி முதலிய நூல்கள் கூறுவதும், மதுரைப் பொற்றாமரைக் குளத்து மண்டபத்தின் சுவரில் சமணரைக் கழுவேற்றுங் காட்சியைச் சித்திரமாக வைத்திருப்பதும். மதுரைக் கோவிலில் நடைபெற்று வரும் உற்சவங்களில் ஐந்து நாள் கழுவேற்று உற்சவம் ஆண்டுதோறும் நடைபெற்று வருவதும் இவை நடைபெற்றதற்கு முதன்மையான சான்றுகளாகும். ஞானசம்பந்தர் காலத்தில் பாண்டி நாட்டிலே சமண சமயத்தின் ஆதிக்கம் குறைவுபட்டுப் பின்னர் பல நூற்றாண்டுகளுக்கு பிறகு அச்சமயம் மறையத் தொடங்கியது என்று கருத வேண்டியிருக்கிறது.'

- மயிலை சீனி.வேங்கடசாமி

(நூல்கள்: தமிழும் பவுத்தமும், தமிழும் சமணமும்)

•

'பௌத்தர்கள் கடவுள் ஒருவர் உளர் என்னும் கொள்கையை ஒப்புக் கொள்வதில்லை. இக்காரணம் ஒன்றே பௌத்தத்துக்கு வேர் கொல்லியாக மாறிற்று. சமணர்கள் அருகனைக் கடவுளாக வழிபட்டனர். சமணருக்கும் பௌத்தருக்கும் இடையிட்ட கருத்து வேறுபாடுகளின் காரணமாக அவர்களுக்குள் அடிக்கடி பூசல்கள் நேர்ந்தன. அவற்றில் சமணரின் கை ஓங்கி வந்தது. பௌத்தர்கள் காஞ்சிபுரம், காவிரி பூம்பட்டினம் போன்ற பெரிய நகரங்களில் மட்டும் விகாரைகள் அமைத்து சமயப் பணி செய்துவந்தனர்.

ஆனால் சமணரோ நகரங்களிலும், நாட்டுப்புறங்களிலும், மலைக் குகைகளிலும், காடுகளிலும் படர்ந்து சென்று எண்ணற்ற சமணப் பள்ளிகள் நிறுவியும், தமிழில் அரிய இலக்கிய இலக்கணங்கள் இயற்றியும் பொதுமக்களுடன் நெருங்கிய தொடர்பு ஏற்படுத்திக் கொண்டனர். சிவன் வழிபாடும் ஊழ்வினையில் ஆழ்ந்த உடன்பாடும் தமிழ்நாட்டில் ஊறிப் போயிருந்தமையால் கடவுள் இல்லை என்று திட்டவட்டமாகக் கூறிய பௌத்தச் சமயத்துக்குச் செல்வாக்குக் குன்றி வந்ததில் வியப்பேதுமில்லை. அஃதுடன் பௌத்த சமயத் தலைவனான அச்சுத விக்கிராந்தன், கடுங்கோன் என்ற பாண்டியனாலும், சிம்ம விஷ்ணு என்ற பல்லவ மன்னனாலும் ஒதுக்கப்பட்டு அவனுடைய ஆட்சிக்கு ஒரு முடிவு ஏற்பட்ட பிறகு பௌத்தத்துக்கு வெகு விரைவாக இறங்கு முகம் ஏற்பட்டது.

இக்காரணத்தால் பௌத்தத்தில் செல்வாக்குக் குறைந்து கொண்டே வந்து இறுதியில் அச்சமயமானது நாட்டினின்றும் ஒருங்கே மறைந்து போகுமளவுக்கு அதன் நிலை குன்றிவிட்டது. பின்னர் போட்டியில் எஞ்சி நின்ற சமணம் ஒன்றுக்கே சைவத்தையும் வைணவத்தையும் தனித்து நின்று எதிர்த்துப் போராட வேண்டிய நெருக்கடி நிலை ஏற்பட்டது.'

- டாக்டர் கே.கே.பிள்ளை
(நூல்: தமிழக வரலாறு மக்களும் பண்பாடும்)

●

'கி.மு.3-வது நூற்றாண்டு பத்திரபாகு முதற்கொண்டு கி.பி.6 வது நூற்றாண்டு வரை, தென்னாட்டுக்கு வந்தவர்கள். திகம்பரக் குரவர்களே. அவர்கள் துறவிகளாக இருந்து கடுமையான தவம் புரிந்துவந்தவர்கள். பொதுமக்களிடையே இருப்பிடங்களில் வாழாது குன்றுகளில், குகைகளைக் குடைந்து அதில் தவம் செய்து கொண்டிருந்தார்கள். சிலர் ஊர்ப்புறங்களில் தனியார் அமைத்த பள்ளிகளிலும், பாழிகளிலும் தங்கித் தவம் புரிந்து வந்தார்கள். அவர்கள் தலைகளில் மயிர்களைப் பறித்து, முண்டிதம் செய்து கொண்டு, கூறையைக் கட்டிக்கொண்டு, பீலியை கையில் இடுக்கிக் கொண்டு செல்வார்கள். உணவை இருகையால் ஏந்தி உண்பார்களாம். பல் தேய்க்காமல் பாசிப் பல்லோடும் உடல் குளிக்காமல் மாசு படர்ந்த மெய்யோடும் இருப்பார்களாம்.

இந்தச் செயல்கள் துறவிகளுடைய செயல்களேயன்றி பொதுமக்களுடைய செயல்களாகத் தெரியவில்லை. இந்தச் சடங்கு ஒழுங்குகளைக் கண்ட பிற சமயத்தார்கள் வெறுப்பது இயல்பே. ஆகவேதான் சமயத்தின் பொருட்டுப் பகை ஏற்பட்டதென்று அறியலாம். மேலும்,

பிற சமயத்தாரை அந்தத் துறவிகள் கண்டால் 'முட்டு' என்றும், கேட்டால் 'முட்டு' என்றும், தீண்டாமைக் கொள்கையை அனுசரித்தார்களாம். இப்படியிருந்த வேற்றுமைக் கொள்கைகளினால் 6,7ஆம் நூற்றாண்டுகளில் தமிழ்நாடெங்கும் மாச்சரியங்கள் தோன்றின. சமணப் பெருக்கத்துக்கும் தடை ஏற்பட்டது. இந்த வகையில் பல நூற்றாண்டுகள் வரை சமண சமயம் தென்னாட்டில் சுருங்கிக் கொண்டே வந்திருக்கின்றது.'

- கோவை கிழார்
(நூல்: கொங்குநாடும் சமணமும்)

●

'ஓயாத போர், கொள்ளை, மரணம், கட்டுப்பாடற்ற ஆண் பெண் உறவு, மிதமிஞ்சிய மது, மாமிச ஊண் முதலியவற்றின் இருப்பிடமான புராதனத் தமிழகம், சமணம், பௌத்தம் ஆகியன கொண்டு வந்த சாந்தம், சமாதானம், ஒழுக்கம், பெண் வெறுப்பு, அரசுநெறி, கட்டுப்பாடு, புலால் மது வெறுப்பு, பொருளாசை வெறுப்பு முதலிய பண்புகளைத் தொடக்கத்தில் இலகுவாகவும் விருப்பத்துடனும் ஏற்றது. காலத்தின் தேவையை, வந்த சமயங்கள் நிறைவேற்றின. எனினும் இதே துறவறச் சமயங்கள் ஒழுங்கு, ஒழுக்கம் என்னும் அடிப்படையில் மன்னருக்கு ஆதரவு அளித்துத் தமது பள்ளிகள், விகாரைகள் முதலியவற்றுக்காகப் பெரும் அளவில் பொருளும் நிலமும் சேர்த்தபோது-தமது முற்போக்கையிழந்த போது-அது தமிழக மக்களுக்குச் 'சுமை'யாக மாறியது. பள்ளிகள் பெரிய நிலவுடைமை நிறுவனங்களாக மாறின.

அரசரும் வணிகரும் போட்டி போட்டுக் கொண்டு சமண பௌத்த மதங்களை ஆதரித்ததற்கு ஒப்ப அவ்விரு சமயங்களும் அரசபீடத்துக்கும் வணிக வர்க்க சக்திகளுக்கும் பக்கபலமாக நின்றன. வணிகவர்க்கத்தினரும், முடிமன்னரும் சமண, பௌத்த மதங்களுக்கு இவ்வாறு மதிப்பும் பொருளுதவியும் செய்ததன் விளைவாகப் பல்லவராட்சியின் முற்பகுதியில் இச்சமயங்கள் சமுதாய முக்கியத்துவம் பெறலாயின.

கி.பி.ஐந்தாம் நூற்றாண்டளவிலிருந்து ஏழாம் நூற்றாண்டு வரையில் சமணம் பொருளாதார அடிப்படையில் வலிமை மிக்கதாக விளங்கியது என்பதில் ஐயமில்லை. வணிக வர்க்கத்தினரின் ஆதரவைப் பெறாமையினாலும், வேறு பல காரணங்களாலும் பல்லவர் காலத்தின் முற்பகுதியிலேயே பௌத்தம் தனது செல்வாக்கை யிழக்கத் தொடங்கியிருந்தது. கி.பி.ஐந்தாம் நூற்றாண்டளவில் பௌத்தம் தனது செல்வாக்கை இழந்துவிட்டதெனலாம். சமணம் மேலும் செழித்து

வளரலாயிற்று. மொழி, இலக்கியம், கலை, கல்வி, தத்துவம், சமயம் முதலாய துறைகளிலே சமணத்தின் 'பிடி' பாரதூரமானதாக இருந்தது. எனவேதான், வணிக வர்க்கத்தினருக்கு எதிரான பொருளாதாரக் குரோதமானது சமண சமயத்தவருக்கு எதிரான கண்டனக் குரலாக உருவெடுத்தது. சுருங்கக் கூறின் பொருளாதார அடித்தளத்தின் மேலுள்ள இலக்கியம், மொழி, தத்துவம், சமயம் முதலிய பல அமிசங்கள் வணிகருக்கெதிரான போராட்டத்தைச் சமணருக்கு எதிரான போராட்டமாக அமைந்துவிட்டதை நாம் காண்கிறோம்.'

- கலாநிதி க.கைலாசபதி

(நூல்: பண்டைத் தமிழர் வாழ்வும் வழிபாடும்)

•

'(சமணர்,பௌத்தர்) உண்மை அறிவின் வடிவாம் கடவுளை மறுத்தனர். அழகு வழிபாட்டை நிரயவழி எனப் பழித்தனர். எறும்பையும், ஈயையும் தொடவும் அஞ்சிய அன்புருவானோர், தம்மொடு மாறுபட்ட மக்களைக் 'கண்டு முட்டு', 'கேட்டு முட்டு' என அன்பிலாது பழித்துப் புறத்தே ஒதுக்கினர். புத்தரும், மகாவீரரும் வெட்டிவிட்ட் பேராறு தேங்கித் தயங்கியது. அன்பு ஊற்று அடைபட்டது. திருநீரோடு தெருநீரும், சிறுநீரும் கலந்தன. களவு, புலை, பொய் யொழுக்கம், துன்பம் என்பவை பெருமலையாய் நீரோட்டத்தைத் தடுத்தன. இச்சூழலில்தான் அப்பர் என்ற வெள்ளி முளைத்தது. சம்பந்தர் என்ற கதிரவன் தோன்றினான்.'

- தெ.பொ.மீனாட்சி சுந்தரம்

(நூல்: சம்பந்தரும் சமணரும்)

•

'இடைக்காலப் பல்லவர் காலத்தில் தமிழகம் நுழைந்த திகம்பர சமணத் துறவிமார் ஆடையின்றித் திரிந்தமை, நீராடாது அழுக்குப் படிந்த மேனியராய் அலைந்தமை, இயற்கைக்கு மாறுபட்ட முறையில் தனித்துத் துறவு நிலையில் முற்ற இருந்தமை. கடுமை யான நோன்புகள் நோற்றமை, சமயத்தின் பெயரால் தற்கொலை செய்து கொண்டமை இன்ன பிறவும் தமிழர் முன் இந்நாட்டிற் காணாத காட்சிகள். தமிழ் மரபுக்கே மாறுபட்டவை. பல்லவர் காலத் தமிழ் மக்கள் அகம்-புறம் கண்ட சங்கத் தமிழர் மரபினர். சைவ வைணவ வழிபாடு கொண்ட மரபினர். இயற்கையின் ஒரு கூறாகிய பெண்ணை (தாய்மையை)க் கடியத் தலைப்பட்ட சமணத் துறவிமாரை அத்தமிழ் மக்கள் எங்ஙனம் நேசித்தல் கூடும்-? முதலிற் சமண முனிவருடைய கல்வி கேள்விகளிலும் பிற நற்பணிகளிலும்

உவந்து சமணரான மக்கள், இம்மாறுபாடுகளை உணர்ந்த பின்னர் உள்ளூர வெறுத்தனர். அப்பர் துணிந்து வெளிப்பட்டவுடன் சிலர் வெளிப் போந்தனர். அரசனே மாறியவுடன், தொண்டைநாடே சமயம் மாறியதென்னலாம். இந்நிலைமையே பாண்டி நாட்டிலும் இருந்து சம்பந்தரால் மாறியது.'

- டாக்டர் மா.இராசமாணிக்கனார்
(நூல்: பல்லவர் வரலாறு)

•

'சங்க காலத்துக்குப் பிறகு ஏறத்தாழ மூன்று நூற்றாண்டுகளை இருண்ட காலம் எனலாம். அக்காலத்திய வரலாற்றை நன்கு அறிந்து கொள்வதற்குரிய சான்றுகள் இல்லை. களப்பிரர் என்ற வேற்றரசர் தமிழ்நாட்டில் புகுந்தனர். தமிழும் ஓரளவு புறக்கணிக்கப் பெற்றது. சமண சமயமும் பௌத்த சமயமும் இந்நாட்டில் மிகவும் பரவின. வடமொழிச் சொற்றொடர்களும் கருத்துகளும் தமிழில் புகுந்தன. சங்கத் தமிழ் நடைமாறியது.

அன்றியும் இவ்விரு சமயங்களும் தமிழ்நாட்டிற்குரிய தொன்று தொட்டு வழக்கிலிருந்த சமயங்கள் அல்ல. அச்சமய கருத்துகள் சில தமிழ் நாட்டுக்குப் பொருத்தம் அற்றவை. சமணர்களும் பௌத்தர்களும் கடுந்துறவு நிலையைத் தமிழ்நாட்டில் போதித்தனர். மக்கள் முதலில் சமண பௌத்தர்களுடைய பேச்சைக் கேட்டனர். அவர்களுடைய கல்வி கேள்விகளை நோக்கி மெச்சினர். அவர்கள் சொற்படி அச்சமயங்களிற் சேர்ந்தனர். எனினும் மக்கள் மனம் ஊசலாடிக் கொண்டுதான் இருந்தது.

7ஆம் நூற்றாண்டில் மதுரையில் ஆண்ட மாறவர்மனும், காஞ்சிபுரத்தில் ஆண்ட மகேந்திரவர்மன் என்னும் பல்லவ அரசனும் சமண சமயத்தைச் சார்ந்தவராக இருந்தனர். அச்சமயங்கள் அரசர் ஆதரவு பெறவே மக்களும் பெருவாரியாக அச்சமயங்களைச் சார்ந்திருந்தனர். சைவ, வைணவ சமயங்கள் தாழ்ந்திருந்தன.

இறைவன் திருவருளால் திருமுனைப்பாடி நாட்டில் திருநாவுக்கரசரும் சோழ நாட்டில் திருஞானசம்பந்தரும் தோன்றினார்கள். இருவரும் ஒன்று சேர்ந்து இசைப் பாடல்களைப் பண்ணுடன் பாடினார்கள். திருநாவுக்கரசர் மகேந்திர பல்லவ அரசனை சைவனாக்கினார். திருஞான சம்பந்தரும் மாறவர்ம பாண்டியனைச் சைவத்தில் சேரச் செய்தார்.

சிவபெருமானே முழுமுதற் கடவுள். சைவ சமயமே மக்களுக்கு ஏற்ற சமயம். இல்லறமே சிறந்த அறம். இல்லறத்தில் இருந்தே இறைவன் அருளைப் பெறலாம் என்று எளிய இனியபாடல்களில் பழந்தமிழரது

| 41 |

ஒழுகலாறுகளைப் போதித்தார்கள். மக்களும் மனம் மாறினார்கள். சைவ சமயத்தைச் சேர்ந்தார்கள்.'

- கா.ம.வேங்கடராமையா
(நூல்: இலக்கியக் கேணி)

•

'நூற்றுக்கணக்கான ஆண்டுகள் வேற்றுச் சமயம் இந்த நாட்டினை ஆட்சி புரிந்தது என்றால் அதில் ஏதோ மாட்சி இருக்கிறது என்பது தான் பொருள். ஆயிரம் ஆண்டுகளுக்கு மேல் வேரூன்றிவிட்ட சமயம் வீழ்ச்சி அடைகிறது என்றால் சமயத் தலைவர்கள், சமயம் சார்ந்தோர் இவர்களிடம் ஏதோ வீழ்ச்சி ஏற்பட்டது எனக்கொள்ளுதல் வேண்டும். அல்லது, அதனைவிட உயரிய சமயம் உதயமாகிவிட்டது என்று எண்ணுதல் வேண்டும்.

எந்த வைதிகர்கள் புத்தரைப் புறக்கணித்தார்களோ அதே வைதிகர்கள் புத்தரின் சீடர்களாக மாறிப் பௌத்தத்தை உலகெங்கும் பரப்பிய உத்தமத் தொண்டர்களாக விளங்கினார்கள். வேத வேதாந்தங்களைக் கற்றுத் துறை போகிய நாகார்ச்சுனர், குமாரலப்தர், வசுபந்து, திக்நாகர்- இவர்கள்தாம் பௌத்தத்தின் புதுக் கிளைகளின் தலைமைத் தூண்களாகத் தோள்கொடுத்து நின்றவர்கள். வேதாந்திர சூத்திரத்துக்கு விளக்கம் கொடுத்துக் கேவலாத்துவைதத்தை நிலைநாட்டிய ஆதிசங்கரரை பிரசன்ன பௌத்தர் என்றல்லவா இந்துக்கள் ஏளனம் செய்தனர். இவர்கள் எல்லாம் கண்மூடித்தனமாகவா பௌத்தத்தைக் கடைப்பிடித்தனர்?

கற்றறிந்த பெருமக்கள் ஏற்றுப் போற்றும் அளவுக்கு பௌத்த மதத்தில் எவ்வளவோ நற்கூறுகள் இருந்தன. ஆனால், பௌத்தத் துறவிகள் காலத்தின் கோலத்தால் சீலத்தையெல்லாம் காற்றிலே பறக்கவிட்டு உண்டு உடுத்து, உறங்கும் வேடதாரிகளாகவும் சீர்கேடர் களாகவும் மாறிவிட்ட காரணத்தினால் சம்பந்தரின் கடுங்கணைக்கு இலக்காகி இரையாகிவிட்டனர்.'

- டாக்டர் சோ.நா.கந்தசாமி
(நூல்: தமிழும் தத்துவமும்)

•

'பக்தி நெறியினைப் பரப்பித் தங்கள் சமயம் வலிமை பெற்ற இயக்கமாக உருவெடுப்பதற்கு நாயன்மார்களும் ஆழ்வார்களும் தொடர்ந்து மேற்கொண்ட முயற்சிகளினால் சமணம், புத்தம் ஆகிய சமயங்கள் பல்வேறு சோதனைகளுக்கு உட்படுத்தப்பட்டன. பக்தி இலக்கியங்களில் புத்த, சமண சமயத் துறவியர்கள் இடித்துரைக்கப்

பட்டும், அச்சமயத்தவர்களது பழக்க வழக்கங்கள் குறை கூறப்பட்டும், அவர்களது சமய நெறிகள், பொய்யுரைகள் எனப் பழிக்கப்பட்டும் இருப்பதைக் காணலாம்.

காழ்ப்புணர்வின் அடிப்படையில் சமய வாதங்கள் நிகழ்த்தப் பட்டதாகவும், சமணர்கள் அழிக்கப்பட்டதாகவும் அறியவருகிறோம். தேவாரம், பெரியபுராணம் ஆகிய நூல்களில் மிகுதியான பாடல்கள் இவ்வாறு சமயக் காழ்ப்புணர்வினைப் பிரதிபலிப்பவையாக அமைந்திருக் கின்றன. இத்தகைய சமயக் காழ்ப்பினால் சமண சமயத்தின் வளர்ச்சி குன்றியதே ஒழிய, அது முற்றிலும் அழிக்கப்படவில்லை.'

- ஏ.ஏகாம்பரநாதன்

(நூல்: சித்தாமூர் வரலாறு)

•

'சமணமும் பௌத்தமும்தாம் தமிழ்நாட்டுக்குத் துறவு நெறியை அறிமுகப்படுத்தின. அறிமுகப்படுத்தப்பட்ட காலந்தொட்டே துறவுநெறி ஒருபோதும் தமிழகத்தில் செல்வாக்குப் பெற்றதில்லை. நிர்வாணம் என்ற செயலையும் கோட்பாட்டையும் தமிழ்ச் சமூகம் தனது வரலாற்றில் தொடர்ந்து ஏற்றுக் கொள்ள மறுத்தே வந்திருக்கிறது.

ஆடையில்லாச் சமணத் துறவிகள் பசித்தபோது மட்டும் பிச்சையேற்று உண்ண வேண்டும். கலத்திலே பிச்சை ஏற்கக்கூடாது. கையிலேதான் பிச்சை உணவை ஏற்க வேண்டும். நின்று கொண்டு தான் உண்ண வேண்டும். அமர்ந்து உண்ணக் கூடாது. உண்ணும் போது யாரோடும் பேசக்கூடாது. இவை திகம்பரத் துறவிகளுக்குச் சமண மதம் விதித்திருந்த கட்டுப்பாடுகள். என்னதான் துறவிகளாக இருந்தாலும் ஆடையில்லாச் சமணத் துறவிகள் பிச்சைக்கு வரும் போது பெண்கள் கேலியாகச் சிரித்திருக்கிறார்கள். சிலர் வெட்கத்தினாலே ஓடிப்போய் வீட்டுக் கதவைச் சாத்திக்கொண்டிருக் கிறார்கள். பெண்களால் ஏற்கப்படாத நெறிகளை உடைய மதம் எவ்வாறு வாழ முடியும்? தமிழ்நாட்டில் சமண மதம் வீழ்ச்சியடைந்ததற்குச் சமணர்களின் நிர்வாணக் கோட்பாடும் ஒரு காரணமாகும்.

இதுவேயன்றி திகம்பர சமணத் துறவிகளின் உடற்சுத்தம் பேணாத தன்மையும், உள்ளத்தளவில் அவர்களைத் தமிழ் மக்களிடமிருந்து அந்நியப்படுத்தியது. சில மரப்பட்டைப் பொடிகளை வாயில் இட்டுக் கொள்வதைத் தவிர அவர்கள் பல் விளக்குவதில்லை. எனவே 'ஊத்தைவாயர்' என்று தேவாரம் அவர்களைக் குறிப்பிடுகிறது. அவர்கள் கண்களில் பீழைகட்டி, கொசு (கொதுகு) மொய்த்துக் கொண்டிருந்ததாகவும் தேவாரத்தில் குறிப்புகள் கிடைக்கின்றன.

திகம்பர சமணத் துறவியர் உடம்பிலுள்ள அத்தனை மயிர்க் கால்களையும் (புருவத்திலும், இமையிலும் உள்ள மயிரையும் கூட) கையினால் பறித்தெடுக்கும் 'லோச்சனம்' என்னும் நோன்பினையும் நோற்றிருக்கிறார்கள். 'கண்ணழலத் தலை பறித்து' எனத் தேவாரம் இதனைக் குறிப்பிடுகிறது. இத்தகைய கடுமையான துறவு நெறியும் கூட சமணம் வீழ்ச்சியடைந்ததற்கான காரணமாகும்.'

- தொ.மு.பரமசிவன்

(நூல்: பண்பாட்டு அசைவுகள்)

•

'சமண சமயத் தொடக்க காலம் முதல் மக்களால் பேசப்பட்டு வந்த நாட்டு மொழிகள் (அர்த்தமாகதி, பிராகிருதம்) வாயிலாகவே சமயக் கருத்துகளைப் பரப்பவேண்டும் என்பதில் பெருநாட்டம் உடையவர் களாக இருந்த சமயக்குரவர்கள் நாளடைவில் வடமொழிக்கு வழி திறந்துவிட்டனர். மக்களுக்காக நூல் என்ற நிலை மாறி சமய வாதத்துக்காகவும் தர்க்கத்துக்காகவும் அறிவின் திறத்தை நிலை நாட்டுவதற்காகவும் நூல் என்ற நிலை ஏற்பட்ட பின்னர் சமண சமயம் மக்களிடமிருந்து ஒதுக்கப்படலாயிற்று. மகேந்திரவர்மன் ஒருவனே சிலகாலம் சமணனாக இருந்தவன். பாண்டிய மன்னர்களில் கூன்பாண்டியன் ஒருவனே சமணனாக இருந்திருக்கலாம். ஆகவே சமணத்துக்கு அரசர் ஆதரவு மிகக்குறைவே.

சமண சமயம் சார்ந்த துறவிகளும் சிராவகர்களும் கடுநோன்பு கடைப்பிடிக்க வேண்டும் என்ற பின்னணியில் மக்களிடையே சமணத்தை ஏற்கத் தயக்கமும் நடுக்கமும் ஏற்பட்டிருக்க வேண்டும்.

சமணம் கொல்லாமையை வற்புறுத்தியதனால் பயிர்த் தொழிலில் ஈடுபட்ட விவசாயிகள் சமணத்தின்பால் ஈர்க்கப்படவில்லை.

முதன்முதலில் சாதிப் பிரிவினையை எதிர்த்த சமணம், கால கதியில் சாதிப் பிரிவினையோடு சமரசம் செய்துகொள்ள வேண்டிய நிர்ப்பந்தம் ஏற்பட்டது. மகாவீரரே பிராமணப் பெண்ணுக்குப் பிறந்தவர் என்ற உயர்சாதிப் பிறப்பைக் கற்பித்து நம்பத் தொடங்கினர். உயிர்க் கொலை காரணமாகப் பயிர்த் தொழிலை விலக்கிய சமணம் புதிதாகத் தோன்றிய பொருளாதார அமைப்பில் ஒரு பகுதியாக ஈடுபட முடியவில்லை. ஆகவே, பொருளாதார முரண்பாடுகள் முற்றி வளர்ந்த நிலப்பிரபுத்துவத்தில் செழிக்கவோ வளரவோ தலைமைப் பதவி பெறவோ சமண சமயத்தால் முடியாது போயிற்று.

சமண, பௌத்த சமயங்களை வீழ்த்த பக்தி இயக்கம் கி.பி.ஐந்தாவது நூற்றாண்டு முதல் பல நடைமுறைகளைக் கையாண்டது. வைதிக சமயங்களான சைவமும் வைணவமும் அவைதிக சமயங்களான சமணம், பௌத்தம் இரண்டையும் ஒழிப்பதையே குறிக்கோளாகக் கொண்டு எல்லா நடவடிக்கைகளிலும் ஈடுபட்டன. சமணர்களைத் துன்புறுத்துதல், சமணப் பெண்களைக் கற்பழித்தல், சமணர்களைத் தாக்கிப் பள்ளிகளிலிருந்து விலக்குதல், நிலங்களைப் பறித்தல், சமணக் கோயில்களைச் சைவ வைணவக் கோயில்களாக மாற்றுதல், மந்திர தந்திரங்கள், அனல்வாதம், புனல்வாதம் முதலிய வழிகளில் அவர்கள் சமய, இலக்கியப் படைப்புகளை அழித்தல், ஊர்விட்டோடும் படிச் செய்தல் என்பன வைதிக சமயங்கள் கடைப்பிடித்த செயல் முறைகளில் ஒருசில.'

- ஆர்.பார்த்தசாரதி
(நூல்: சமணம் (ஜைனம்)

●

'அன்றைய சமண-பௌத்த எழுச்சியின் ஆயிரமாம் ஆண்டு உச்சத்தில் அவற்றினாலும் சீர்கேடுகள் மலிந்திருந்தன. தோன்றிய காலத்து முற்போக்கை அவை இழந்திருந்தன. அதனுள் சீர்கேட்டுக்கான கூறுகள் வளர்ந்து பஞ்சமும் பட்டினிச் சாவும் மக்களிடையே வலுத்துக் கொண்டிருந்தன. இல்லையெனில் அவை அழிக்கப்படுவதை மக்கள் பார்த்துக் கொண்டிருந்திருக்க மாட்டார்கள். பத்திரபாகுவின் குழுவைச் சேர்ந்த நூற்றுக்கணக்கான துறவிகள் தமிழகத்தில் சமணத்தை வளர்த்தனர். பத்திரபாகு தெற்கு நோக்கி வந்தபோது சாதிப் பிரிவினைகளை ஏற்றுக் கொண்டிருந்தார். அந்த வகையில் தமிழகத்தில் சாதிப் பிளவுடைய வாழ் முறைக்கான நெறிப்படுத்தல் சமணத்தினூடாக வழங்கப்பட்டுவிட்டதை அறியமுடியும்.'

- ந.இரவீந்திரன்
(நூல்: மதமும் மார்க்சியமும்
தமிழ்ப் பண்பாட்டுப் பார்வை)

●

புராணங்களும் திருவிழாக்களும்

சிலப்பதிகாரத்தில் இடம்பெற்றுள்ளது இந்திர விழா. இவ்விழாவினைக் காவிரிப்பூம்பட்டின மக்கள் 28 நாட்களுக்குக் கொண்டாடியிருக்

கின்றனர். திரளான மக்கள் பங்கேற்கும் பெருவிழாவாக இத்திருவிழா நடைபெற்றுள்ளது. இவ்விழாவுக்கு அடித்தளமாக அமைந்தது இந்திரனைப் பற்றிய புராணக் கதையாகும்.

'திருவிழாக் கொண்டாட்டங்கள் புராணக் கதைகளோடு பின்னிப் பிணைந்திருக்கின்றன' என்பதற்கு இந்திர விழாவை மேற்கோள் காட்டும் பெ.சுப்பிரமணியன், இதுபோன்ற விழாக்களைக் கொண்டாடாமல் மறந்துவிட்டால் அதனால் பல தீங்குகள் ஏற்படும் எனும் நம்பிக்கையும் பழந்தமிழரிடம் இருந்தது என்றும் குறிப்பிடுகிறார். இதற்கு உதாரணமாகத் திகழ்கிறது மணிமேலையில் வரும் கீழ்க்காணும் பாடல்:

'விடுத்த பூதம் விழாக்கோள் மறப்பின்
மடித்த செவ்வாய் வல்லெயறிலங்க
இடிக்குரல் முழக்கத் திடும்பை செய்திடும்'

தமிழ்நாட்டின் திரௌபதி அம்மன் கோயில்களில் ஆண்டு தோறும் 10 நாள்கள் திருவிழா நடத்தப்படுகிறது. அப்போது பாரதம் படிக்கப் படுகிறது. 8 நாள்கள் தெருக்கூத்தும் நடக்கின்றது. 18ஆம் நாள் பாரதப் போரே கடைசி நாள் கூத்தாக அமைகிறது. திரௌபதி அம்மன் வழிபாடு குறித்து 1980களில் தொடங்கி 20 ஆண்டுகளுக்கும் மேலாக தமிழ்நாட்டில் ஆய்வு செய்தவர் டாக்டர் அல்ப் ஹில்ட் பெய்டல். அமெரிக்காவைச் சேர்ந்தவர்.

திருவண்ணாமலை கார்த்திகைத் திருவிழா

கூவாகம் கூத்தாண்டவர் கோயில் தேரோட்டம்

அவர் சொல்கிறார், 'சிலப்பதிகாரம் தோன்றிய காலக் கட்டத்திலே தமிழ்க் கலாச்சாரங்களுக்குள் மகாபாரதம் நுழைந்துவிட்டது. தொண்டை மண்டலத்தை ஆண்ட பல்லவர்களின் காலகட்டத்தில் அது முக்கியத்துவம் பெற்று மேலும் பிரபலமடைந்தது. இந்தியாவைப் போல் அமெரிக்காவும் தனித்துவம் உள்ள பல நாட்டுப்புறப் பாரம்பரியத்தைக் கொண்டுள்ளது. ஆனால் தமிழ் நாட்டைப் போல் அடர்த்தியான நாட்டுப்புற மரபு (Folklore Tradition) அமெரிக்காவின் எந்த மாநிலத்துக்கும் கிடையாது. டெக்ஸாஸின் நாட்டுப்புற மரபை விடத் தமிழ்நாட்டினது நூறு மடங்கு அடர்த்தியானது.' (நூல்: த.பழமலய்யின் 'நரபலி')

மேற்கண்ட விழாக்களில் மட்டுமல்ல, பழனி முருகன் கோயில் பங்குனி உத்திரத் திருவிழா, திருவண்ணாமலை கார்த்திகைத் தீபத் திருவிழா, கும்பகோணம் மகாமகத் திருவிழா, கூவாகம் கூத்தாண்டவர் கோயில் திருவிழா என அத்துனைத் திருவிழாக்களுக்கும் புராணக் கதைகள் அடிப்படையாக இருக்கின்றன.

தமிழகத்தையாண்ட அரசர்களும் தங்களது மெய்க்கீர்த்திகளுக்குப் புராணங்களையே பயன்படுத்தினர். இதன் தொடர்ச்சியாக, 'தமிழகத்தில் உள்ள 100 சாதியினர் தங்களுக்கென்று புராணக் கதைகளை வைத்துக்கொண்டிருக்கின்றனர்' எனும் தகவலைத் தருகிறார் மானிடவியலாளர் பக்தவத்சல பாரதி.

புராணம் என்பதற்குப் பழமையுடையது என பொருளுரைக்கும் ந.சி.கந்தையா பிள்ளை, 'பிராமணரின் பெருமையை விளக்குவதற்காகவே

புராணங்கள் எழுதப்பட்டன. கடவுள் மணஞ்செய்து மக்களைப் பெறுதல், ஐயனார் பிறத்தல், முருகனது இயற்கைக்கு மாறான பிறப்பு ஆகியவற்றைக் கூறுதல் புராணமெழுதியவர்களின் மனோபாவனையைப் பொறுத்ததாகும். புராணமெழுதியவர்கள் சில சமயங்களிற் பிசாசுகளுக்கும் கீழான நிலையிற் கொண்டு வந்து விட்டிருக்கின்றனர். முற்காலச் சைவத்துக்கும் இக்காலச் சைவத்துக்கும் வெகுதூரம். தமிழர் ஆரியர் கலப்பும், பொய்யும் புளுகும் புனைந்து பிராமணர் கட்டிய புராணங்களுமே இதற்குக் காரணம்' என்கிறார்.

புராணங்கள் குறித்து எழுதியுள்ள தேவநேயப் பாவாணர் 'தமிழ் நாகரிகத்தையும் மதங்களையும் ஆரியப்படுத்துதற்கும் தமிழனைத் தாழ்த்திப் பிராமணனை உயர்த்துதற்கும், பதினெண் தொன்மங்களையும் (புராணங்கள்) பதினெண் துணைத் தொன்மங்களையும் (உப புராணங்கள்) இயற்றிக் கொண்டனர்' எனத் தெரிவித்துள்ளார்.

இதனால்தான் தந்தை பெரியார், 'புராணங்கள் புளுகு மூட்டை' என்றார்.

அறிவியல், வரலாறு மற்றும் பகுத்தறிவின் பார்வையில் புராணங்கள் ஒதுக்கித் தள்ளப்பட்டாலும் மக்களிடம் நம்பிக்கை எனும் வகையில், டாக்டர் அல்ப் ஹில்ட் பெய்டல் வார்த்தையில் சொல்வதானால், 'அடர்த்தியான நாட்டார் மரபாக' அவை இன்றும் நிலைபெற்றுள்ளன.

இதுபற்றி ஆய்வுசெய்த ஈழஆய்வாளர் கார்த்திகேசு சிவத்தம்பி, இப்படி வரிசைப்படுத்துகிறார்:

'மதத்தின்பாலுள்ள ஒன்றிப்பின் காரணமாகக் கிளம்பும் திட நம்பிக்கை. இந்தத் திடநம்பிக்கை வெளிப்படுவனாகிய சடங்குகள், கரணங்கள். இந்தச் சடங்குகள், கரணங்கள் பற்றிய ஐதீகங்கள் - முன்னர் இவ்வாறு நிகழ்ந்தது என்ற 'கதை'. இவை ஒன்றுடன் ஒன்று தொடர்புடையவை. ஒன்று மற்றொன்றுக்கு இட்டுச் செல்லும்.'

திருவிளையாடற் புராணம்

மதுரையில் சோமசுந்தரக் கடவுள் நிகழ்த்திய அறுபத்து நான்கு திருவிளையாடல்களை விளக்கிச் சோழப் பேரரசின் இறுதிக் காலத்தில் (13ஆம் நூற்றாண்டில்) பெரும்பற்றப்புலியூர் நம்பி என்பவர் 'திருவாலவாயுடையார் திருவிளையாடற் புராணம்' எனும் நூலை இயற்றினார். 'உத்தர மகாபுராணம்' என்னும் வடநூலின் ஒருபகுதி யான 'சாரசமுச்சியம்' மேற்கண்ட புராணமாக உருவெடுத்தது என்பர்.

இதனைத் தொடர்ந்து 16ஆம் நூற்றாண்டில், பரஞ்சோதி முனிவரால் 'திருவிளையாடற் புராணம்' ஒன்று இயற்றப்பட்டது. இந்நூல் 'ஹாலாஸ்ய மகாத்மியம்' எனும் வடமொழிப் புராணத்தின் மொழி பெயர்ப்பாக அமைந்தது.

திருவிளையாடற் புராணம் இயற்றிய பரஞ்சோதி முனிவர் திருமலை நாயக்கன் காலத்தவர் எனத் தெரிவித்துள்ள டாக்டர் கே.கே.பிள்ளை, 'பலாவின் சுளை போன்ற இனிய, தனித் தனியான, முழுமுழுச் சொற்கள் கோக்கப்பட்ட செய்யுள்களால் ஆனது இந்நூல்' எனப் புகழ்ந்துள்ளார்.

'பெரும்பற்றப்புலியூர் நம்பி மிகப்பழைய காலத்தில் திருவால வாயுடையார் திருவிளையாடற் புராணத்தை மிக எளிய நடையில் பாடியுள்ளார். ஆனால் பரஞ்சோதியார் பாடிய திருவிளையாடல் தன்னுடைய பாவின் இனிமையாலும் அன்பின் பெருக்காலும் முன் நூலை மறைத்துவிட்டது' என்பார் அறிஞர் தெ.பொ.மீ.

'பரஞ்சோதி இயற்றிய திருவிளையாடலே இன்று பெரிதும் போற்றப் பட்டு வருகிறது. அவருடைய விருத்தப்பாக்கள் இனிமையும் தெளிவும் உடையனவாக இருத்தலே அதற்குக் காரணம் ஆகும். 3360 பாடல்கள் கொண்ட விரிவான நூல் அது. விளக்கமான வருணனைகள் பல அந்நூலில் உண்டு' என்பார் மு.வரதராசனார்.

பெரும்பற்றப் புலியூர் நம்பி, பரஞ்சோதி முனிவர் ஆகியோரது புராணங்கள் குறித்து ஆய்வு செய்த கே.ஏ.நீலகண்ட சாஸ்திரி 'மாறுபட்ட விவரங்களுள்ள இந்த இரு நூல்களையும் படித்துப் பார்த்தால், கட்டுக்கதைகளை ஆதாரமாகக் கொண்டு சரித்திர நூல் எழுதுவது எவ்வளவு ஆபத்தானது, தவறானதென்பது தெரியும். சரித்திர ஆசிரியர்களுக்கு இது ஓர் எச்சரிக்கையும் ஆகும்' எனத் தெரிவித்திருந்தார்.

மாணிக்கவாசகருடன் வாதிட்டுத் தோற்ற பௌத்தர்களை சோழ அரசன் கரும்பாலையில் இட்டு அரைத்ததாகச் சொல்கிறது பரஞ்சோதி முனிவரின் திருவிளையாடற் புராணம்.

இதுபற்றி கருத்துத் தெரிவித்த ஆய்வாளர் கா.சு.பிள்ளை 'மனம் போனவாறு திருவிளையாடற்காரர் கூறினமை பெரியதோர் இழுக்கே. இக்காலத்துச் சமயப் பற்றில்லாத சிலர் ஆராய்ச்சியின்றிச் சைவசமயத்தைக் குறை கூறுவதற்கு அத்தகைய கூற்றுக்கள் இடந்தருகின்றன. பரஞ்சோதிமுனிவர் ஆரியக் கோட்பாடுடையவர். வரலாற்றாராய்ச்சிக்கு இவர் மிகப் பயன்படுவதில்லை' என்பார்.

ஆனாலும்கூட, மதுரைத் திருவிழாக்களிலும் சிற்பங்கள் ஓவியங்களிலும் பரஞ்சோதி முனிவரின் திருவிளையாடற் புராணம் ஏற்படுத்தியுள்ளத் தாக்கம் அளவிட முடியாதது.

தமிழ்ச் சூழலில் சமய மோதல்கள்

ஆளும் அரசுகள் மக்களிடம் தங்களைத் தக்க வைத்துக்கொள்ள என்னென்ன வழிமுறைகளைக் கையாளுகின்றனவோ, அதே வழிமுறைகளை மதங்களும் கையாளுகின்றன என்பதுதான் உண்மை. சமூகத்தில் தங்கள் பிடி தளரும்போதோ அல்லது இன்னமும் இறுக்கம் தேவை எனக் கருதும்போதோ, அவை எந்த எல்லைக்கும் போகத் தயாராக இருக்கின்றன.

இதற்கு உதாரணமாக, 10ஆம் நூற்றாண்டு முதல் 17ஆம் நூற்றாண்டின் ஆரம்பம் வரை ஐரோப்பா முழுவதும் நடத்தப்பட்ட மத வன்முறையைச் சுட்டிக்காட்டுகின்றனர் ஆய்வாளர்கள்.

பூமியைத் தவிர வேறு கிரகங்களும் துணைக் கிரகங்களும் உண்டென்று சொன்னதற்காக புரூணோ ஏழு ஆண்டுகள் சிறையில் அடைக்கப்பட்டார். சாத்தானின் படங்கள் வரையப்பட்ட உடுப்பை அணிவித்து நெருப்பில் தள்ளினர். பைபிளிலுள்ள வான சாஸ்திரத்தை மறுத்த கலீலியோ, பைபிளில் உள்ள படைப்புக் கதையையும் மறுத்தார். மதசபை அவரைக் கைது செய்தது. பைபிளை ஆங்கிலத்தில் மொழி பெயர்த்த பேராசிரியர் வைகிளிப் இறந்து 16 ஆண்டுகளுக்குப் பிறகு, அவருடைய எலும்புகளைத் தோண்டியெடுத்து சுட்டுச் சாம்பலாக்கி நதியில் ஓட விட்டனர். சாத்தானின் வடிவம் என்று குற்றம்சாட்டப் பட்ட ஜோன் ஆப் ஆர்க், பல நூறுபேர் நின்று வேடிக்கைப் பார்க்க மத விசுவாசிகளால் உயிருடன் எரித்துக் கொல்லப்பட்டார்.

10ஆம் நூற்றாண்டு முதல் 17ஆம் நூற்றாண்டின் ஆரம்பம் வரை ஐரோப்பா முழுவதும் நடத்தப்பட்ட இத்தகைய குரூரச் செயல்கள் ஏராளம். குறிப்பாக, கி.பி.1404 முதல் உள்ள ஒன்றரை நூற்றாண்டு களுக்குள் புனித சபை லட்சக்கணக்கானவர்களை தீயிலிட்டுக் கொன்றிருக்கிறது. ‘15ஆம் நூற்றாண்டில் இங்கிலாந்தில் இருந்த ஒரு சட்டத்தின்படி, பைபிளைத் தவிர வேறு எதையேனும் வாசிப்பதும், கடவுள் மறுப்பும் ராஜ துரோகக் குற்றமாகும். சாதாரண மக்களுக்குக் கல்வியை மறுப்பது என்ற நிலைவரை இக்கட்டுப்பாடு சென்றடைந் திருந்தது’ என்கிறார் மலையாள ஆய்வாளர் ஏற்றுமானூர் கோபாலன்.

இந்த நிலையில் தமிழ்ச்சூழலில் சமயங்களுக்கு இடையே நிலவியப் போக்கினை நாம் தெரிந்துகொள்ள வேண்டும். 'என்னுடைய கொள்கையைத்தான் நீ ஏற்றுக் கொள்ளவேண்டும்' என்று ஒரு கையில் வேதத்துடனும், மற்றொரு கையில் வாளுடனும் சைவ, வைணவ சமயங்கள் நிற்கவில்லை என்றுதான் சொல்ல வேண்டும். தொடக்ககாலத் தமிழகத்தில் அவரவர் விரும்பும்வகையிலான வழிபாடு இருந்ததை சங்க இலக்கியங்கள் மூலம் அறிகிறோம். நிறுவனப்படுத்தப்பட்ட அமைப்புகளாக (சங்கமாக) சமணமும், பௌத்தமும் இம்மண்ணில் அடியெடுத்து வைத்தபோதுகூட அவற்றுக்கு ஆதரவளித்தது தமிழ் மண்.

சமய உணர்ச்சித் தலைகாட்டத் துவங்கியபோது அவரவர் கொள்கை களைத் தெரிவிக்கும் பட்டிமண்டபங்களைத் தமிழ் அரசர்களே அமைத்துக் கொடுத்துள்ளனர். ஒரே குடும்பத்தைச் சேர்ந்த அண்ணன் செங்குட்டுவன் சமணத்தையும், தம்பி இளங்கோ சைவத்தையும் சார்ந்திருந்ததை இங்குக் குறிப்பிடலாம்.

அதே நேரம், சைவத்துக்கும் வைணவத்துக்கும் இடையே மோதல் ஏற்பட்டது. சைவக் கோயிலின் மகேசுவரர்கள் வைணவக் கோயிலின் பட்டர்களுடன் உறவு கொண்டாடினால் அவர்களின் உடைமை களைக் கோயில் (திருக்கடையூர்) மகாசபை பறிமுதல் செய்ய வேண்டுமென உத்தரவிடப்பட்டிருந்தது. தில்லைத்தலத்தில் அமைக்கப் பட்டிருந்த திருமால் மூர்த்தம் இரண்டாம் குலோத்துங்கச் சோழனால் கடலில் எறியப்பட்டது, வைணவத்துக்குள் வடகலை தென்கலை மோதல்கள் நடந்தது போன்றவற்றையும் வரலாறு பதிவு செய்துள்ளது.

தாழ்த்தப்பட்டவர்களுக்குப் பூணூல் அணிவிப்பு போன்றவை நிகழ்த்தப்பட்ட இந்த மண்ணில்தான் சாதியின் பெயரால் கோயிலுக்குள் தீண்டாமை அனுசரிக்கப்பட்டது. விண்ணைத் தொடும் உயரங்களுடன் கோயில்களைக் கட்டிய தமிழன், கருவறையை நெருங்க முடியாமல் வெளியே நிறுத்தப்பட்டான்.

சைவத்துக்குள்ளேயே 'குகையிடிக் கலகம்' நடந்தது. (இதுகுறித்த விவரங்களை பின்னிணைப்பில் பார்ப்போம்).

வந்தாரை வரவேற்கும், வாழவைக்கும் பரந்தமனம் கொண்ட தமிழர்கள் ஆயிரக்கணக்கில் மதமாற்றம் செய்யப்பட்டதன் எதிர்வினையாகத் தேவாலயங்கள்மீது தாக்குதல்களும் பாதிரியார்கள் கொல்லப்படுவதும், கோயில்கள் இடிக்கப்படுவதுமான நிகழ்வுகளும் நடந்தேறின. இசுலாமியப் படையெடுப்புகளும் அதனால் ஏற்படுத்தப் பட்டக் காயங்களின் வடுக்களும் கோயில்களிலும் கல்வெட்டு களிலும் இன்னமும் இருப்பதை யாராலும் மறுக்க முடியாது.

குலோத்துங்கனால் அகற்றப்பட்ட கோவிந்தராசப் பெருமாள் மூர்த்தத்தினை தில்லைத் தலத்துக்குள் நாயக்க மன்னன் மீண்டும் நிறுவியதும், இதை எதிர்த்த தீட்சிதர்கள் பலர் உயிரிழந்ததும் இம்மண்ணில் பிற்காலங்களில் வளர்க்கப்பட்ட சமயக் காழ்ப்புணர்வின் அடையாளங்களாகும்.

ஒட்டுமொத்தமாகப் பார்க்கும்போது, தமிழ் மண்ணில் தொடர்ந்து அமைதி தவழ்ந்து விடவில்லை, சமயங்களுக்கிடையே மோதல்கள் இருந்து வந்திருப்பதையும் நம்மால் உணர முடிகிறது.

இந்த மோதல், மற்றவர்கள் சொல்வது போன்றோ அல்லது ஐரோப்பிய நாடுகளில் நிகழ்ந்தது போன்றோ 'சமயப் போர்' ஆகவும், ரத்தம் சொட்டும் கொலை வெறிக் கரங்களைக் கொண்டதாகவும் இருக்கவில்லை என்பதும் உண்மை.

அறிவு, சிந்தனை வளர்ச்சி அல்லது கேள்வி கேட்கும் போக்கினைத் தமிழ் அரசர்களோ அல்லது சமயங்களோ அதிகாரத்தின் பெயரால் தடுத்ததாக வரலாறு இல்லை.

தத்துவ விசாரணைகள் நிகழ்ந்திருப்பதை இலக்கியங்கள் உணர்த்து கின்றன. அறிவியல், வானவியல் சாத்திரங்களில் கைதேர்ந்தவர்களாக அன்றையத் தமிழர்கள் இருந்திருக்கின்றனர்.

உலகம் போற்றும் பௌத்த அறிஞர்கள் தமிழ் மண்ணுக்கு உரியவர்கள் என்பதையும், ஆதிசங்கரர், இராமானுஜர் ஆகியோரும் இங்கிருந்துப் புறப்பட்டவர்கள்தான் என்பதையும் இங்கு பதிவு செய்ய வேண்டும்.

ஒருபுறம் வைதீகத்தின் இறுக்கம் அதிகரித்திருந்தாலும், மறுபுறம் அதை எதிர்த்துக் கேள்வியெழுப்பிய திருவள்ளுவர், திருமூலர், சித்தர்கள், வள்ளலார், பாரதி, பெரியார் என 'கலகக் குரல்'களின் பட்டியலும் தொடர்ந்துகொண்டுதான் இருக்கிறது.

'யாதும் ஊரே யாவரும் கேளிர்' எனும் உயர்ந்தத் தத்துவத்தை மனதில் நிறுத்தியத் தமிழன், தான் இருக்கும் இடத்திலேயே குறுகிவிடாமல் உலக நாடுகளுடனும் உறவு வைத்திருந்தான். இல்லையென்றால், எங்கோ இருக்கும் கடாரத்து அரசன் கேட்டுக்கொண்டான் என்பதற்காக இங்குள்ள நாகப்பட்டினத்தில் 'புத்த விஹாரம்' அதுவும் அந்த அரசன் பெயராலேயே எழுப்பப்பட்டிருக்குமா?

புதிய முயற்சிகளுக்கு தமிழர்கள் என்றும் ஆதரவு கொடுத்து வந்திருக்கின்றனர். இதுதான், புதிய புதிய சமய நெறிகள்

உண்டாவதற்கும், வெளியில் இருந்து புதிய சமயங்கள் உள்ளே நுழைவதற்கும் இடம் அளித்துள்ளது, அளித்தும் வருகிறது.

சமய மோதல் நடந்ததாகச் சொல்லப்படும் கி.பி.7ஆம் நூற்றாண்டுக்குப் பிறகு சமணத் தடயங்கள் நிறைந்த பகுதிகளில் சைவ, வைணவக் குடைவரைக் கோயில்களை உருவாக்கிய தமிழக இந்துக்கள், அதே உளி கொண்டு, அடுத்த சில அடி தூரங்களில் இருந்த, அந்தச் சமணத் தடயங்களை சிதைக்க முற்படவில்லை. மதுரை, புதுக்கோட்டை மாவட்டங்களில் மட்டுமல்லாது தமிழகம் முழுவதும் இன்றும் அவை நிலைத்து நிற்கின்றன.

இது, தமிழக இந்துக்களின் அறிவு முதிர்ச்சிக்கும், சமயச் சகிப்புத் தன்மைக்குமான உயரிய எடுத்துக்காட்டுகளாகும்.

2
கழுவேற்றம் – ஒரு பார்வை

கழுவேற்றம்

சமணர் கழுவேற்றப்பட்டதாகக் கூறப்படும் கதையைத் தெரிந்து கொள்வதற்கு முன், கழுவேற்றங்கள் குறித்த பல்வேறு கதைகளை - தகவல்களைத் தெரிந்து கொள்வோம்.

மதுரையை மையமாக வைத்து எழுதப்பட்ட சிலப்பதிகாரக் கதையில், வஞ்சிக்காண்டம், நீர்ப்படைக் காதையில் இடம்பெற்றுள்ள கீழ்க்காணும் வரிகளைப் பார்ப்போம்.

'கொற்கையில் இருந்த வெற்றிவேல் செழியன்
பொன்தொழில் கொல்லர் ஈரைஞ் ஞூற்றுவர்
ஒருமுலை குறைத்த திருமா பத்தினிக்கு
ஒருபகல் எல்லை உயிர்ப்பலி ஊட்டி' *(127 - 130)*

சிலப்பதிகாரம், உரைபெறு கட்டுரையிலும் இந்நிகழ்வு இடம் பெற்றுள்ளது. இதன் கருத்தை பன்மொழிப் புலவர் கா.அப்பாத்துரையார், 'ஆயிரத்தெண்ணூறு ஆண்டுகட்கு முற்பட்ட தமிழகம்' எனும் நூலில் பின்வருமாறு விவரிப்பார்:

'கோவலன் கொலையுண்ட பெரும்பழி சூழ்ந்த நாள் முதலில் பாண்டி நாட்டிலே மழை பொய்த்துவிட்டது. பஞ்சமும் காய்ச்சலும் அம்மை நோயும் மக்களைக் கொடுமைகளுக்கு ஆளாக்கின. கண்ணகியின் வஞ்சினத்தாலேயே இவையெல்லாம் நேர்ந்ததெனக் கருதி

கொற்கையில் தன் ஆட்சி நிறுவிய மன்னன் வெற்றிவேற் செழியன், கண்ணகியின் திருமுன்பு ஆயிரம் பொற்கொல்லரைக் கழுவேற்றி, அவள்பெயரால்விழாகொண்டாடினான். அதன்பின்மழை மதங்கொண்டு பொழிந்தது. பஞ்சமும் நோயும் பாண்டி நாட்டிலிருந்து விலகியோடின.'

'தக்கயாகப் பரணி' பாடிய ஒட்டக் கூத்தர், வீரபத்திரர்-இந்திரனிடையேயான போரில், 'தேவரோடு சேராத வேற்றுக் குழுவில் உள்ள உருத்திரர் பதினொருவரையும் அவர்கள் ஏறிவந்த இடபங்களோடு சேர்த்து பூதகணங்கள் கொல்லவில்லை. மாறாக, அவரவர் காளைகளின் (ஏற்றுக் கோடுகளின்) கொம்புகளில் உயிரோடு கழுவேற்றினர்' - 'வேற்றுக் கோட்டிப் பதினொரு விண்ணவர் ஏற்றுக் கோட்டின் உயிர்க்கழு ஏற்றவே'- என்கிறார்.

பட்டினத்தடிகளும் தனது வாழ்நாளில் கழுமரத்தைச் சந்தித்தாக 'பதினெண் சித்தர்கள் பெரிய ஞானக்கோவை'யில் கீழ்க்கண்ட தகவல் தெரிவிக்கப்பட்டுள்ளது;

'பட்டினத்து சுவாமிகள் தன் வீடு நாடு முதலியவற்றைத் துறந்து சகல தேசமுந் திரிந்து ஐயம் ஏற்பதில்லையென்றுறுதி கொண்டு பத்திரகிரி மகாராஜன் ஊர்ப்புறத்திலுள்ள கணபதி யாலயமடைந்து ஞானநிஷ்டை கூடியிருக்குஞ் சமயம் கள்வர் சிலர் கூட்டமிட்டு பத்திரிகிரியரசன் மனையிற் புகுந்து வெகு பொருள்களைக் கவர்ந்து போகுங்கால், வழியிலுள்ள கணபதிக் கென்று பரிசளிக்க நினைத்து ஓர் இரத்தின ஆரத்தை போகும் அவசரத்தில் அணிந்து ஏகுங்கால், அவ்வாபரணம் கணபதிக்குப் பின்புறம் நிஷ்டைகூடியிருந்த பட்டினத்தடிகள் கண்டத்திலமைய, உதயத்தில் அரண்மனைக் காவலர் கண்டு இவருங் கள்வரைச் சேர்ந்தவரென்று வற்புறுத்தி அரசன் முன்னிலை விடுக்க, அவர் வினாக்கட்கெல்லாம் சிவசிவவென் றிறைஞ்சிய அடிகளைக் கண்ணுற்றவரசன் சற்று மயங்கி அமைச்சன் மனப்படி ஆக்கினைத் தருகவென்றி சைக்கக் கழுவேற்ற நியமித்தனர்.

பட்டினத்தடிகள் காவலராற் கழுமரத்தையடைந்து சற்றும் சலிப்புறாது புன்னகை கொண்டு, 'என்செயலாலாவ தியாவ தொன்று மில்லை யினித் தெய்வமே' என்னுஞ் செய்யுளைப் பாட கழுமரம் கொழுந்து விட்டெரியக் கண்ட காவலர் அரசனுக்கறிவிக்க, திடுக்கிட்டு பாதசாரியா யோடிவந்து பட்டினத்தடிகள் பாதத்தில் விழுந்தான்.'

மேற்கண்ட கதையே சற்று மாறுதலுடன், பாண்டுரங்கன் திருவிளையாடலில் பின்வருமாறு தெரிவிக்கப்பட்டுள்ளது; விஜயநகரப் பேரரசை ஆட்சிசெய்த மன்னர்களுள் ராம் ராயரும் ஒருவன். இவனது ஆட்சிக்காலத்தில் பண்டரிபுரத்தில் இருந்த பாண்டுரங்கன் விக்ரகம்

ஹம்பிக்கு எடுத்துச் செல்லப்பட்டுக் கோயில் கட்டிப் பிரதிஷ்டை செய்யப்பட்டது. இதையறிந்த வைணவ மகான் பானுதாசர், ‘பாண்டுரங்கா பண்டரிபுரம் வர மாட்டாயா?’ என உளம் உருக வேண்டுகிறார். அப்போது அவருக்குக் காட்சியளித்த பாண்டுரங்கர், இரத்தின மாலையைக் கொடுத்து, ‘இதை அணிந்து கொண்டு இங்கேயே இரு. வழி பிறக்கும்’ என்று சொல்லிவிட்டு மறைந்துவிடுகிறார்.

அப்போது அங்கு வந்த அரண்மனைக் காவலர்கள், பாண்டுரங்கன் கழுத்தில் இருந்த இரத்தினமாலையைத் திருடியதாகக் குற்றஞ்சாட்டி, பானுதாசரை அரசன் முன் நிறுத்துகின்றனர். திருடிய குற்றத்திற்காக இவரைக் கழுவிலேற்ற அரசன் ஆணையிடுகிறான். இதனைத் தொடர்ந்து கொலைக் களத்திற்கு அழைத்துச் செல்லப்பட்ட பானுதாசர், அங்குதாம் கழுவேற்றப்பட இருக்கும் கழுமரத்தை உற்று நோக்குகிறார். உடனே அம்மரத்தின் பாதியளவில் இலை, கிளை பரப்பிப் பூத்துக் குலுங்குகின்றது. இதுபற்றிக் காவலர்கள் மன்னனிடம் விவரத்தைத் தெரிவிக்கின்றனர். அங்கு ஓடிவந்த மன்னன் பூத்துக் குலுங்கும் கழுமரத்தைப் பார்த்து அதிசயிக்கிறான். பானுதாசரின் கால்களில் நெடுஞ்சாண் கிடையாக விழுந்த மன்னன், தன்னை மன்னிக்க வேண்டுகிறான். இதனைத் தொடர்ந்து பாண்டுரங்கரின் விக்ரகம் பானுதாசரிடம் கொடுக்கப்படுகிறது.’

கி.பி.1341-ல் மதுரையை ஆட்சி செய்த முஸ்லீம் மன்னனான கியாஸ் உத் தீன் என்பவன் வரலாற்றில் கொடுங்கோலனாகச் சித்தரிக்கப் படுகிறான். இந்துக்கள் சிலர் இவனால் கழுவேற்றம் எனும் தண்டனைக்கு உள்ளாக்கப்பட்டுக் கொலை செய்யப்பட்டத் தகவலை ‘மதுரா விஜயம்’ தெரிவிக்கிறது. இந்தக் கியாஸ் உத்தீன் தான், தன்னிடம் தோற்ற 80 வயதுடைய மூன்றாம் வள்ளாலனை உயிரோடு தோலை உரித்து, உரித்த மேனியாகவே மதுரை நகர மதிலில் தொங்கவிட்டவன் என்பது குறிப்பிடத்தக்கது.

காத்தவராயன் கழுவேற்றப்பட்ட கதை தென்னார்க்காடு மற்றும் திருச்சி மாவட்டங்களில் பிரபலம். குறிப்பாக அம்மன் கோயில்களில், ஆடி மாதங்களில் நடத்தப்படும் திருவிழாக்களின் போது காத்தவராயன்-ஆரியமாலா திருமணம் மற்றும் காத்தவராயன் கழுமரம் ஏறுவது போன்றவை முக்கிய இடத்தைப் பெற்றுள்ளன. காத்தவராயன் கதை புத்தகமாகவும், திரைப் படமாகவும் வந்துள்ளது. கழுவேற்றிக் கொல்லப்பட்ட வண்ணமுத்து எனும் வண்ணக் கருப்பன் திருநெல்வேலி வட்டாரத்தில் தெய்வமாக வணங்கப்பட்டு வருகிறான்.

1976-ல் 'கோபல்ல கிராமம்' நாவலை எழுதியுள்ள கி.ரா. கொலை செய்த ஒருவனுக்கு வழங்கப்பட்ட 'கழுவேற்ற' தண்டனையைக் குறிப்பிட்டுள்ளார்.

அதில், 'கழுவேற்றுவதில் பல முறைகள் உண்டு. உடனே கொல்லுகிற முறை, பல நாள் கழித்து வேதனையால் துடித்துச் சாகும் முறை. இப்படி, உடம்பில் எந்த இடத்தில் குத்தி எந்த இடத்தில் வாங்குவது என்கிற முறையெல்லாம் உண்டு' என்று தெரிவித்துள்ளார்.

மேலும், கழுவேற்ற தண்டனை நிறைவேற்றப்பட்டதை கி.ரா. இப்படி விவரிக்கிறார், 'அவனுடைய கைகளைப் பின்கட்டாகவும், கால்களை பின்பக்கம் மடித்துக்கட்டி அவனைத் தூக்கிக் கழுமரத்தின் நுனியில் உட்கார வைத்து அழுத்தினார்கள். கழுவின் நுனி ஊசி அவனுடைய அபானத்துக்குள் புகுந்து பின் கழுத்தின் பிடரி வழியாக வெளியே வந்தது. அந்த வினாடியில் அவனது உடம்பு நடுங்கித் துடித்தது. மலமும் ரத்தமும் அபானத்தின் வழியாய்க் கசிந்தது. கண்டத்திலிருந்து ஒரு பயங்கர ஓலம் வெளிவந்தது. சில வினாடி களிலேயே இவ்வளவும் நடந்து முடிந்துவிட்டது. கழுமரத்தின் நுனி அவன் தலைக்குமேல் ஒரு முழம் நீட்டிக் கொண்டிருந்தது.'

கழுவேற்றச் சிற்பங்கள் காஞ்சிபுரம், சிதம்பரம், திருவண்ணாமலை, திருச்செந்தூர் உள்ளிட்ட கோயில்களில் காணப்படுகின்றன. காஞ்சிபுரத்தைத் தவிர மற்ற சிற்பங்கள் நாயக்கர் காலத்தைச் சார்ந்தவை எனத்தெரிகிறது.

இதே போல், மதுரை மீனாட்சியம்மன் கோயில், புதுக்கோட்டை ஆவுடையார் கோயில், திருப்புடைமருதூர் நாறும் பூதநாதசாமி கோயில் ஆகியவற்றில் கழுவேற்ற ஓவியங்கள் வரையப்பட்டுள்ளன. இவ்வோவியங்களும் நாயக்கர் காலத்தவை ஆகும்.

கழுமரம்

விழுப்புரம் மாவட்டம் திருக்கோவலூருக்கு அருகில் இருக்கிறது கழுமரம். ஊரின் பெயரே இதுதான். கழுமரத்துக்கும் இந்த ஊருக்கும் ஏதாவது தொடர்பு இருக்குமா? என விசாரித்தேன். அப்படி யொன்றும் இல்லை. இப்போது அந்தப் பெயரையும் 'கழுமலம்' என்று உச்சரிக்கிறார்கள் அவ்வூர் மக்கள். திருஞான சம்பந்தர் பிறந்த சீர்காழிக்கு 'கழுமலம்' என்ற பெயரும் உண்டு என்பது இங்கே குறிப்பிடத்தக்கது.

விஜயநகர மன்னர் புக்கரின் மகன் இரண்டாம் கம்பணர். இவரது மனைவி கங்காதேவி, தனது வடமொழிக் காவியமாகிய 'மதுரா விஜயத்தி'ல் எழுதுகிறார், 'துருஷ்கர் (துலுக்கர்)களின் எல்லையற்ற கொடுமைகள் போலவே காவிரி நதியும் தான் செல்லும் எல்லையிற் நிற்காது அதிக வெள்ளத்தால் நாடுகளைச் சேதம் செய்கிறது. யாகங்களின் நறும்புகையும் வேதங்களின் இனிய தொனியும் கிராமங்களை விட்டு விலகவே, மாமிசம் வேவிக்கும் புலை நாற்றமும், துருஷ்கர்களின் கடுமையான பேச்சொலியும் நிரம்பிக் கிடக்கின்றன. மதுரைப்புறநகர்களில் தென்னந் தோப்புகள் வெட்டப் பட்டு அவ்விடங்களில் கழுமரங்கள் நடப்பட்டுக் காட்சியளிக்கின்றன. அவற்றில் மானிட மண்டை ஓடுகள் தோரணங்களாகத் தொங்குகின்றன.'

திருவிளையாடற் புராணம் எழுதிய பரஞ்சோதி முனிவர், 'அமைச்சர் குலச்சிறையார், பல தச்சர்களை அழைத்து, வயிரமுடைய நீண்ட முதிர்ந்த மரங்களில் சூல வடிவிலான கழு மரங்களை (திரிதலைக் கழுக்கோல்) நிறுத்தியதாகத் தெரிவிக்கிறார்.

புலவர் செ.இராசு. அளித்தத் தகவலின் பேரில் ஈரோடு காளிங்கராயன் கால்வாய் அருகில் வளையல்கார தெருவில் உள்ள அய்யனாரப்பன் கோயிலுக்குச் சென்ற எழுத்தாளர் எஸ்.இராமகிருஷ்ணன், 'அங்கு ஒரு பீடத்தில் இருந்த அந்த கழுமரம் பனை மரத்தால் ஆனது. ஆறடிக்கும் குறைவான உயரம். பனஞ் செதில்கள் தேய்ந்து போயிருந்தன. சிலுவை போன்ற வடிவில் குறுக்குச் சட்டம் போடப் பட்ட அந்த கழுமரத்தில் இரண்டு இரும்புச் சங்கிலிகள் இணைக்கப் பட்டிருந்தன. கழுமரத்தை இப்போது காத்தவராயன் என்று வணங்குகிறார்கள்' என தனது வலைத்தளத்தில் பதிவு செய்துள்ளார்.

'கழு என்பது ஒரு அடிமரம் அல்லது மரம் போன்ற ஒரு நீளமான தண்டு. தரையில் நடப்பட்டு, மேல்முனை ஊசிபோல் கூர்மையாக்கப் பட்டிருக்கும். பலியாளைக் கூரின்மேல் அமர்த்தி, அவர் உடல் இரண்டாய்க் கிழிபடும்படியாக, அவர் கால்களைப் பிடித்து கீழ்நோக்கி விசையாக இழுப்பார்கள்' என விளக்கமளித்துள்ளார் சிங்கராயர் (நூல்: பெரியார் பார்வையில் இஸ்லாமும் புத்தமும்).

'கழுமரத்தின் உச்சியில் கூர்மையான மான் கொம்பு அல்லது இரும்பு முனை இருக்கும் அதில் குற்றவாளியின் ஆசனவாய் பொருத்தப் பட்டுக் காவலர்களால் தோள் பிடித்து அமுக்கப்படுவான். அவன் உடம்பு இறங்க இறங்க முனையானது உள்ளே வந்து புகுந்து கபாலம் வழியாக வெளிப்பட்டுக் கொடூர மரணம் நிகழும். மரணாவஸ்தை யாக இருக்கும்' என வர்ணித்துள்ளார் எழுத்தாளர் அருணன்.

திருச்சி அருகே உள்ள பாச்சூரில்தான் காத்தவராயன் கழுவேற்றப் பட்டதாகக் கூறும் இவர், இங்குள்ள கழுமரம் ‘அறுபதடி உயரமுள்ள தேக்குமரம். அதன் உச்சியிலிருந்து சற்றுக் கீழே ‘ஆயனுடை பாம்பனை போல்’ ஓர் அகலமான பலகை இருந்தது. மரத்தின் உச்சியில் இணைக்கப்பட்டிருந்த இரும்புச் சட்டத்தில் இரும்புச் சங்கிலி தொங்கவிடப்பட்டிருந்தது. அதன் நுனியில் தூண்டில் போன்ற கொக்கி இருந்தது. அந்த அகலமான பலகையில் செங்கற்கள் அடுக்கி வைக்கப்பட்டிருக்கும். அதன்மீது குற்றவாளி நிறுத்தப்படுவான். அவனது கழுத்தில் தூண்டில் முள் கொக்கி குத்தப்படும். நன்கு குத்தப்பட்டதும் செங்கற்கள் அகற்றப்படும். அதனால், கால் ஊன்ற வசதியின்றி அந்தக் கொக்கியில் முழுஉடம்பும் தொங்கும்’ எனும் தகவலைத் தருகிறார் அருணன்.

‘கழுமரம் ஒரு குறியீட்டுச் செயலாகும். வாதில் தோற்றவர்கள் அதனை ஏற்றுக்கொள்ளும் முகமாக தங்கள் உத்தரியத்தைக் கழற்றி அந்தக் கழுமரத்தில் வீசுவார்கள். இந்த மரபு ஒரு நூற்றாண்டுக்கு முன்புகூடக் கேரளத்தில் இருந்துவந்தது’ என்கிறார் எழுத்தாளர் ஜெயமோகன்.

‘சென்னை அருங்காட்சியகத்தில் காட்சிப்படுத்தப்பட்டிருக்கும் கழுமரமும் ஈரோடு நகர் ஐயனாரப்பன் கோயிலில் உள்ள கழுமரமும் கொலைக் கருவிகளாகவே காணப்படுகின்றன’ என்கிறார் புலவர் செ.இராசு.

சென்னை அரசு அருங்காட்சியகத்தில் காட்சிப்படுத்தப்பட்டிருக்கும் ‘மெரியா பலித் தூண் (Meriah Sacrifice Post)’ குறித்து, அங்குள்ள குறிப்பு வருமாறு:

‘ஒரிசாவைச் சேர்ந்த கொந்தர் (கோண்டு) எனும் பழங்குடியினர், தாம் மேற்கொண்ட மஞ்சள் வேளாண்மையில் அதிக மகசூலைப் பெறுவதற்காக தமது புவித் தெய்வத்துக்கு மனித உயிர்ப் பலியினை மேற்கொண்டனர். இரத்தம் சொரியும் படையலை அளிக்காமல் தாம் பயிரிடும் மஞ்சள் அடர் சிவப்பு நிறத்தை அடையாது என்று இப்பழங் குடியினர் நம்பினர். யானையின் தும்பிக்கை போன்ற கிடைமட்ட மரப்பகுதியுடன் பலியிடப்படுவோர் இறுகக் கட்டப்பட்டனர். இப்பலித் தூணின் செங்குத்துப் பகுதி மீது கிடைமட்டப் பகுதி வெகுவேகமாக சுழற்றப்பட்டது.

ஏற்கனவே இலுப்பைப் பூ சாராயத்தால் போதை ஏற்றப்பட்ட பலியிடுவோர் இத்தகைய சுழல் இயக்கங்களால் மயக்கமடைந்து கத்தவியலாமல் செயலிழந்து கிடப்பர். பலியிடப்படுவோர் வலி தாங்காமல் கத்தினால், பூமித் தெய்வம் ஏற்காது என்று நம்பப்பட்டது.

கொந்தர் பழங்குடியினரிடையே வழக்கத்திலிருந்த மனிதப் பலியிடல் முற்றிலுமாக தடை செய்யப்பட்ட பிறகு காணக் கிடைக்கக்கூடியது இந்த ஒரே மெரியாப் பலித் தூண் மட்டுமே. 1852-ல் தான் இறுதியாக மெரியாப் பலி அளிக்கப்பட்டதாகப் பதிவு செய்யப்பட்டுள்ளது. வேல்ஸ் இளவரசி மற்றும் இளவரசர் இந்திய வருகையின் போது (1906இல்) சென்னைக்கு அழைத்துவரப்பட்ட கொந்தர் பழங்குடியினர் இந்த அருங்காட்சியகத்தில் காட்சிப்படுத்தப் பட்டிருக்கும் இம்மெரியாப் பலித் தூணைப் பார்த்தபோது மிகவும் உணர்ச்சி வயப்பட்டதாக குறிப்பிடப்பட்டுள்ளது.'

கோண்டு இனப் பழங்குடி மக்களிடையே நிலவிய மேற்கண்ட மனிதப் பலியிடல் வழக்கம் குறித்த விளக்கம் பின்னிணைப்பில் காண்க.

எண்பெருங்குன்றம்

மதுரையைச் சுற்றி எட்டுப் பெருங்குன்றுகள் இருந்ததாகச் சம்பந்தரின் தேவாரம், நாலடியார், தக்கயாகப் பரணி, பெரியபுராணம் உள்ளிட்ட நூல்களில் கூறப்பட்டுள்ளன. இக்குன்றுகளைப் பிரான்மலை, அழகர்மலை, ஆனைமலை, பசுமலை, நாகமலை, பரங்குன்றம், பன்றிமலை, கழுகுமலை ஆகியவற்றைக் குறிக்கும் அ.சிதம்பரனார், இப்பகுதிகளில் களப்பிரர் காலத்தில் ஏராளமான சமணர்கள் குடியேற்றப்பட்டனர் எனவும் தெரிவிக்கிறார்.

எண்பெருங்குன்றங்கள் குறித்து ஆய்வு செய்த மயிலை சீனி.வேங்கடசாமி 'யானைமலை, நாகமலை, இடபகிரி (சோலைமலை), பசுமலை, திருப்பரங்குன்றம், சித்தர்மலை, சமணமலை' ஆகியவற்றைத் தெரிவித்து 'இன்னொரு குன்று எது என்பது தெரியவில்லை' எனத் தெரிவித்துள்ளார்.

இந்த எண்பெருங்குன்றங்கள் குறித்து 21ஆம் நூற்றாண்டின் தொடக்கத்தில் ஆய்வு செய்த முனைவர் வெ.வேதாசலம், 'பரங்குன்றம், சமணர்மலை (திருவுருவகம்), பள்ளி (குறண்டிமலை), யானைமலை, இருங்குன்றம் (அழகர்மலை) முதலிய ஐந்து மலைகளை எண்பெருங்குன்றங்களாக ஐயமின்றிக் கூறலாம். நாகமலை (கொங்கர் புளியங்குளம் குன்று), அரிட்டாபட்டி மலை (திருப்பிணையன் மலை), கீழவளவுக் குன்று முதலிய மூன்று மலைகளை எண்பெருங்குன்றங் களைச் சார்ந்தவையாகக் கருத வாய்ப்புள்ளது' எனத் தெரிவித்துள்ளார்.

'கி.பி.ஏழாம் நூற்றாண்டில் சைவ சமணப் பூசலினால் சமண சமயத்துக்கு மதுரைப் பகுதியில் தற்காலிகமாகப் பின்னடைவு

ஏற்பட்டது. ஆனால் எட்டாம் நூற்றாண்டிலிருந்து மீண்டும் சமணம் மறுமலர்ச்சி அடைந்தது. தொடர்ந்து கி.பி.14 ஆம் நூற்றாண்டு வரை மதுரையைச் சூழ்ந்த குன்றங்கள் சமண முனிவர்கள் வாழ்ந்த புனிதமான குன்றங்களாகவும் சமய மையங்களாகவும் இருந்தன' என்றும் தெரிவித்துள்ள வெ.வேதாசலம், இக்குன்றங்களில் காணப்படும் சமணத் திருவுருவங்கள், கல்வெட்டுகள் ஆகியவற்றைச் சான்றாதாரமாகக் காட்டுகிறார்.

குறிப்பாக 'சமண மலையில் உள்ள மாதேவிப் பெரும்பள்ளி கி.பி.ஒன்பதாம் நூற்றாண்டிலிருந்து தொடர்ந்து மூன்று நூற்றாண்டு கள் சமணத் துறவிகளும் அவர்களின் மாணவர்களும் நிறைந்த சமணக் கல்லூரியாகவும் இருந்துள்ளது. முற்காலப் பாண்டியர் காலத்தில் இப்பள்ளியின் புகழ் தென்னிந்தியா முழுவதும் பரவியிருந்தது. இதனால் திகம்பர சமணத்தின் மூல சங்கமாக விளங்கிய சிரவண பௌகோளாவிலிருந்து துறவிகள் பலர் இப்பள்ளிக்கு வந்துள்ளனர். பீடம் ஒன்றையும் தோற்றுவித்துள்ளனர்.'

- எனும் தகவல்கள் முனைவர் வெ.வேதாசலம் எழுதிய 'எண்பெருங் குன்றம்' நூலில் இடம் பெற்றுள்ளன.

எண்ணாயிரம் - சில குறிப்புகள்

ஊரின் பேர்

விழுப்புரம் அருகே விக்கிரவாண்டி வட்டத்தில் உள்ளது எண்ணாயிரம் கிராமம். முதலாம் இராஜராஜன் காலத்தில் இவ்வூர் 'இராஜராஜ சதுர்வேதி மங்கலம்' என்றும், இங்குள்ள அழகிய நரசிங்கப்பெருமாள் கோயில் 'இராஜராஜ விண்ணகர்' என்றும் அழைக்கப்பட்டது.

முதலாவது இராஜேந்திரனது ஆட்சியில் (கி.பி.1012-1044) இங்கு வேதக்கல்லூரி இயங்கி வந்தது. இதற்கு 300 ஏக்கர் நிலத்தை சோழப் பேரரசன் கொடையாக வழங்கியிருக்கிறான். இங்கு இளநிலை மாணவர்கள் 270 பேரும், முதுநிலை மாணவர்கள் 70 பேரும், ஆசிரியர்கள் 14 பேரும் இருந்திருக்கின்றனர். இவர்களுக்கு ரூபாவதார இலக்கணம், ரிக்வேதம், வாஜ்யசனேய சாமவேதம், தலவாகர சாமவேதம், அதர்வன வேதம், பௌதாயன கிருஷ்யசூத்திரம் மற்றும் பௌதாயன ஞானசூத்திரம் கற்பிக்கப்பட்டதாக நரசிங்கப் பெருமாள் கோயில் கல்வெட்டு தெரிவிக்கிறது.

எண்ணாயிரம் பகுதியில் ஏராளமான சமணர்கள் வாழ்ந்துள்ளனர். இதற்கு அடையாளமாக இப்பகுதி மலைக்குன்றில் உள்ள குகைத்தளம் விளங்குகிறது. கற்படுக்கை, சமணச் சிற்பம் மற்றும் கல்வெட்டுக்கள் இங்குக் காணப்படுகின்றன.

கூன்பாண்டியனுக்கு மருத்துவம் பார்த்த சமணர்களில் சிலர் இப்பகுதியைச் சேர்ந்தவர்களாக இருந்திருப்பர் எனத் தெரிவித்துள்ள கொடுமுடி ச.சண்முகன், நாலடியார் பாடிய சமணரும் இப்பகுதியைச் சேர்ந்தவர்களே என்றும் குறிக்கிறார். இதனை விளக்கும் வகையில் 'நாலடியார் பாடியோர் வாழ்ந்த ஊர் எண்ணாயிரம்' என்ற திசைக்கல் கொடுமுடியாரால் இப்பகுதியில் நடப்பட்டது.கவிக் காளமேகம் பிறந்த ஊர் இந்த எண்ணாயிரம் ஆகும். காஞ்சிபுரத்தில் கண்டெடுக்கப்பட்ட 17ஆம் நூற்றாண்டுக் கல்வெட்டின் கீழ்க்காணும் வாசகம் இதனை உறுதிப்படுத்துகிறது.

மண்ணில் இருவர் மணவாளர், மண்ணளந்த
கண்ணன் அவன், இவன்பேர் காளமுகில் - கண்ணன்
அவனுக்கூர் எண்ணில் அணியரங்கம் ஒன்றே
இவனுக்கூர் எண்ணாயிரம்.

தொ.மு.பாஸ்கர தொண்டமான் தனது 'வேங்கடம் முதல் குமரி வரை' எனும் நூலில் 'எண்ணாயிரம்' ஊர் குறித்து எழுதியிருப்பதாவது:

'எண்ணாயிரம்' பேரே அழகாக இருக்கிறது. வாய் நிரம்பவும் இருக்கிறது. இந்தப் பெயர் இந்தச் சிற்றூருக்கு வருவானேன்? கிராமத்தாரிடம் கேட்டால் இங்குதான் எண்ணாயிரம் சமணர்கள் கழுவேற்றப்பட்டார்கள். அதனால்தான் எண்ணாயிரம் என்ற பேர் நிலைத்தது என்பார்கள். ஆனால் கொஞ்சம் துருவி ஆராய்ந்தால் அதில் உண்மையில்லை என்று தெரியும். இந்த சிற்றூர் பல்லவர் ஆட்சியில் பருத்திக்கொல்லை என்ற பெயருடன் பிரபலமாக இருந்திருக்கிறது.

மேலும், 'உடையவர் (இராமானுஜர்) ஸ்ரீபெரும்புதூரிலிருந்து திருவகிந்தபுரத்துக்குச் செல்லும் வழியில் பருத்திக்கொல்லையில் எழுந்தருளினார். அங்குத் தங்கியிருந்த அவருடன் வாதப் பிரதிவாதங்கள் செய்த சமணர்கள் தோற்றனர். ஒப்பந்தப்படி அவர்கள் கழுவேறவும் தயாராகிவிட்டனர். பரம தயாநிதியான உடையவர் அத்தனை சமணர்களையும் அந்தணர்களாக ஆக்கினார். எண்ணாயிரம் பேர் அன்று புனர்ஜென்மம் பெற்றனர். பருத்திக் கொல்லையே எண்ணாயிரம் என்று பெயர் பெறலாயிற்று. அஷ்ட

சகஸ்ரம் என்ற பிராமண வகுப்பினர் தோன்றிய கதை இதுதான் என்பர் தெரிந்தவர்கள்' என விவரித்துள்ளார்.

இராமானுஜர் தமது திருப்பதி யாத்திரைக்கு முன்பாக 'இடைகழி'யை அடுத்து 'அஷ்ட ஸகஸ்ரம்' எனும் கிராமத்தில் தங்கியதாக 'ஸ்ரீராமாநுஜ வைபவம்' நூலில் (தமிழில்: கே.எஸ். திருநாராயண அய்யங்கார்-1962) குறிப்பிடப்பட்டுள்ளது. ஆனால் வாதம், மதமாற்றம் போன்றவை அதில் காணப்படவில்லை.

90களின் தொடக்கத்தில் இப்பகுதியில் புதிய மருத்துவமனைக் கட்டடப் பணி நடந்தபோது, விலங்குகளின் எலும்புத் துண்டுகள், கல்லாகிப் போன நிலையில் கண்டெடுக்கப்பட்டன. விழுப்புரம் மாவட்டத்தின் மற்றொரு பகுதியான திருவக்கரையில் கல்மரங்கள் காணப்படும் நிலையில், எண்ணாயிரம் பகுதி விலங்குகளின் கல் எலும்பானது, இப்பகுதியின் தொன்மைக்கு வலுசேர்ப்பதாக அமைந்துள்ளது.

எண்ணிக்கை

சமண மதத்தைப் பரப்புவதற்காக பத்திரபாகு முனிவருடன் வந்தவர்கள் எண்ணாயிரம் பேரென்பர். இதுகுறித்து ஜீவபந்து டி.எஸ்.ஸ்ரீபால் எழுதியுள்ள குறிப்பு வருமாறு:

'மோரியப் பேரரசனாகிய சந்திரகுப்த மன்னனும், அவர்தம் குருவாகிய பத்திரபாகு சுவாமிகளும், அவருடன் தமிழகம் வந்த எண்ணாயிரம் சமண முனிவர்களும் நமது உள்ளங்களில் காட்சியளிக்கின்றனர். பத்திரபாகு சுவாமிகள், எண்ணாயிரம் மாணவர்களுடன் தமிழகம் வந்து ஆங்காங்கு உள்ள சமணக் கோயில்களையும், அறவோர் பள்ளிகளையும், அரசர்களையும், சாவகச் சாவகிகளையும் (சாவகர்-இல்லறச் சமணர்) கண்டுகளித்தும், அறவுரைகள் ஆற்றியும் வந்தனர்.

அவ்வெண்ணாயிரவரும் தமிழக மலைகளிலே தவமியற்றும் சமண முனிவர்களுடன் தங்கி அளவளாவியும் வந்தனர். இவ்வாறு அம்முனிவர்கள் எண்ணாயிரவரும் தமிழகத்தில் சுற்றுப் பயணம் செய்து, தமிழக மக்களின் மனத்தைக் கவர்ந்தனர். அவ்வறவோர் களின் அறவுரைகளை மன்னர்களும் மக்களும் கேட்டு இன்புற்றனர். அத்தூய தவத்தோர்களைக் கடவுளர் எனவும் போற்றி வணங்கினர். அம்முனிவர்கள் தமிழக மக்களின் உயிர் கலந்து, உளங் கலந்து, ஊன் கலந்து விளங்கினர். அவ்வறவோர்கள் பலரும் சிரவண வெண் குளம் சென்றுவிட்ட பின்னரும் அவர்களைப் பற்றிய நினைவும், அவர்கள் தொடர்பு கொண்ட மலைகளும் மக்கள் மனத்தைவிட்டு அகலவே இல்லை.'

கோத்திரம்

சமணரில் 'அஷ்ட சகஸ்ர கோத்திரம் (எண்ணாயிரவர்)' எனும் ஒரு பிரிவினர் இருப்பதாக கொடுமுடி ச.சண்முகன், புலவர் செ.இராசு ஆகியோர் தெரிவித்துள்ளார்.

'எண்ணாயிரவரைச் சமணருடன் இணைப்பது போல் சைவருடனும் இணைப்பதுண்டு' என்கிறார் ச.கிருஷ்ணமூர்த்தி. இதற்கு எடுத்துக்காட்டாக கி.பி. 16 ஆம் நூற்றாண்டில் எழுதப்பட்ட 'கபிலக் கதை' என்ற அச்சில் வராத சுவடியில் உள்ள கீழ்க்கண்ட பாடலை அவர் காட்டுகிறார்.

> ஈதலிசை தர்மபுரி யென்னும்ஒரு அக்கிர காரத்தில்
> வேதமனு ஆகமங்கள் வெளவிய பலகா வியங்கள்
> சோதிடங்கள் தத்துவங்கள் சொல்லு தற்குவல் லவராய்
> பேதமற எண்ணாயிரம் பிராம ணர்கள்வீற் றிருந்தார்.

மேலும், உ.வே.சா. அவர்களும் 'எண்ணாயிரவர்' பிரிவைச் சேர்ந்தவர் என்பது குறிப்பிடத்தக்கது, இது குறித்து உ.வே.சா. சொல்கிறார்:

'அந்ணர்களுள் எண்ணாயிரம் பேர்கள் ஒரு தொகுதியாக வடநாட்டிலிருந்து வந்த காலத்தில் அவர்களை 'எண்ணாயிரத்தார்' என்னும் பெயரால் யாவரும் வழங்கியிருக்க வேண்டும் பிறகு அவர்கள் பல இடங்களில் பரவி எண்ணாயிரம் எண்பதினாயிரமாகப் பெருகிய காலத்திலும் அஷ்ட ஸகஸ்ரமென்ற பெயரே அவர்களுக்கு நிலைத்து விட்டது. ஸ்மார்த்தப் பிராமணர்களாகிய இந்த வகுப்பினர்

சமணக் கற்படுக்கைகள் - எண்ணாயிரமலை

அழகிய நரசிங்கப் பெருமாள் கோயில் - எண்ணாயிரம்

தமிழ்நாட்டில் பல இடங்களில் இருந்து வருகின்றனர்.' இந்த வகுப்பிலும் அத்தியூர், அருவாட்பாடி, நந்திவாடி என மூன்று பிரிவுகள் இருப்பதாகச் சொல்லும் உ.வே.சா., 'தான் அத்தியூர் பிரிவைச் சேர்ந்தவர்' என்றும் தெரிவித்துள்ளார்.

உ.வே.சா. அவர்கள் குறிப்பிடும் அத்தியூரும், சமணர்களில் அஷ்ட சகஸ்ர கோத்திரத்தினர் வாழ்ந்த எண்ணாயிரமும் விழுப்புரம் மாவட்டத்தைச் சேர்ந்த ஊர்கள் என்பது இங்கே குறிப்பிடத்தக்கதாகும்.

மருத்துவ நூல்

எண்ணாயிரம் எனும் நூலே தமிழ் மருத்துவத்துக்கு மூல நூலாக இருக்க வேண்டும் என்கிறார் முனைவர் இர.வாசுதேவன். திருமூலர் இயற்றிய இந்நூலானது இப்போது கிடைத்தில எனவும் அவர் தெரிவித்துள்ளார். மேலும் எண்ணாயிரம் நூலின் அருமை பெருமையை வடலூர் வள்ளலார் வியந்துப் போற்றுவதாகவும், 'தருமையாபுர ஆதினத்தின் சுவடி நூலகத்தில் எண்ணாயிரம் நூல் இருந்ததைக் கண்டதாகவும், சில காலங்களுக்குப் பின்னர் அந்நூலைத் தேடிச்சென்ற போது அங்கே அந்நூல் இல்லையென்று' தமிழ்த்தாத்தா உ.வே.சா. குறிப்பெழுதியுள்ளதாகவும், பதிவு செய்துள்ளார் முனைவர் இர.வாசுதேவன்.

இதேபோல் அகத்தியர் 8000, பரஞ்சோதி 8000 போன்ற நூல்களும் தமிழ் மருத்துவத்துக்கு அடிப்படையான நூல்களில் சிலவாம்.

சமண பௌத்த எதிர்ப்பில் சம்பந்தர்

தமிழ்நாட்டில் கி.பி.ஆறு, ஏழு, எட்டு மற்றும் ஒன்பதாம் நூற்றாண்டுகள் பக்தி இலக்கியக் காலம் என்று வருணிக்கப்படுகிறது. இக்காலக்கட்டத்தில் ஆழ்வார்களும், நாயன்மார்களும் தங்களின் பக்திப்பாடல்களால் மக்களிடம் மறுமலர்ச்சி ஏற்படுத்தினர்.

குறிப்பாக, கி.பி.ஏழாம் நூற்றாண்டு தமிழக வரலாற்றில் மிகவும் முக்கியத்துவம் வாய்ந்த காலமாகும். இக்காலத்தில்தான் வடக்கே பல்லவப் பேரரசன் மகேந்திர வர்மனும், தெற்கே பாண்டிய மன்னன் மாறவர்மன் அரிகேசரியும் சமண சமயத்தைத் தழுவியிருந்தனர். அங்கே சமணம், அரச மதமாயிருந்தது.

இக்காலக்கட்டம் குறித்து அறிஞர் தெ.பொ.மீ. '(சமணர், பௌத்தர்) உண்மை அறிவின் வடிவாம் கடவுளை மறுத்தனர். அழகு வழிபாட்டை நிரயவழி எனப்பழித்தனர். எறும்பையும், ஈயையும் தொடவும் அஞ்சிய அன்புருவானோர், தம்மொடு மாறுபட்ட மக்களைக் 'கண்டு முட்டு', 'கேட்டு முட்டு' என அன்பிலாது பழித்துப் புறத்தே ஒதுக்கினர். புத்தரும், மகாவீரரும் வெட்டிவிட்ட பேராறு தேங்கித் தயங்கியது. அன்பு ஊற்று அடைபட்டது. திருநீரோடு தெருநீரும், சிறுநீரும் கலந்தன. களவு, புலை, பொய்யொழுக்கம், துன்பம் என்பவை பெருமலையாய் நீரோட்டத்தைத் தடுத்தன' என விளக்குகிறார்.

அப்போது திருஞானசம்பந்தர், திருநாவுக்கரசர் ஆகியோர் மேற்கொண்ட சமயப் பிரசாரம் திருப்புமுனையை ஏற்படுத்தியது. பாண்டிய மன்னன் மாறவர்மனும், பல்லவ மன்னன் மகேந்திரனும் மீண்டும் சைவத்துக்குத் திரும்பினர். இப்பிரசாரத்தில் முன்னிலையில் நின்றவராகக் கருதப்படுபவர் திருஞான சம்பந்தராவார். 'வஞ்சச் சமண வல்இருளை மாய்க்கும் ஞான மணிச்சுடரே', 'ஆருகச் சமயக் காட்டை அழித்த வெங்கனலே', 'கலக அமணக் கைதவரைக் கழுவிலேற்றுங் கழுமலத்தோன்'-என்று ஞானசம்பந்ரைப் போற்றுகிறார் வடலூர் வள்ளல் பெருமான்,

ஆளுடையப் பிள்ளையார் என அழைக்கப்படும் திருஞான சம்பந்தர், சீர்காழியில் கவுணியர் கோத்திரத்தில் பிறந்தவர். 'இவர் திருவவதாரம் செய்த காலம் சுமார் கி.பி.636, 637ஆகவும், சோதியிற் கலந்த காலம் கி.பி.652-53 ஆகவும் இருக்கலாம்' என்கிறார் அறிஞர் கா.சு.பிள்ளை. ஞானசம்பந்தர் இம்மண்ணில் வாழ்ந்தது பதினாறு ஆண்டுகள்தான்.

திருஞானசம்பந்தர் ஒவ்வொரு பதிகத்திலும் 10ஆம் பாடலில் சைன பௌத்தத் துறவிகளை 'உடலைக் கழுவாதவர், உடையற்றவர், ஊத்தைவாயர், உடையின்றி உண்பவர், உண்டு திரிவதே தொழிலாகக் கொண்டிருப்பவர், உறி தூக்கி அலைபவர், கடுப்பொடி உண்டு உடலில் பூசுபவர், குண்டிகை கையில் ஏந்தியவர், கையில் உண்ணுபவர், நின்று உண்ணுபவர், பிண்டி நீழல் வாழ்வோர், பறித்த தலையினர், மயிற்பீலிக் குடையேந்தி மண்ணில் திரிபவர், மெய்யெலாம் மாசுடன் வெயிலில் திரிபவர், அறிவு அற்றவர், தத்துவமில்லாதவர், புத்தியில்லாதவர், பொல்லாதவர், துட்டர், துன்மதியினர், நாணமில்லாதவர், நீதியறியாதவர், பொய்த்தவமுடையவர்' என்றெலாம் கடுமையாகச் சாடியிருக்கிறார்.

எல்லாவற்றையும் இல்லை இல்லை எனப் புறத்தே ஒதுக்கியவர்கள், மரத்தையா (பிண்டி மரம் - அசோக மரம்) கட்டியழ வேண்டும் என்றும் இழித்துரைக்கிறார்.

> 'மண்ண கத்திலும் வானிலும் எங்குமாம்
> திண்ண கத்திரு ஆலவா யாயருள்
> பெண்ண கத்தெழிற் சாக்கியப் பேய்மண்
> தெண்ணா கற்பழிக் கத்திரு வுள்ளமே.'

- இதில் வரும் 'கற்பழிக்கத் திருவுள்ளமே' என்பது குறித்து, 'சமணர்களது கற்பாவது யாது? அவர்களுடைய கொள்கைப்படி துறவினை வழிபடுவதன்றோ அவர்களுக்குக் கற்பாவது. அக்கொள்கையை மறந்து சிவனை வழிபடத் தொடங்கினால் அவர்கள் கற்பழிவர் அன்றோ?' என தெ.பொ.மீ விளக்கம் அளித்துள்ளார்.

'தமிழர்தம் கடவுள் நெறியைக் காக்கவும், தமிழர் வாழ்வில் புத்துணர்ச்சி பூக்கவும், தமிழர்கள் சிவனருளையே நோக்கவும், புறச்சமயங்களை நீக்கவும் ஊக்கமும் உரமும் படைத்த ஒரு தலைவனைத் தவம் கிடந்து பெற்றது. உறங்கிக் கிடந்த தமிழகத்தின் ஊர்கள் தோறும் சென்று மக்களைத் தட்டியெழுப்பித் திரண்டெழச் செய்த பக்திப் பாசறைக்கும் தமிழ் இயக்கத்துக்கும் தொண்டர் படைக்கும் கிடைத்த தானைத் தலைவர்தான் தளபதிதான் தமிழ் ஞானசம்பந்தர்' எனத் தெரிவிக்கும் டாக்டர் சோ.ந.கந்தசாமி, 'திருஞானசம்பந்தப் பெருமானின் பாடல்களில் காணப்படும் புறச்சமயத் தாக்குதல்களில் முறுக்கேறிய இளம் நெஞ்சத்தின் கொதிப்பும் ஆவேசமும் கொந்தளிக்கக் காண்கிறோம். இந்நாட்டுக்குச் சிறப்புரிமை உடைய சைவத்தினைக் காக்கும் நோக்கமே இவ்வாறு புறச் சமயக் கண்டனத்துக்கு ஏதுவாகும் என்பதும், நெறி

மாறிச்செல்லும் தமிழ் மக்களை நல்லாற்றுப்படுத்தும் அருள் மறவராகச் சம்பந்தர் திகழ்கிறார்' எனவும் புகழாரம் சூட்டுகிறார்.

'திருஞானசம்பந்தரும் திருநாவுக்கரசரும் சைவ வளர்ச்சியைச் செய்த திருத்தொண்டர்கள். சைவ சமயம் பொய்ச் சமயமல்ல என்று காட்டியது ஞானசம்பந்தப் பெருமான் பணி. சைவம் என்று கேட்டவுடன் நம்மை அறியாது கண்ணீர் பெருக்கி உருகும் நிலையை மக்கள் மனத்தில் உண்டாக்கிய பணியே திருநாவுக்கரசர் பணி. சுருங்கச் சொன்னால் சைவத்தை அறிவுத் துறையில் தத்துவத் துறையில் நிலைநாட்டியவர் ஞானசம்பந்தப் பெருந்தகை. அச்சைவத்தை அனுபவ வாயிலாக, குறிப்பிட்ட வழிகளில் நடந்து துய்க்கும் அனுபவப் பொருளாக வளர்த்துக் காட்டியவர் நாவுக்கரசர். உணர வைத்தவர் ஞானசம்பந்தர். உருக வைத்தவர் நாவுக்கரசர்' என இருவரின் பணிகளையும் பட்டியலிடுகிறார் டாக்டர் வை.இரத்தின சபாபதி.

'தமிழ் முரசு கொட்டித் தமிழ்க்கொடி ஏந்தித் தமிழ்க் கவிதையால் தமிழ்க்கடவுளைப் பாடி, தூங்கும் தமிழினத்தைத் தட்டி எழுப்பின வீரத்தமிழர் ஒருவர் உண்டு என்றால் அவர் ஞானசம்பந்தரல்லாமல் வேறு யார்?' என்று கேட்கிறார் அ.ச.ஞானசம்பந்தன்.

'திருஞானசம்பந்தர் காலத்தில் வேத வழக்கொடுபட்ட வைதிக நெறியை மேற்கொள்ளாத புத்தர், சாக்கியர், தேரர், சமணர் முதலிய சமயத்தவர்கள் தமிழகத்தில் இருந்துவந்தனர். ஞானசம்பந்தர் அவர்களுடைய நடை உடை ஒழுக்கம் முதலியவற்றில் அருவெருப் புற்றுத் தாம் பாடிய திருப்பதிகங்களில் அவற்றை மறுத்தும், வெறுத்தும், வெகுண்டும், கடிந்தும், எள்ளியும், இகழ்ந்தும் பாடியுள்ளதாக'த் தெரிவிக்கிறார் ஔவை துரைசாமிப் பிள்ளை.

'திருஞானசம்பந்தர் ஒவ்வொரு பதிகத்திலும் பத்தாம் பாடலில் சைன பௌத்தத் துறவிகளின் போலி வாழ்க்கையை எள்ளியும் கடிந்தும் கூறுவார். சைனரும் பௌத்தரும் துறவறத்தையே பெருமையாகப் பேசி இல்லறத்தைப் பழித்துவந்த காலத்தில், திருஞானசம்பந்தர் பெண்களுக்கு நேர்ந்த தாழ்வைப் போக்குவதிலும், போலித் துறவை வெறுத்துப் பழிப்பதிலும் ஆர்வம் காட்டினார்' என்கிறார் மு.வ.

'அவர் (சம்பந்தர்) காலத்தில், சமணர்களும் புத்தர்களும் தாங்கள் போதித்த அறநெறிக்கு மாறான ஒழுக்கங்களை மேற்கொண்டிருக்க வேண்டும். அதனால்தான் அவர்களை வெறுத்துப் பாடியிருக்கின்றார். அவர் வடமொழியிலேயும் வல்லுநர் என்பதையே அவருடைய பாடல்கள் காட்டுகின்றன. தமிழும் வடமொழியும் ஒத்த பெருமை யுடையன, சமமானவை என்பதே சம்பந்தர் கருத்தாகும்' என்கிறார் சாமி.சிதம்பரனார்.

இதனால்தான், 'சம்பந்தர் வேதத்தையும் வேதியரையும் வேள்விகளையும் பல விடத்தும் பாராட்டிப் போற்றியிருப்பதை நோக்குமிடத்து, அவர் சிவநெறியை மட்டுமின்றி வேத நெறியையுங் காக்கவே சமண மதத்தைப் பாண்டி நாட்டில் தொலைத்தார் என்று கருதநேர்கிறது' எனும், மொழியியல் அறிஞர் தேவநேயப் பாவாணரின் விமர்சனத்தையும் இங்கு நாம் குறிப்பிட வேண்டும்.

தேவாரத்தில் காணப்படும் சமண எதிர்ப்பு குறித்து ஆய்வு செய்த கோவை கிழார் 'சமண சமயத்தின் பேரில் ஏற்பட்டிருந்த பொல்லாப்பு முழுவதும் வெளிச் சடங்குகளைப் பற்றியேயன்றி அடிப்படையாக விருக்கும் கோட்பாடுகளைப் பின்பற்றியது அல்ல' என்கிறார்.

வேற்றுச் சமயங்களிடத்து ஞானசம்பந்தருக்குத் தீராத சகிப்பின்மை உண்டானது குறித்து 'அக்கால நிலையினை நாம் தெளிந்து அறிந்து கொள்வதற்கு வேண்டிய சான்றுகள் போதிய அளவு கிடைக்காத நிலையில் அதுபற்றி நாம் பல்வேறு காரணங்களைக் கற்பித்துக் கொள்வது பொருத்தமன்று' என பேராசிரியர் சுந்தரம் பிள்ளை தெரிவித்திருந்த கருத்து குறிப்பிடத்தக்கது.

இதனைத் தொடர்ந்து நாயன்மார்களின் குறிப்பாக, சம்பந்தரின் சமணர்- பௌத்தர் எதிர்ப்புக்கான வைராக்கியம் குறித்து, அன்றைய காலக்கட்டத்துக்கான சமூகப் பண்பாட்டுப் பொருளாதாரச் சூழல் அடிப்படையில் ஆய்வு செய்த ஆய்வறிஞர் க.கைலாசபதி,

'பல்லவர் கால இலக்கியங்களை நாம் படித்துப் பார்ப்போமாயின் தமிழ் தமிழ் என்னும் ஆவேசக் குரலைக் காதாறக் கேட்கலாம். ஏனென்றால், பல்லவர் காலத்திலே வடமொழியே அரசவை மொழியாகவும் இருந்தது. அதுமட்டுமன்று சமண சமயப் பிரச்சாரத்துக்காகவும், அதனைச் சார்ந்த தேவைகளுக்காகவும் சமணர்களால் இயற்றப்பட்ட சில நூல்களைத் தவிரப் பெருந் தமிழிலக்கிய நூல்கள் இக்காலத்தில் இயற்றப்பட்டில. ஆனால் இக்காலப் பகுதியில் பல சிறப்புவாய்ந்த வடமொழி நூல்கள் தென்னிந்தியாவின் பல்வேறு பகுதிகளிலும் இயற்றப்பட்டன. பல்லவ மன்னர்களே வடமொழி நூலாசிரியராகவும் இருந்தனர். பல்லவராட்சி காலத்திலே லோகவிபாகம், கிரார்தார்ச்சுனீயம், அவந்திசுந்தரிகா, காவ்யாதர்சம், மத்த விலாசப் பிரகசனம், மகாவீர சரிதம், உத்தம ராமசரிதம், மாலதி மாதவ, முகுந்த மாலா முதலிய வடமொழி நூல்கள் எழுந்தன. ஆனால் நாயன்மார் ஆழ்வார் ஆகியோருடைய திருப்பாடல்களைப் படிக்கும்போது அவர்கள் மொழிக்குத் தெய்வத் தன்மை அளிப்பதைக் காண்கிறோம்.

தமிழுணர்ச்சி தெய்வத் தமிழுணர்ச்சியாக மாறியதனையே நாம் இங்கு ஆராய வேண்டியிருக்கிறது' என்கிறார்.

இறுதியில், 'சமணரது செல்வாக்கைக் குறைத்துத்தான் தமது செல்வாக்கை நிலைநிறுத்தலாம் என்ற தவிர்க்க முடியாத முடிவுக்கு அவர்கள் (நாயன்மார்) வந்ததே இந்த இழிப்புரைகளுக்குக் காரணம்' எனும் முடிவுக்கு க.கைலாசபதி வந்திருக்கிறார்.

3
இலக்கியப் பதிவுகளில் கழுவேற்றம்

'எண்ணாயிரம் சமணர் கழுவேற்றம்'

பன்னிரு திருமுறைகளில் சேக்கிழார் பாடிய பெரியபுராணம் என்று வழங்கப்படும் 'திருத்தொண்டர் புராணம்' பன்னிரண்டாம் திருமுறை யாகப் போற்றப்பட்டு வருகிறது. இது இரண்டு காண்டங்களாகவும், 13 சருக்கங்களாகவும் 4286 பாடல்களைக் கொண்டதாகவும் இருக்கிறது.

பெரியபுராணத்தின் இரண்டாம் காண்டத்தில் திருஞான சம்பந்த நாயனார் புராணம் இடம் பெற்றுள்ளது. சம்பந்தரின் பெருமைகளை விரித்துரைக்கும் வகையில் 1256 பாடல்கள் அமைந்துள்ளன. இதில், பாண்டிய மன்னன் நின்றசீர் நெடுமாறன் (கூன்பாண்டியன்) காலத்தில் நடைபெற்றதாக, பின்வரும் கதையை விவரித்துள்ளார் சேக்கிழார்:

பாண்டிநாடு முழுவதும் சமணரே பரவியிருந்தனர். நெறி தவறி நடந்த அவர்களால் நாடு கலங்கியது. அரசனும் அந்த நெறியையே சார்ந்திருந்தான். பாண்டியன் மனைவி மங்கையர்க்கரசி, அமைச்சர் குலச்சிறையார் ஆகியோர் மட்டும் சிவனை வழிபடுபவர்களாக, அதுவும் பாண்டியன் அறியாத வகையில் வழிபடுபவர்களாக இருந்தனர்.

அச்சமயம் திருஞான சம்பந்தர் திருமறைக்காட்டில் தங்கியிருந்தார். இதனை அறிந்த அரசியாரும் அமைச்சரும் பாண்டி நாடு சமணப்

பாழியாய் அழிவதைத் தடுக்கத் தம் ஆட்கள் மூலம் அவருக்கு அழைப்பு விடுத்தனர். இதனையேற்று ஞான சம்பந்தரும் சிவனடியார்கள் புடை சூழ மதுரைக்கு வருகை தந்தார்.

அப்போது சமணர்களுக்குத் தீய கனவுகள் தோன்றின. கால்கள் தடுமாறியது. இடதுகண் துடித்தது. அதே நேரம் மங்கையர்க்கரசி, குலச்சிறையார் ஆகியோருக்கு நல்ல கனவுகள் தோன்றின.

இதற்கிடையே மதுரை வந்த ஞானசம்பந்தரும் அவர்தம் அடியவர்களும் அங்குள்ள மடத்தில் தங்க வைக்கப்பட்டனர். அன்று இரவு சிவனடியார்கள் பாடிய திருப்பதிகத்தின் முழக்கம் மதுரை நகரமெங்கும் பரவியது. இதனால் அதிர்ச்சி அடைந்த சமணர்கள் மன்னனைச் சந்திக்கின்றனர். 'மதுரையிற் சைவ வெறியர்கள் கூட்டமாக வந்திருத்தலைக் கண்டமையால் உண்ணாநிலை ஆயினோம் (யாங்கள் கண்டு முட்டு)' என்றனர். 'இத்துன்பச் செய்தியைக் கேட்டதால் யானும் உண்ணா நிலையாயினேன் (யானும் கேட்டு முட்டு)' என்கிறான் அரசன்.

மேலும், சம்பந்தர் தங்கியிருக்கும் மடத்தில் மந்திர விச்சையால் தீப்பற்றும்படி செய்தால் அவர்கள் ஓடிவிடுவார்கள் எனச் சமணர் தெரிவிக்க, அரசன் அதற்கு ஒப்புதல் அளிக்கிறான். ஆனால் அவர்கள் ஏவிய மந்திரங்கள் பயன் தரவில்லை. இதனால் அங்கு நேரிடையாகவே சென்ற சமணர்கள் மடத்துக்குத் தீவைக்கின்றனர். அத்தீயும் சிவனடியார்களால் அணைக்கப்படுகிறது.

அரசன் முறை செய்யாததால்தான் இது நேர்ந்தது எனச் சிந்தித்த சம்பந்தர் 'சைவர் வாழ்மடத்து அமணர்கள் இட்ட தீத்தழல் போய்ப் பையவே சென்று பாண்டியனைச் சார்வதாகுக' என்கிறார். இதனால் விரிந்த வெந்தழல் பாண்டியனிடம் மெல்லச் சென்று வெப்பு நோயாக மாறுகிறது. இதனால் மன்னனின் வெப்புநோயைத் தணிக்கச் சமணர்கள் பலவித மருந்து கொடுத்துப் பார்க்கிறார்கள். முடியவில்லை.

பின்னர் சம்பந்தர் அரண்மனைக்கு வரவழைக்கப்படுகிறார். அங்கு சென்ற அவர், திருநீற்றுப் பதிகம் பாடி அரசன் உடலின்மீது திருநீற்றைப் பூசுகிறார். வெப்பம் தணிகிறது. 'யான் உய்ந்தேன்' என்கிறான் அரசன். அரசனது வெப்பு நோயைத் தணிப்பதில் தோற்ற சமணர்கள், சம்பந்தரைத் தருக்க வாதத்துக்கு அழைக்கின்றனர். இதன்படி அனல்வாதம் நடைபெறுகிறது. அப்போது சமணர்கள் ஏடு தீயிலிட அது சாம்பலாகிறது. இதனைத் தொடர்ந்து 'போக மார்த்த பூண்முலையாள்' என்னுந் திருப்பதிக ஏட்டினை அனைவரும் காணும்வகையில் சம்பந்தர் தீயிலிடுகிறார். அது எரிந்து சாம்பாலாகாமல் பச்சையாய் இருக்கிறது.

இதற்குப் பின்னரும் அமைதியடையாத சமணர், சம்பந்தரைப் புனல் வாதத்துக்கு அழைத்தனர். அப்பொழுது அமைச்சர் குலச்சிறையார் 'இதிலும் தோற்றால் அதற்கு அடையாளம் என்ன என்பதைச் சொல்லுங்கள்' என்றார். இவ்வாதத்தில் நிச்சயம் வெற்றி அடைந்துவிடலாம் எனக்கருதிய சமணர் 'தோல்வியுறுபவர்களை அரசன் கழுவிலேற்றலாம்' என்றனர்.

அங்குஅதுகேட்டு நின்ற அமணரும் அவர்மேல் சென்று
பொங்கிய வெகுளி கூரப் பொறாமை காரணமே
ஆகத்தங்கள் வாய் சோர்ந்து 'தாமே தனிவாதில்
அழிந்தோம்
ஆகில்வெங்கழு ஏற்றுவான் இவ் வேந்தனே'

- என்று சொன்னார். *(798)*

பின்னர் புனல்வாதம் தொடங்கியது. 'அஸ்தி நாஸ்தி'யென்ற வடமொழி வசனத்தை எழுதிய ஏட்டினை சமணர் வைகையாற்றில் இட, அது ஆற்றுவெள்ளத்தில், எதிரேறாமல் அடித்துச் செல்லப் பட்டது. ஞானசம்பந்தர் 'வாழ்க அந்தணர்' எனும் பதிகம் இடம்பெற்ற ஏட்டினை ஆற்றிலிட்டார். அவ்வேடு வைகைப் பெருவெள்ளத்தைக் கிழித்து எதிர்ஏகியது. வைகையின் வடகரையிலமைந்த திருக்கோயிலின் பக்கத்தில் தேங்கிய நீர் நடுவே வந்து நின்றது. அதுகண்ட குலச்சிறையார் ஆற்றில் இறங்கி ஏட்டினை யெடுத்துத் தலைமேற் கொண்டு வந்தார். முன்பு கூனனாயிருந்த பாண்டியன் கூன்நீங்கி, நின்றசீர் நெடுமாறன் ஆனான்.

மன்னவர் மாறன் கண்டு மந்திரியாரை நோக்கித்
'துன்னிய வாதில் ஒட்டித் தோற்றஇச் சமணர் தங்கள்
முன்னமே பிள் ளையார்பால் அநுசி தம் முற்றச்செய்தார்
கொல் நுனைக் கழுவில் ஏற முறைசெய்க'

- என்று கூற *(853)*

பாண்டியன், தன் அமைச்சரை நோக்கி 'வாதிற் சூளுரைத்துத் தோல்வியுற்ற சமணர்கள் முன்னமே ஞானசம்பந்தர்பால் தீங்கு விளைத்தோராதலின் அவர்கள் செய்து கொண்ட சபதத்தின்படி அவர்களைக் கழுவேறச் செய்தலே முறையாகும்' எனக் கூறினான்.

புகலியில் வந்த ஞானப் புங்கவர் அதனைக் கேட்டும்
இகல்இலர் எனினும் சைவர் இருந்துவாழ் மடத்தில் தீங்கு
தகவு இலாச் சமணர் செய்த தன்மையால் சாலும் என்றே
மிகைஇலா வேந்தன் செய்கை விலக்கிடாது
இருந்த வேலை *(854)*

சம்பந்தர், சமணர்கள் மேல் சிறிதும் பகைமையில்லாதவராயினும் (இகல் இலர்) அவர்கள் சிவனடியார்கள் இருந்த மடத்திலே தீவைத்த காரணத்தால் அவர்களுக்கு விதிக்கப்பட்ட தண்டனையை விலக்காதிருந்தார்.

பண்புடை அமைச்சனாரும் பாருளோர் அறியும் ஆற்றால்
கண்புடைபட்டு நீண்ட கழுத்தறி நிரையில் ஏற்ற
நண்புடை ஞானம் உண்டார் மடத்துத் தீ நாடி இட்ட
எண்பெரும் குன்றத்து எண்ணா யிரவரும் ஏறினார்கள்.

(855)

அமைச்சர் குலச்சிறையார் கழுத்தறிகளை நாட்டியபின், தோல்வியுற்று நின்ற சமணர் அனைவரும் (எண்ணாயிரவரும்) அத்தறிகளில் ஏறி உயிர்துறந்தனர்.

இதுவே, பெரியபுராணத்தில் வரும் கதையின் சுருக்கமாகும்.

சேக்கிழாருக்கு முன்னும் பின்னும்...

நம்பியாண்டார் நம்பி: இவரது காலம் கி.பி.10ஆம் நூற்றாண்டின் இறுதி அல்லது 11ஆம் நூற்றாண்டின் தொடக்கமென்பர். இவர், தேவாரத் திருமுறைகளைத் தொகுத்து 'திருத்தொண்டர் திருவந்தாதி' இயற்றினார் என்பது அனைவரும் அறிந்ததே. மேலும் 9 நூல்களை இவர் இயற்றியுள்ளார். இதில், ஞானசம்பந்தர் குறித்து, 1.சம்பந்தர் திருஅந்தாதி, 2.சம்பந்தர் திருச்சண்பை விருத்தம், 3.சம்பந்தர் திரு மும்மணிக் கோவை, 4.சம்பந்தர் திருவுலா மாலை, 5.சம்பந்தர் திருக்கலம்பகம், 6.சம்பந்தர் திருத்தொகை, ஆகியவை அடங்கும்.

'நம்பி பாடிய இந்த ஆறு நூல்களிலும் சம்பந்தர் வரலாற்றுக் குறிப்புகள் எல்லாம் அடங்கிவிட்டன. இந்த ஆறு நூல்கள், சம்பந்தர் தேவாரம் கொண்டே சேக்கிழார் பெரியபுராணம் பாடினார்' என டாக்டர் மா.இராசமாணிக்கனார் தெரிவித்துள்ளார். ஞானசம்பந்தர் குறித்த சம்பந்தர் திருவந்தாதிப் பாடல்களில்.

'கோதைவேல் தென்னன்தன் கூடல் குலநகரில்
வாதில் அமணர் வலி தொலையக் - காதலால்
புணர் கெழுவு செம்புனல் ஆறுஓடப் பொருதவரை
வன் கழுவில் தைத்த மறையோன்'

- என்கிறார்.

அதாவது, கூடல்நகரில், சுற்றிலும் எண்குன்றங்களின் நின்று குழுமி வந்த அருகரோடு, தமிழ் வழக்கிட்டு வென்று, அவர்கள் வலி தொலையக் கழுவேற்றி அவர்தம் செங்குருதி ஆறாகப் பெருகி ஓடச்செய்தார் சம்பந்தர் என்கிறார் நம்பியாண்டார் நம்பி.

திருஞானசம்பந்தர் உலாவில், அவரைப் பார்த்த பெண்கள் 'இவன் நமக்கு இரங்கி அருள் செய்வான். நம்மை இவன் சேர்வான். அவன் தண்ணருளுடையான். நாம் நோவப்பாரான் என்று எண்ணுவது என்ன பேதைமை. இவனன்றோ சமணர்களைக் கழுவேற்றிய கன்மனக் கொடியோன். இவன் மனமோ இரங்கும்?' என்று கூறி கீழ்க்கண்டவாறு புலம்புகின்றனராம்.

'நங்கைமீர்,
இன்றிவன் நல்குமே. எண்பெருங் குன்றத்தில்
அன்றமணர் கூட்டத்தை ஆசழித்துப் - பொன்ற
உரைகெழுவு செந்தமிழ்ப் பாவொன்றினால் வென்றி
நிரைகழுமே லுய்த்தானை நேர்ந்து - விரைமலர்த்தாள்
பெற்றிடலாம் என்றிருந்த நம்மிலும் பேதையர்கள்
மற்றுளரோ?'
திருஞான சம்பந்தர் திருக்கலம்பகத்திலும்
'அமணரைக் கழுநுதிக்கண் உறுத்தவனும் நீ.' என்றும்,
'அறிவாகி இன்பஞ் செய்தமிழ் வாதில்
வென்றந்த அமணான வன்குண்டர் கழுவேற
முன்கண்ட செறிமாட வண்சண்பை நகராளி' என்றும்,
'அருகர்தர் குலமொன்றி முழுதும்
கழுவிலேறக் கறுத்தது' என்றும் பாடுகிறார்.

'நமக்கு எட்டிய நூல்களில் முதன் முதலில் நம்பியாண்டார் நம்பியே கழுவேற்றத்தைப் பாடுவதாக' தெ.பொ.மீ. தெரிவித்துள்ளார்.

ஒட்டக் கூத்தர்: இவரது காலம் 12ஆம் நூற்றாண்டாகும். இவர் பாடிய நூல்களில் ஒன்று தக்கயாகப் பரணி. இதன் 6ஆம் பகுதியில் 'கோயிலைப் பாடியது' இடம் பெற்றுள்ளது. முருகன் திருஞான சம்பந்தராக வந்து சமணரோடு வாதிட்டு வென்றது, மன்னனின் வயிற்று வலியை திருநீற்றால் போக்கியது, சமணர் கழுவேறி மாண்டது ஆகியவை விவரிக்கப்பட்டுள்ளன.

காளிதேவி அருகிலிருந்த கலைமகளை நோக்கி, 'முருகன், திருஞான சம்பந்தராய் பிறந்து மதுரையில் வெற்றி கொள்ளப்போகும் அந்த இனிய கதையை எடுத்துச் சொல்லு' என்று கேட்பதில் இருந்து, கதைத் தொடங்குகிறது. 'சீர்காழியிலிருந்து மதுரை செல்லும்

சம்பந்தர், ஒரு மடத்தில் தங்கினார். அம்மடத்தை அமணர்கள் கொளுத்துகின்றனர். அதனால் ஒன்றும் ஏற்படவில்லை. அது பாண்டியன் தந்த ஆதரவால் வந்தது என்பதறிந்த சம்பந்தர், அத்தீயினைப் பாண்டியன் மேலே செல்லுமாறு பாடினார். அந்த நெருப்பு பாண்டிய மன்னனுக்கு வந்து வெப்பு நோயை ஏற்படுத்தி, உடல் கொதிக்கிறது. அரசனிடம் சென்ற சமணர்கள் மந்திரங்கள் அடங்கிய சக்கரத்தைக் கட்டுகின்றனர். இதனால் மன்னன் நலமடையவில்லை. இதனைத்தொடர்ந்து அரசியார், மந்திரியார் ஆகியோரின் அழைப்பையேற்று சம்பந்தர் அரசவைக்கு வருகிறார். அவர் இட்ட திருநீற்றால் அரசனின் வெப்புத் தணிகிறது. தனது வெப்பு நோயைத் தீர்க்காத சமணர்களைப் பார்த்து மன்னன் 'என் முன்பு கோபம் கொள்வதையும், வாதம் செய்வதையும் விட்டு விடுங்கள்' என்கிறான்.

ஆனால் சமணர்கள் சிலர், 'இரண்டு வாதங்களை வைப்போம். அதில் வென்றவர்களே வெற்றி பெற்றவராவர். தோற்றவர்களைக் கழுவில் ஏற்றுங்கள்' என யோசனை தெரிவித்தனர். அவர்களோடு சேர்ந்து ஆனைமலை, நாகமலை முதலான எட்டு மலைகளிலிருந்து வந்த சமணர் எண்ணாயிரவரும் அதனை வலியுறுத்தினர். இதைக் கேட்ட மங்கையர்க்கரசி அச்சம் கொள்கிறார். 'பிறரைக் கொலை செய்வதற்கு அஞ்சாத அரக்கர் இவர். இவர்களோடு போர்செய்வதை நான் ஏற்க மாட்டேன். உமது ஊருக்குத் திரும்புங்கள்' என்று சம்பந்தரை வேண்டுகிறார்.

'நெருப்பு, மேகம், நீர் நம்முடையது. சிவன் அருள்பெற்ற எமது ஏடு கருகாது. வெள்ளத்தில் இட்டாலும் இது எதிர்த்துக் கரையேறும்' என அரசிக்கு, சம்பந்தர் ஆறுதல் கூறுகிறார்.

தொடர்ந்து வைகைக் கரையில் அனல்வாதம், புனல்வாதம் நடக்கிறது. இதில் சம்பந்தர் வெற்றி பெறுகிறார். அங்கு வந்த பாண்டியனின் முதுகைத் தடவ, அவனது கூனும் நீங்கியது. இதனைத் தொடர்ந்து,

> 'வேதப் பகைவர் தம்உடம்பு
> வீங்கத் தூங்கும் வெங்கழுவிற்கு
> ஏதப் படும்எண் பெருங்குன்றத்து
> எல்லா அசோகும்' எனவே.

'சைவ வேதத்துப் பகைவராகிய சமணர்களின் உடல்களைக் கழுக்களில் தொங்கவிடுவதற்கு, அவர்கள் வழிபட்டுத் தங்கியிருந்த

எட்டுப் பெருமலைகளின் அசோக மரங்கள் அனைத்தையும் வெட்டி எடுத்துக்கொள்ளுங்கள்' என்று பாண்டியன் ஆணையிட்டான்.

மண்ணா உடம்பு தம்குருதி
மண்ணக் கழுவின் மிசைவைத்தார்
எண்ணாயிரவர்க்கு எளியவரோ,
நாற்பத் தெண்ணா யிரவரே.

சமணர் தம் கழுவாத உடல்களைத் தம் குருதியால் கழுவிடுமாறு கழுவின் மீதேறினர். சிவனுக்குப் பணிபுரிந்து வந்த மாகேசுரராகிய நாற்பத் தெண்ணாயிரவர் இந்த எண்ணாயிரவர்க்கு மேற்பட்டாரல்லரோ?

சம்பந்தர் மதுரையில் சமணர்களைக் கழுவேற்றிய பின்னர்த் தம் பயணத்தைத் தொடர்ந்து சீர்காழி சென்றடைந்தார். குண்டர்களாகிய சமணர் தாம் செய்த பாவத்தால் நரகமாகிய படுகுழி சென்றடைந்தனர். இவ்வாறு அகில கலாவல்லியாகிய கலைமகள் சம்பந்தரது வரலாற்றை எடுத்துரைத்துப் பணிந்தனள்.' (இப்பகுதி முனைவர் இரா.குமரவேலன் எழுதிய 'தக்க யாகப் பரணி மூலமும்-உரையும்' நூலில் இடம் பெற்றுள்ளவற்றின் சுருக்கம்.)

பரஞ்சோதி முனிவர்: 16ஆம் நூற்றாண்டின் பிற்பகுதி இவரது காலம் என்பது அறிஞர்களின் பொதுவான கருத்து. இவரால் இயற்றப்பட்டது திருவிளையாடற் புராணம். மதுரை மாநகரின் தல புராணமாகவும் விளங்கும் இப்புராணத்தில், இறைவனின் 64 திருவிளையாடல்கள் கூறப்பட்டுள்ளன. திரு ஆலவாய்க் காண்டத்தில்பாண்டியன் சுரம் தீர்ந்த படலத்துக்கு அடுத்து 63ஆவதாக 'சமணரைக் கழுவேற்றிய படலம்' இடம் பெற்றுள்ளது.

பாண்டியனின் சுரத்தைத் திருஞான சம்பந்தர் தீர்க்கிறார். இதனைத் தொடர்ந்து அவரை வணங்கிய பாண்டியனின் தேவியாகிய மங்கையர்க்கரசியும், அமைச்சர் குலச் சிறையாரும் 'இக்கன்னிநாடு முழுவதும் அமண் காடால் மூடியுள்ளது. இக்காட்டினை வெட்டியழிக்க வேண்டும்' என வேண்டுகின்றனர் இதனையேற்ற ஞானசம்பந்தர் சமணர்களை ஒறுப்பதற்கு திருவுளம் வேண்டும் என இறைவனிடம் வேண்டுகிறார். அப்போது வானில் தோன்றிய அசரீரி 'நீங்கள் சமணரை வாதுக்கழையுங்கள். அதில் அவர்கள் தோற்பார்கள். தோல்வியுற்ற சமணர் கழுவில் ஏறி இறப்பார்கள்' என்கிறது.

இதனையேற்றுச் சம்பந்தரும் சமணர்களை வாதுக்கு அழைக்கிறார். முதலில் அனல்வாதம் நடக்கிறது. இதில் சமணர்கள் போட்ட எண்ணாயிரம் ஏடுகளும் சாம்பலாகின்றது. சம்பந்தர் போட்ட ஏடு

நீரில் போட்டது போல் பச்சையாகவே இருந்தது. இதனால் ஆத்திரமடைந்த சமணர் புனல்வாதுக்கு அழைக்கின்றனர்.

அப்போதும் 'இதிலும் தோற்றால் என்னாவது?' எனச் சம்பந்தர் வினவ, 'நாங்கள் உங்களுக்கு அடிமை' என்கின்றனர் சமணர். ஆனால் 'எனக்கு ஏற்கனவே அடியவர் பதினாறாயிரம் பேர் இருப்பதால் உங்கள் அடிமை வேண்டாம். சிவபெருமானை இகழ்ந்த உங்களைக் கழுமரத்தில் ஏற்றுவோம். அதுவே தக்க முறையாகும்' என்கின்றார்.

தொடர்ந்து நடந்த புனல்வாதத்தில் சமணர் ஆற்றில் இட்ட ஏடுகள் தண்ணீரில் அடித்துச் செல்லப்பட, சம்பந்தரின் ஏடு ஆற்று நீரில் அடித்துச் செல்லப்படாமல் நிற்கிறது.

இதனைத் தொடர்ந்து சம்பந்தர் கூறுகிறார் 'இன்னமும் அறநெறி கூறுகின்றேன். எமது இறைவனுக்கு ஆட்படுங்கள்' என்கிறார். இதற்கு உடன்படாத மானமுள்ள சமணர் தாமே கழுவேறத் தொடங்குகின்றனர்.

> 'இன்னும் மறத்தா றிசைக்கின்றேம் நீரேன் வாளா
> இறக்கின்றீர்
> அன்னை யனையா னெம்மிறைவ னவனுக் கானா
> யுய்மின்கள்
> என்ன ஏட சிறியாய் நீ யெவ்வா றெங்கட் கடாதமொழி
> சொன்ன தென்று மானமுளார் கழுவிலேறத் தொடங்கினர்.'

கழுவிலேறாத மற்றவர்கள் பிடித்து, துன்புறுத்தி கழுமரத்தில் ஏற்றப்பட்டார்கள் என்பதனை,

> 'மதத்தினின் மான மிக்கார் தாங்களே வலியவேறிப்
> பதைத்திட இருந்தா ரேனைப் பறிதலை யவரைச் சைவ
> விதத்தினி லொழுக்கம் பூண்ட வேடத்தார் பற்றிப் பற்றிச்
> சிதைத்திடச் செய்தே றிட்டார் திரிதலைக் கழுக்கோல்
> தன்னில்.'

-என விளக்குகிறார் பரஞ்சோதி முனிவர். மேலும், உயிர் பிழைக்க நினைத்த சமணர் சிலர் திருநீறு தரித்தனர். சிலர் பசுமாட்டின் கோமியத்தைப் பூசிக்கொண்டனர். இதுவுங் கிடைக்காத பலர் பசுங்கன்றைத் தோளில் தூக்கிப் போட்டுக் கொண்டனர். இம்மூன்றும் கிடைக்காதவர்கள் திருநீறு இட்டுக்கொண்டவர்கள் மற்றும் கோமியத்தைப் பூசிக்கொண்டவர்களின் நெற்றிகளோடுத் தங்களுடைய நெற்றியை உரசி உயிர் பெற்றனர். கழுவேறி உயிரிழந்தவர்களின் உடல்கள் பருந்து, காக்கை மற்றும் நாய்களும் நரிகளும் கௌவிப் பிடித்து இழுத்துத் தின்னக் கிடந்தன எனச் செல்கிறது இக்கதை.

விவாதத்தின் தொடக்கம்

'எண்பெரும் குன்றத்து எண்ணாயிரவரும் ஏறினார்கள்.' 12ஆம் நூற்றாண்டில் சேக்கிழார் பெருமான் எழுதி வைத்தது (இப்படிச் சொல்வதற்குக் காரணம், கழுவேற்றத்தை நம்பி, கூத்தர் உள்ளிட்டோர் பாடியிருந்தாலும் விவாதத்துக்கு உரியதாக இன்றளவும் இருப்பது பெரிய புராணம் என்பதால்தான்) பையப் பைய வந்து தமிழறிஞர்களை அடைவதற்கு 800 ஆண்டுகளானது.

இதற்குக் காரணம், மழவை வீர சைவப் புலவர் மகாலிங்க ஐயரால் பெரிய புராணம் முதன்முதலில் 1843-ல் அச்சில் கொண்டு வரப்பட்டது. தொடர்ந்து, காஞ்சிபுரம் சபாபதி முதலியார், சிதம்பரம் இராமலிங்கம் பிள்ளை, யாழ்ப்பாணம் ஆறுமுக நாவலர் ஆகியோரின் பதிப்புகள் வெளிவந்தன. இதனைத் தொடர்ந்துதான் கழுவேற்றம் தொடர்பான விவாதங்களும் விமர்சனங்களும் அரங்கேறத் தொடங்கின.

சமணர்கள் கழுவேற்றம்-வரலாறா? கற்பனையா? கழுவேற்றப் பட்டவர்கள் எண்ணாயிரம் பகுதியைச் சேர்ந்தவர்களா? குழுவைச் சேர்ந்தவர்களா? அல்லது எட்டாயிரம் பேரா-? அவர்கள் கழுவேற்றப் பட்டார்களா? அவர்களே கழுவேறினார்களா? இதில் சம்பந்தருக்குச் சம்பந்தம் உண்டா? இல்லையா? போன்ற விவாதங்களும் புராணங்கள் மீதான விமரிசனங்களும் 19ஆம் நூற்றாண்டின் இறுதியில் தொடங்கின.

வடலூர் வள்ளலாரின் முதல் நான்கு திருமுறைகள் 1867ஆம் ஆண்டு பதிப்பித்து வெளியிடப்பட்டன. நான்காம் திருமுறையில், 'இறகெடுத்த அமணர் குலம் வேரறுத்த சொக்கே ஈதென்ன ஞாயம்' (2781) எனக் கேட்டிருந்தார் வள்ளலார்.

1882-ல் செங்கல்பட்டு அத்திப்பாக்கம் வேங்கடாசல நாயகர் 'இந்துமத ஆபாச தரிசினி' எனும் நூலை வெளியிட்டார். அதில் ஒருபகுதிக்கு அவர் இட்டிருந்தத் தலைப்பு 'சம்பந்தர் சமண சமயத்தை அழித்தது'.

1887 ஜனவரியில் வெளியான 'தத்துவ விவேசினி' வார இதழில் நால்வருண பேதம் குறித்து எழுதியிருந்த பாலசுந்தர முதலியாரென்பவர் புராணத்தை மேற்கோள்காட்டி, மானமுள்ள சமணர் தாமே கழுவேறினார்கள் எனத் தெரிவித்திருந்தார்.

அடுத்து, பிப்ரவரி 13-ல் வெளியான தத்துவ விவேசினி இதழில் இதுபற்றிக் கருத்துத் தெரிவித்திருந்த சென்னை லௌகீக சங்க மெம்பர் ஒருவர், 'தந்திரத்தினால் எங்களைச் சயித்துவிட்டதானாலேயே

எங்கள் சமயம் குறைந்து போகாது என்று சொல்லி மத வைராக்கியத்தினாலும் சவுரியத்தினாலும் தாங்களே கழுவேறினார்களென்றும், சமான்னியமான சமண சனங்களைச் சைவர்கள் துரத்தித் துரத்திப் பிடித்துக் கொலை செய்தார்களென்றும் புராணத்தின் மூலம் விளங்குகிறது' எனக் குறிப்பிட்டிருந்தார். (நூல்: தத்துவ விவேசினி, பதிப்பு: வீ.அரசு) (இதில் குறிப்பிடப்பட்டுள்ள 'புராணம்' பரஞ்சோதி முனிவரின் திருவிளையாடற் புராணமாக இருத்தல் வேண்டும். ஆ-ர்)

இவ்விவாதம் 20ஆம் நூற்றாண்டிலும் தொடர்ந்தது. 'திருநெல்வேலி புத்தகக் கடை முத்தையா பிள்ளை என்பவரின் ஏற்பாட்டில் (1922-23) ஒருகூட்டம் நடந்தது. இதில், சமணர் கழுவேற்றப்பட்டனரா? என்ற விவாதம் நடந்தது. இவ்விவாதத்தில் திருநெல்வேலி நீதிமன்றத்தில் வழக்குரைஞராகப் பதிவு செய்துவிட்டு முழுநேர இலக்கிய ஆராய்ச்சியில் ஈடுபட்டிருந்த வையாபுரிப் பிள்ளை, திருநெல்வேலி இந்துக் கல்லூரி வரலாற்றுத்துறைப் பேராசிரியர் நீலகண்ட சாஸ்திரி, நெல்லைக் கம்பன் கழகத் தலைவர் ரா.ராகவையங்கார், ஆராய்ச்சியாளர் ஒ.வி.சுப்ரமணிய ஐயர் ஆகியோர் பங்கேற்றனர்.

நீலகண்ட சாஸ்திரி, வையாபுரிப் பிள்ளை ஆகியோரது பேச்சின் சாராம்சம் 'சமணர்களைச் சைவர் கழுவேற்றவில்லை' என்ற தலைப்பில் சிறுபிரசுரமாக வந்தது. இது சைவ சமய நூல்களைப் பெரிதும் ஆதாரமாகக் கொள்ளப்பட்டு எழுதப்பட்டது. இப்பிரசுரம் வந்தபோது இதற்கு எதிர்ப்பும் வந்தது என்கிறார்' ஆய்வாளர் அ.கா.பெருமாள்.

1925 ஏப்ரல் 1-ல் வெளியான க்ஷத்ரியன் இதழ், திருவரங்கம் பெரிய கோவில் குறித்து, வரலாற்று ஆசிரியர் பி.டி.ஸ்ரீநிவாஸய்யங்கார் சுதேசமித்திரனில் எழுதியிருந்த கட்டுரையைப் பிரசுரித்திருந்தது.

அதில் பி.டி.ஸ்ரீநிவாஸய்யங்கார், 'கி.பி.600 முதல் 900 வரையில் காஞ்சீபுரத்தில் நரஸிம்ம வர்ம பல்லவ மகாராஜா சந்ததியார் (தமிழருடன் கலந்துபோன பல்லவ அரசர்கள்) ஆண்டார்கள். அப்போது சைவமும் வைஷ்ணவமும் தமிழ்நாட்டில் சிறந்தோங்கிற்று. பௌத்தமும் ஜைன(சமண)மும் க்ஷீணித்து இறந்தன. இவ்வாறு இறந்தது, அரசர்களாவது, பெரியோர்களாவது, பௌத்தரையும் சமணரையும் கஷ்டப்படுத்தினதாலல்ல. எனினும் சில ஸ்தல புராணங்களில் பௌத்த ஜைனர்களை அரசர்களும் ஆழ்வாராசாரியர்களும் செக்கிலிட்டுவித்தாரென்றும், கழுவில் ஏற்றிக் கொன்றார் என்றும் பொய்க்கதைகள் உண்டு.

ஞானத்திலும் ஜீவகருணையிலும் உயர்ந்த பெரியார்கள் தம்முடைய மதத்துக்கு விரோதமான மதத்தைச் சேர்ந்தவர்களைத் துயரப்படுத்துவாரா?

அஹிம்ஸா பரமோ தர்ம என்பது இந்தியாவில் பிறந்தவர்கள் எல்லோருடைய கொள்கை. ஆழ்வார் ஆசாரியர்களோ பரம ஞானிகள். ஆகையால் திருஞான சம்பந்தவராவது, திருமங்கை யாழ்வாராவது, ஸ்ரீமத் சங்கர பகவத் பாதாச்சாரியாராவது, ஸ்ரீ பாஷ்ய காரரான காருண்ய சிகாமணி ஸ்ரீ ராமாநுஜாச்சாரியராவது தம் மதத்துக்கு எதிரான மதஸ்தரை மத விரோதத்துக்காக உபத்திரப் படுத்துவாரென்பது நம்ப முடியாத செய்தி.

சில புராணங்களில் ஆழ்வாராச்சாரியர்கள் பௌத்த சமணர்களைக் கொல்ல உத்தரவிட்டார்கள் என்று சொல்லும் கதைகள் பொய்க் கதைகளென்பதற்குத் தடையேயில்லை' எனக் குறிப்பிட்டிருந்தார்.

ஐயங்காரின் இக்கருத்துக்கு எதிர்க்கருத்தாக க்ஷத்ரியன் இதழ் பத்திராபதியாரான அர்த்தநாரீச வர்மா, இக்கட்டுரை வெளியான அதே இதழில் (1925 ஏப்ரல் 1) கீழ்க்காணும் தமது நீண்ட கருத்துகளைப் பதிவு செய்திருந்தார்.

'நூதனமாய் சரித்திரம் எழுதுகிறவர்கள் பழைய சரித்திரங்களைப் பரிகாரம் செய்கின்றனர். இஃது எப்படி பொருந்தும்? கல்வெட்டுக்ளைக் கண்டு நமது முன்னோர் சரித்திரங்களை முன்பின் முரணாகவும் விபரீதமாகவும் கருதும் இயற்கை சிலரிடம் இருந்து வருகின்றது. திருச்சி ஸ்ரீமான் பி.டி.ஸ்ரீநிவாசையங்கார் அவர்களும் இந்த கோஷ்டியில் ஒருவராவார்.'

'ஸ்ரீரங்கம் பெரியகோயிலைப் பற்றி இவர் சுதேச மித்திரனுக்கு எழுதி வருவதை நாம் நமது க்ஷத்ரியனில் இன்று பிரசுரித்திருக்கின்றோம்.'

'அதில் சமணர், புத்தர்களின் அழிவைப் பற்றியே ஈண்டு பிரஸ்தாபம். ஐயங்கார் அவர்கள் அவ்வித சரித்திரமே பொய்யென்கிறார். ஏதோ நமது நாட்டார் கொடுமையற்றவர்கள் என்னும் நமது அபிப்ராயத்தை நிலைநாட்டவே அவர் அங்கு அவ்வாறு நல்லெண்ணத்துடன் எழுதினார் போலும்... நாட்டில் நடந்த காரியங்களைச் சரித்திரக்காரராகிய இவரே நம்பாவிட்டால் வேறு யார் நம்புவார்கள்?' 'ஸ்ரீஞான சம்பந்தர் சரிதத்தில் சமண பௌத்த மத நிராகரணம் ஓர் முக்கிய ஜீவாதார பாகம். அதனைப் பொய்யென்றால் அவர் சரிதமே பொய்யாகும். அவர் செய்த அவதாரமும் வீணாகும். அதை யெழுதிய சேக்கிழாரும் அவருக்கு முதலடி யெடுத்தருளிய அம்பலவாணனும் பொய்யராவார்கள்.'

'காருண்யம் நிறைந்த கவுணியர் பிரான் தமக்கு அநேகமாய் அபராதமிழைத்த அச்சமணர்களை உடனே ஒன்றும் செய்யவில்லை. நேராய் தண்டிக்கவுமில்லை. ஆனால் உலகில் மக்களின்

அக்கிரமங்களுக்கு அரசன் காரணமென்னும் உண்மையைத் தெரிவிக்க அரசனையே தண்டித்தார். சமணருடன் வாது செய்வதற்கும் அவர் இறைவனிடம் இறைஞ்சி அனுமதி பெற்றார். வேதவேள்வியை என்னும் தொடக்கமுள்ள தேவாரப் பதிகத்தை ஐயங்காரவர்கள் ஒருமுறை வாசிப்பாராக. வாதில் வென்றழிக்கத் திருவுள்ளமே? என்று விண்ணப்பித்தார். அதன்பின்பே வாதம் நிகழ்ந்தது. மானமுள்ள மதஸ்தர்கள் தாங்களே கழுவேறினார்கள். மனமில்லதாதவர்கள் மன்னிக்கப்பட்டார்கள். இவ்வளவுதான் சரித்திர நிகழ்ச்சி.'

'தர்ம ஸ்தாபனமென்னும் காரியத்திற்கு இடையூறாயிருந்த புன் சமயங்களை அழிப்பது ஹிந்து மதத்தில் குற்றமாய்ச் சொல்லப்பட வில்லை. பயிருக்குக் களையெடுப்பது போலாகும். ... பவுத்தர்கள் சமணர்களின் கொடுமை சகிக்கத்தக்கதன்று. அஹிம்சைச் சொல்லை அவர்கள் பித்தன் கை வாள்போல் உபயோகித்துத் தர்மவேலியை வெட்டினார்கள். சர்வதந்த்ரஸ்வதந்த்ர ராகிய சர்வேசனது சங்கல்பத்தை ஜயிக்க முடியாமல் அழிந்தனர். விளக்கில் விட்டில் பூச்சி விழுந்து செத்தால் அதற்கு யார் என் செய்வது? ஐயங்காரவர்கள் அறிந்து சொல்வாராக.' (நூல்: க்ஷத்ரியன் இதழ் தொகுப்பு. தொகுப்பாசிரியர்: ஆறு.அண்ணல்)

1927-ல் சுவாமி சிவானந்த சரஸ்வதி 'ஞான சூரியன்' எனும் நூலை வெளியிட்டார். இந்து சமயம், வடமொழி வேதம், யாகம் உள்ளிட்டவை குறித்து இந்நூல் விரிவாகப் பேசியது. இதில் ஞானசம்பந்தரின் 'மூவர் அடங்கன் முறை'யினை (வேத வேள்வியை நிந்தனை செய்துழல் எனும் பாடலை) மேற்கோள் காட்டியுள்ள ஆசிரியர் 'இதே ஞானசம்பந்தரும் கன்னட நாட்டினனாகிய ரிஷப தேவன் முதலிய பலரும் பௌத்தர்களையும் ஜைனர்களையும் கழுவேற்றியும் உலக்கையால் அடித்தும் மற்றும்பல சித்திரவதை களாலும் கொன்றிருக்கின்றனர்' எனக் குற்றஞ்சாட்டியிருந்தார்.

இதற்கிடையே 1928 ஜூலை 5-ல் நடைபெற்ற வாலிப நாடார் இரண்டாவது மகாநாட்டில் உரையாற்றிய திரு.வி.க.,

'பாண்டிய மன்னர் எச்சமயத்துக்கு இடையூறு செய்தனர் என்பது தெரியவில்லை. சமயப் பொறை அவரணிகலனாயிருந்தது. அம்மன்னர் காலத்தில் பல சமயத்தார் தத்தஞ் சமயம் வளர்க்க இடம்பெற்றனர். எல்லா வழியிலுஞ் செங்கோலாட்சி செலுத்திய பாண்டி மன்னர் வழிவழி வந்த ஒருவர், சமய வெறி மேலிட்டான். உயிர்களைக் கழுவேற்றுங் கொலைத் தொழிலை மேற்கொண்டிருப்பரோ? கழுவேற்றிய கதையைச் சரித்திர முறையில் கொள்வது, பாண்டி மன்னரை இழிவுபடுத்துவதாகும்.

மனச்சான்றால் ஒரு மன்னனை மாள்வித்த அறம் வளர்த்த ஒரு நாட்டில் சமணரைக் கழுவேற்றிய மறம் வளர்ந்ததென்னை என்று சிலர் கருதலாம். சமணரைக் கழுவேற்றிய வரலாற்றிற்குப் போதிய அகச்சான்றாதல் புறச்சான்றாதல் உண்டா என்பது, முதலாவது சிந்திக்கத்தக்கது. அச்சான்றுகள் கிடைக்கும் வரை சமணரைக் கழுவேற்றிய வரலாற்றை யான் கொள்ளேன். கொள்ளேன்.

தேவாரத்தில் போதிய அகச்சான்றில்லை. அந்நாளில் பாண்டி நாடு போந்த வெளிநாட்டார் சிலர் எழுதிய குறிப்புகளிலும் அவ்வரலாறு காணோம். திருஞான சம்பந்தருக்குப் பின்னே பன்னூறு ஆண்டுகள் கடந்து, எழுதப்பெற்ற சில புராணங்களில் சமணரைக் கழுவேற்றிய கதைகள் சொல்லப்படுகின்றன. அக்கதைகளும் ஒருமைப்பாடுடையன வாகவில்லை. ஒரு புராணக் கதைக்கு மற்றொரு புராணக் கதை முரண்பட்டு நிற்கிறது. இப்புராணக் கூற்றுகளைச் சரித்திர உலகம் ஏற்குங்கொல்? சரித்திர உலகம் ஏற்றுக் கொள்ளும் முறையிலல்லவோ சான்றுகளிருத்தல் வேண்டும்' என வலியுறுத்தியிருக்கிறார்.

1929-ல் சமணர் கழுவேற்றம் குறித்து எழுதிய திருநெல்வேலி ஆ.ஈசுவரமூர்த்தி பிள்ளை, சமணரைக் கழுவேற்றியது அரசரே என்று தெரிவித்திருந்தார். மேலும் 'குறைவிலா நிறைஞானக் கொண்டலார்க்கு அனுசிதஞ் செய்த சமணரை அவ்வரசர் அரசாங்க விதிப்படி கழுவேற்றுவித்தது மிகையாகாது. முறையாயிற்று' எனத் தெரிவித்திருந்தார்.

1934-ல் பெரியபுராணத்துக்கு உரையெழுதிய திரு.வி.க. 'சமணர்கள் கழுவேறிய செய்தியை முதல்முதல் குறிப்பிட்டவர் நம்பியாண்டார் நம்பியாவர். அவர் உரையைக் கடைபிடித்துச் சேக்கிழார் கழுச்செய்தியை அருளினார் போலும். சேக்கிழார் கூற்று, அரச நீதியை ஒட்டிப் பிறந்திருத்தல் வெள்ளிடைமலை. பின்னே தோன்றிய திருவாலவாயுடையார் திருவிளையாடற் புராணம், பரஞ்சோதி முனிவர் திருவிளையாடற் புராணம் முதலிய புராணங்கள் சமணர்கள் கழுவேறியதைப் பலவாறு கூறலாயின. கதைப் போக்குகளில் முரண்பாடுகள் நிரம்பிக் கிடக்கின்றன. சமணர்கள் தாங்களே கழுவேறினார்கள் என்றும், அவர்கள் கழுவேற்றப்பட்டார்கள் என்றும் புராணங்களில் மாறுபடச் சொல்லப்பட்டிருத்தல் கவனிக்கத்தக்கது. தல புராணக் கூற்றுக்களின் முரண்பாடுகளை ஈண்டு விரிக்கிற் பெருகும். திருஞானசம்பந்தர் திருநாள், திருவருட் செயல்கள் முதலியன தமிழ் நாடெங்கும் கொண்டாடப்படுகின்றன. சமணர்கள் கழுவேறிய விழா, பாண்டி நாட்டில் மட்டும் நடைபெற்று வருகிறது' எனவும் குறிப்பிட்டிருந்தார்.

1944-ல் 'பல்லவர் வரலாறு' எழுதிய டாக்டர் மா.இராச மாணிக்கனார், 'தரும சேனராக இருந்த திருநாவுக்கரசர் சைவராக மாறியவுடன் திகம்பரப் பிரிவு சமணர் அப்பரை ஒழிக்க நீற்றறையில் இடத் தூண்டினர். விடம் கலந்த உணவை ஊட்டினர். யானையால் இடறச் செய்தனர். இறுதியில் கல்லில் கட்டிக் கடலில் பாய்ச்சினர். சமணச் சார்புடைய மன்னர் இக்கொடுமைகள் செய்யப் பின்வாங்கவில்லை. இறுதியில் அப்பர் வென்றார். அரசனும் சைவன் ஆனான். அவன் சைவன் ஆனதும் சிறப்புற திருப்பாதிரிப்புலியூரில் இருந்த சமணக் கல்லூரியை ஒழித்தான். பள்ளிகளையும் பாழிகளையும் அழித்தான். அவற்றின் சிதைவுகளைக் கொணர்ந்து திருவதிகையில் குணதர ஈச்சரம் என்று தன் பெயரால் கோவில் ஒன்று கட்டினான். சமணர் முன்னர் விதைத்ததையே அறுவடை செய்தனர். இங்ஙனமே இத்திகம்பர சமணர் மதுரையில் சம்பந்தர் தங்கி இருந்த மடத்திற்கே நெருப்பிட்டு விட்டனர். அந்நெருப்பிட்ட பயனே அவர்கள் கழுவேற நேர்ந்தது. இந்த நிகழ்ச்சியிலும் முதலில் நெடுமாறன் அத் திகம்பரர் பக்கமே சார்ந்து 'கண்டு முட்டு, கேட்டு முட்டு' என்றான். ஆனால் அவனே சைவனாக மாறியவுடன் அத் திகம்பரரையே கழுவேறச் செய்தான். திகம்பரர் மடத்திற்கு தீவைத்த கொடுமையை எண்ணியே, சம்பந்தர் வாய் திறவாதிருந்தார் என்று சேக்கிழார் கூறுதல் சிந்திக்கத்தக்கது' என குறிப்பிட்டிருந்தார்.

இந்நிலையில், 1950-ல் கோவை சிவக்கவிமணி சி.கே.சுப்ரமணிய முதலியார் பெரியபுராண உரையின் ஐந்தாம் பகுதியை வெளியிட்டார். அதில், 'ஒருசார் நவீன ஆராய்ச்சியாளர் இக்கழுவேற்றிய அரச தண்டம் நிகழ்ந்ததே இல்லை என்று முடிக்கவும் துணிந்திருப்பதாகக்' கூறி, 'அவைபற்றி ஈண்டுச் சில பேசுவது அவசியமாகின்றது' என நீண்டதொரு விளக்கம் அளித்திருந்தார். திரு.வி.க. எழுப்பிய வினாக் களுக்கு விடையளிக்கும் வகையில் இவ்விளக்கம் அமைந்திருந்தது.

அதில் 'சமணர் கொலை முயன்ற தீச்செயலும், அதுவே அரசனுக்கேறிக் கொடிய நோய் பற்றிய செயலும், அமணர் பிள்ளையாரைப் பொறாமையாற் சூழ்ந்து பதறிக் கதறியச் செயலும், இவை காரணமாக ஒன்றன்பின் ஒன்றாய் மூண்ட பெருவாதங்களும் அவற்றால் மூன்றுமுறை அமணர்க்குத் தோல்விகளும் நிகழ்ந்த செயலும், இவையெல்லாம் பிள்ளையார் தேவார அகச்சான்றுகளால் நாட்டப் பெறுகின்றன.

பொய்யினான் மெய்ம்மையாக்கப் புகுந்து வஞ்சித்துத் தனது உரிமை உண்மைச் சமயத்தை மறக்கவும் இடையூறு செய்யவும் மயக்கம் செய்தும் தனக்கு இறந்துபடுமளவு தரும் நோய் விளைத்தும், உண்மை நின்ற பெருகு நிலைக்குறியாளரை அவமதித்து நிந்தித்துக் கொலையும்

சூழ்ந்தும், சைவ உடைமைகளையும் உண்மை அறிவையும் ஆறலைத்துக் கவர்ந்தும், இத்துணையும் தமது சீவனோபாய முயற்சிகளின் ஆக்கங் கருதிச் செய்ததுமன்றி, அதனோடு நில்லாமல், ஒட்டி வாதமும் செய்துதோல்வியும் பெற்றார்களாயின் அச்சமணர் களை அரசன் ஏற்றவாறு நீதிமுறை தண்டஞ் செய்வதில் என்ன குறை?

பெருங்குற்றம் நடந்ததும், பெருவாதங்கள் நடந்தனவும் தேவாரங்களால் அறியப்படுதலின் அவற்றுக்குத் தக்க தீர்ப்பும் அரச தண்டமுறையும் நிகழ்ந்தமை எளிதில் கருதக் கிடக்கின்றது. சைவம் மீளத்தாபிக்கப் பட்டமையும், சமணம் வலியிழந் தொழிந்தமையும் கண்கூடாகக் காண்கிறோம். ஆதலின் அரச நீதிமுறையால் சமணர் அழிக்கப்பட்டனர் என்பது தேற்றமாய் விளங்குமன்றோ?' என விளக்கியிருக்கிறார்.

மேலும், சமணர் கழுவேற்றங் குறித்துத் திருஞானசம்பந்தர் குறிப்பிடாதது குறித்து 'அரச நீதிமுறை பற்றியதாய் அஃது ஒழிந்து சமயச் சார்பு பற்றியதன்றாதலின் அவர் கூறும் நியதியில்லை என்க. அன்றியும் தேவாரங்கள் முழுமையும் நமக்குக் கிடைத்தில என்பதனையும் நாம் மறந்திடலாகாது' எனவும் விளக்கமளித்துள்ளார். இச்சம்பவங்கள் புராணங்களில் மாறுபடுவது பற்றி 'பெரிய புராணம் வேதம். அதனோடு மாறுபடும் தலபுராணங்கள் வலிமையுறுவன அல்ல. பெரியபுராண வாக்கே உறுதி' என உறுதிபடத் தெரிவித்திருந்தார்.

'ஆயிரக்கணக்கான மக்களைத் தீக்கொளுவிக் கொளுத்த முயன்று சூழ்ச்சிசெய்த கொலை பாதகர்கள் எண்ணாயிரவர் கொலைத் தண்டத்திற்குள்ளாவதில் பரிவு கொள்ளத்தக்க நீதி என்னவுள்ளது?' எனக் கேள்வியெழுப்பிய சி.கே.சுப்ரமணிய முதலியார்,

'முன் எவரும் சொல்லாத பொய்ச்செய்தியொன்றைப் பழிபடக் கற்பித்துரைத்தனர் என்று சைவாசாரியாகிய நம்பியாண்டார் நம்பிகள் பால் இல்லது புனைந்துரைத்த குற்றமும், அவர் கூறிய பொய்யைப் பழிபடப் பரப்பினார் என்று எமது தெய்வச் சேக்கிழார்பால் அறியாமைக் குற்றமும் சுமத்தி அலர் தூற்றும் இந்நவீன ஆராய்ச்சியாளர், சைவத் தோல் போர்த்த சமணரே யாவர்' எனவும் கண்டித்துள்ளார்.

1954-ல் 'சமணமும் தமிழும்' நூலை வெளியிட்ட மயிலை சீனி.வேங்கடசாமி, 'திருஞானசம்பந்தர் மதுரையிலே எட்டு ஆயிரம் சமணரைக் கழுவேற்றினார் என்று சைவ சமய நூல்களாகிய பெரியபுராணம், திருவிளையாடற் புராணம், தக்கயாகப் பரணி முதலிய நூல்கள் கூறுவதும், மதுரைப் பொற்றாமரைக் குளத்து மண்டபத்தின் சுவரில் சமணரைக் கழுவேற்றுங் காட்சியைச் சித்திரமாக வைத்திருப்பதும். மதுரைக் கோவிலில் நடைபெற்று வரும் உற்சவங்களில் ஐந்து நாள் கழுவேற்று உற்சவம் ஆண்டு

தோறும் நடைபெற்று வருவதும் இவை நடைபெற்றதற்கு முதன்மையான சான்றுகளாகும்' எனக் குறிப்பிட்டிருந்தார்.

1960களில் தெ.பொ.மீனாட்சிசுந்தரனாரின் 'சம்பந்தரும் சமணமும்' எனும் நூல் வெளியானது. இது, 40களில் ஞானியாரடிகளின் ஏற்பாட்டின்படி நடந்த கூட்டங்களில் தெ.பொ.மீ. பேசியது, பின்னர் தேசபந்து இதழில் எழுதியது ஆகியவற்றின் திருத்தப்பட்டத் தொகுப்பாக அமைந்திருந்தது.

இதில், சமணர் குறித்த சம்பந்தரின் தேவாரப் பாடல்கள் மற்றும் நம்பியாண்டார் நம்பியின் திருத்தொண்டத் திருவந்தாதி, சேக்கிழாரின் பெரியபுராணம், பெரும்பற்றப்புலியூர் நம்பியின் திருவாலவாயுடையார் திருவிளையாடற் புராணம், பரஞ்சோதி முனிவரின் திருவிளையாடற் புராணம், ஒட்டக் கூத்தரின் தக்கயாகப் பரணி ஆகியவற்றில் காணப்படும் கழுவேற்றங் குறித்த கதைகளை தெ.பொ.மீ. விரிவாக ஆய்வு செய்திருந்தார்.

இறுதியில், 'பிறருடைய சினத்தைத் தணிவித்துச் சிவனது திருவருள் வழியே நின்ற இப்பெரியார் (சம்பந்தர்) சமணர்களைக் கழுவேற்றினார் என்று சிவனை வழிபடுவோர் சிலர் களிப்புறுகின்றார்கள். சம்பந்தர் பாடிய பாடல்கள் அருள் வழியில் நிற்க, அவர் செயல் மருள்வழியில் நிற்குமோ? திருஞானசம்பந்தர் பாடல்கள் என இப்பொழுது அகப்பட்டுள்ளனவற்றை நாம் ஆராய்ந்த வரையில், கழுவேற்றிய கதைக்கு அகச்சான்றுகள் இல்லை. புறச்சான்றுகளும் இல்லை. சம்பந்தர் காலத்திலிருந்த திருநாவுக்கரசரும் இக்கதையைப் பற்றிக் கூறவில்லை. அக்காலப் பல்லவர்களின் கல்லேடு மற்றும் செப்பேடுகளில் இது குறிக்கப் பெறவில்லை. சம்பந்தர் காலத்தில் தமிழகம் வந்த சீனநாட்டு புத்தரான 'ஹியூன்ஸியாங்' இதைப் பற்றி ஒரு குறிப்பும் எழுதவில்லை. அந்நாளைய சமணர் நூல்களில் இதுபற்றி கூறப்படவில்லை' என விளக்கியிருந்தார்.

மேலும் 'நம்பியாண்டார் நாளில்தான் அக்கதை வழங்கத் தொடங்கியது. கழுவேற்றிய திருவிழா நடப்பதாலும், கழு ஏற்றிய இடத்தை இன்றும் மக்கள் நமக்குக் காட்டுவதானாலும் ஒரு கதையை உண்மை என்று துணிந்து உறுதிகூற முடியாது. எண்ணாயிரவரைக் கழுவேற்றுவது அந்நாளில் இயலுவதொன்றா? இத்துணை மக்களையும் ஒரே பொழுதில் கழுவேற்ற எந்நாட்டில்தான் கழுக்கள் கிடைத்திருக்கும். எண்ணாயிரவரைக் கழுவேற்றுவதை எவர் மனந்தான் கண்டு பொறுக்கும்? அவர்களின் உற்றார் உறவினராய் எத்துணை மக்கள் வந்து குவிந்திருப்பர்? எண்ணாயிரவரைக் கழுவேற்றுவது அந்நாளிலும் இந்நாளிலும் கனவிலன்றி நனவில் முடியாது' எனத்தெரிவித்திருந்த தெ.பொ.மீனாட்சிசுந்தரனார்,

'சம்பந்தரைக் கொலையாளியாக்கிய பழி அவர்பின் வந்த அடியாரைச் சேரும்' எனவும் குறிப்பிட்டிருந்தார்.

1966-ல் 'பண்டைத் தமிழர் வாழ்வும் வழிபாடும்' குறித்துக் கட்டுரைகள் எழுதிய ஆய்வாளர் க.கைலாசபதி, பல்லவராட்சியில் வணிக மற்றும் வேளாண் வர்க்கங்களுக்கிடையே நடைபெற்ற பொருளாதாரப் போர் குறித்து விரிவாக ஆய்வு செய்துள்ளார். 'இந்தப் போரின் முடிவில் நிலவுடைமை வர்க்கத்தினர் வென்றனர். சமணர் கழுவேற்றப்பட்டது உண்மையோ, பொய்யோ, அவர்தம் தத்துவத்திற்கு ஆதாரமாக விளங்கிய வியாபாரிகள் வர்க்கம் நிலை கெட்டது என்பது உண்மையே' என க.கைலாசபதி தெரிவித்துள்ளார்.

1968-ல் சம்பந்தர், நாவுக்கரசர் குறித்த ஆராய்ச்சி நூலாக 'இரு பெருமக்கள்' நூலினை எழுதிய முதுபெரும்புலவர் அ.மு.சரவண முதலியார், அளித்துள்ள விளக்கம் வருமாறு.

'சமணர்களைக் கழுவில் ஏற்றியமை பெரியபுராணத்திற் கூறப்படுகின்றது. அதற்கு முன்னரே நம்பியாண்டார் நம்பி தாம் இயற்றிய ஆறு நூல்களிலும் இச்செய்தியைப் பல இடங்களிற் கூறியிருக்கின்றார். பெரியபுராணத்தை நன்கு படித்தார்க்குச் சம்பந்தர் சமணரைக் கழுவில் ஏற்றவில்லையென்பது நன்கு தெரியும். அதனைச் செய்தவர் அரசர். ஒழுக்கத்தினின்றும், வழக்கினின்றும், வழி இனாரை ஒறுத்தல் அரசர் கடமையாகும். அக்கடமையையே நெடுமாறர் என்ற பாண்டியரும் செய்தனர். மக்கள் தத்தம் கடமையைச் செய்யுங்கால் எப்பெரியாரும் அதனை விலக்கார். விலக்கின் உலகியல் நடவாதென்பது திண்ணம். ஆதலால் பாண்டி மன்னர் தமது கடமையைச் செய்யுங்கால் திருஞானசம்பந்தப் பெரியார் அதனை விலக்காதிருந்தனர்.'

1969-ல் சிவப்பிரகாச சுவாமிகளின் நால்வர் நான்மணி மாலை நூலுக்கு உரையெழுதிய டாக்டர் வை.ரத்தினசபாபதி, 'வாதில் தோற்ற சமணர் அழுது கொண்டே கழுவேறச் சென்றதாக'க் குறிப்பிட்டுள்ளார்.

'ஏடு மேல்நோக்கி செல்ல முற்பட்டதைக் கண்ட சமணர்கள் தம் பக்கம்- கட்சி -பால் தோற்றுவிட்டது என்று அழுது கொண்டே கழுமரங்கள் நிறைந்த காட்டில் கழுவேறச் சென்றார்கள். உலக மக்கள் ஏடேறும் அற்புதத்தையே நோக்கியிருந்து சிறிது நேரம் சென்று சமணர் தோற்றது என்று சொல்லுவதற்கு முன்பே சமணர்கள் அங்கு இல்லை என்பதாம். இங்கு அழுகைக்குக் காரணம் என்? தோற்றமைக்குக் காரணம் தத்துவக் குறையேயன்றித் தங்கள் குறையில்லை. தத்துவத்தை அமைத்த தலைவனுக்கே அது குறை.

தலைவன் சொன்னதைத் தனித் துணிவோடு எடுத்துச் சொன்னவர்கள் இவர்கள். எனின் அழுகை ஏன்? புனல்வாதம் தொடங்கும் போது இருந்தனர் எண்ணாயிரம் சமணர்கள். ஏடு எதிரேறியதைக் கண்டதும் எல்லாரும் விலக ஆரம்பித்தனர். கழுக்காட்டில் ஏறும் போது ஒரு சிலரே இருந்தனர். மற்றவர்கள் மறைந்தே போயினர். கொள்கைக்காக-சொன்ன சொல்லை மெய்ப்பிக்க -அறத்தைக் காக்க அனைவரும் கழுவேறினர் என்ற புகழுரையைக் கூடப் பெற முடியாத வகையில் பலரும்(சமணர்கள்)மறைந்து விட்டீர்களே என்ற துக்கமே அவர்களின் அழுகைக்குக் காரணம்' எனத் தெரிவித்திருந்தார்.

இதே காலக்கட்டத்தில் 'திருஞான சம்பந்தர் வரலாற்றாராய்ச்சியும் தேவாரத் திறனாய்வும்' எனும் ஆய்வு நூலை வெளியிட்ட சொ.சிங்காரவேலன், 'அமணர்களுடன் வாது செய்ய இறைவன் திருவருளை வேண்டி நின்றமை, மங்கையர்க்கரசியின் மன நடுக்கத்தைப் போக்கப் பாடியது, பாண்டியனின் உடலிலுள்ள தீப்பிணி தீரப்பாடல் சாற்றியது, தீயில் இடப் பெற்றப் பதிகம் வேகாமல் பச்சையாய் விளங்கியது, வையையில் இடப்பெற்ற ஏடு எதிரேறி சென்றது, அருகர் பரப்பிய பழிச்சொல் கெட்டுச் சைவ சமயம் தழைத்தோங்கியது-இங்ஙனம் திருவாலவாயில் நிகழ்ச்சிகள் அனைத்தும் சிவஞானச் செம்மலார் திருவாக்கில் இடம்பெற்றுள் ளதாக'த் தெரிவித்துள்ளார்.

1972-ல் 'பன்னிரு திருமுறை வரலாறு' எழுதிய க.வெள்ளைவாரணனார், 'திருஞானசம்பந்தப் பிள்ளையார் சமணர்களைக் கழுவேற்றவில்லை என்பதும், சமணர்கள் முன்பு ஞானசம்பந்தப் பிள்ளையார் திருமடத்தில் நள்ளிரவில் தீவைத்துச் சிவனடியார்களைக் கொல்ல முயன்ற பெருங்குற்றத்திற்குரிய கொலை தண்டத்தை அவர்களே அநுபவிக்கும்படி செய்தல் அரச நீதியாதல் கருதியும் யாங்கள் தோற்பின் எங்களைக் கழுவேற்றுங் கடமையுடையான் இவ்வேந்தனே எனச் சமணர்கள் தாமே கூறிய சூளுறவு பற்றியும் கழுவேற்றுதலாகிய தண்டனை அக்கால வழக்கத்தின்படி பாண்டியனால் நிறைவேற்றப் பட்டதென்பதும் பெரியபுராணத்தைப் பயில்வார்க்கு இனிது விளங்கும்' எனத் தெரிவித்துள்ளார்.

1973-ல் தமிழ்நாடு பாடநூல் கழகத்தின் சார்பில் வெளியிடப்பட்ட 'தென்னிந்திய வரலாறு' (இரண்டாம் பகுதி) நூலில், வரலாற்று ஆய்வாளர் கே.ஏ.நீலகண்ட சாஸ்திரி,

'இந்தக் கொடுஞ்செயல்கள் ஒரு கட்டுக்கதையாக இருக்குமேயன்றி வரலாற்று நிகழ்ச்சியாக இருக்காது என்று நாம் கருதலாம். சமயப் போட்டியும் பிணக்கும் மிகக் கடுமையாயிருந்த அந்தக் காலத்திலும்

இத்தகையதொரு காட்டுமிராண்டித்தனமான கொடுஞ்செயல் நிகழ்ந்திருக்குமென்று நம்மால் நம்பமுடியவில்லை' எனக் குறிப்பிட்டிருந்தார். இதேபோல் ஆர்.சத்தியநாதய்யரும் 'சமணர் கழுவேற்றம் ஒரு தெளிவான மிகைக் கூற்று' என்றார்.

1974-ல் 'மணிவாசகப் பெருமான் வரலாறு' எழுதிய கா.சு.பிள்ளை, 'சமணர் கழுவேறிய செய்தியின் தவறிய முறையை மனத்திற் கொண்டு, அடிகள் காலத்திலும் தோல்வியுற்றுச் சைவத்துக்கு வாராத புத்தர் கொடிய தண்டனைக்கு உள்ளாயினரென்று பரஞ்சோதி முனிவர் தமது திருவிளையாடலிற் கூறிப்போந்தனர். புத்தர் தோல்வியுற்றால் தம்மைச் செக்கிலிட்டு அரைப்பதற் கிணங்கினரெனவும், அங்ஙனமே சோழ அரசன் அவர்களைத் தண்டித்தான் எனவும், மனம் போனவாறு திருவிளையாடற்காரர் கூறினமை பெரியதோர் இழுக்கே. இக்காலத்துச் சமயப் பற்றில்லாத சிலர் ஆராய்ச்சியின்றிச் சைவ சமயத்தைக் குறை கூறுவதற்கு அத்தகைய கூற்றுக்கள் இடந்தருகின்றன. ...ஏழாவது நூற்றாண்டிலே சமணர்கள் சிவனடியார் மடத்திலே தீ வைத்தமையானும், தாமே கழுவேறுவதாகக் கூறினமையானும் பிறரால் தடுக்கப்படாமல் அவர்கள் கழுவேற நேர்ந்தது' எனக் குறிப்பிட்டிருந்தார்.

1975-ல் 'தமிழகத்தில் ஜைனம்' நூலினை வெளியிட்ட டி.எஸ்.ஸ்ரீபால் 'தேவாரங்களுக்கு அடுத்து இயற்றப்பெற்ற பெரியபுராணம், திருவிளையாடற் புராணங்களில் காணும் திருஞான சம்பந்தர், திருநாவுக்கரசர் கதைகளில் சமணசமய சம்பந்தமான நிகழ்ச்சிகளுக்கு தேவாரங்களில் ஆதாரமே கிடையா. குறிப்பாக, திருநாவுக்கரசர் திருப்பாதிரிப்புலியூர் ஜைனமடத்தில் கல்வி கற்றார் என்பதும், அம்மடத்திற்குத் தலைவராகி தருமசேனர் எனப் பட்டம் பெற்றார் என்பதும் அகச்சான்றற்ற செய்திகளே. இக்கற்பனை போன்றதே மகேந்திரபல்லவன் திருநாவுக்கரசரை யானைக் காலில் இடரவிட்டது, சுண்ணாம்புக் கால்வாயில் தள்ளியது, கல்லைக் கட்டிகடலில் விட்டது, மகேந்திர பல்லவர் சமணத்தைவிட்டு சைவம் புகுந்தது ஆகியவைகள். இக்கற்பனைக்காக சேக்கிழார் எடுத்துக் காட்டியுள்ள தேவாரப் பாக்களில் அகச் சான்றேயில்லை.

திருஞான சம்பந்தர் கதையில் சமணர்கள் சம்பந்தர் மடத்தில் தீ வைத்தற்கும் எண்ணாயிர ஜைன முனிவர்களைக் கழுவேற்றி வாதப் போர் நடந்ததற்கும், பாண்டிய மன்னன் மதம் மாறியதற்கும், யானையை, நாகத்தை, பசுவை ஏவிய கதைக்கும் தேவாரத்தில் ஆதாரம் இல்லை. அகச்சான்றற்ற புராணக் கதைகளை வைத்துக் கொண்டு அன்று முதல் இன்றுவரை சைவப் புராணிகர்களும், புலவர்களும் சில எழுத்தாளர்களும் சொற்பொழிவு வாயிலாகவும்,

கட்டுரை வாயிலாகவும் கதா காலக்ஷேபம் வாயிலாகவும் ஜைன மதத்தைப் பழித்து வருவதைத் தமிழக மக்கள் நன்கு அறிவர்' எனத் தெரித்திருந்தார்.

1993-ல் சேக்கிழார் ஆராய்ச்சி மையம் வெளியிட்ட 'பெரிய புராணம்' உரை நூலுக்கு முகவுரை எழுதிய பேராசிரியர் அ.ச.ஞான சம்பந்தன், 'சமணர்கள் பற்றிய பிரச்சினை' எனும் தலைப்பில் நீண்டதொரு விளக்கம் அளித்திருந்தார். சமணர்களை தமிழ்நாட்டுச் சமணர்கள், வந்தேறிகளான களப்பிரச் சமணர்கள் என பிரிக்கிறார் அ.ச.ஞானசம்பந்தன். திருஞான சம்பந்தர் வாதிட்டது தமிழகத்தில் வாழ்ந்த சமணர்களோடு இல்லை. வந்தேறிகளாகிய சமணர்களோடு தான் என்பது இவரது கருத்தாகும்.

மேலும், 'கருநாடகத்தில் சைவர்கள்-சமணர்கள் போராட்டம் நடந்திருக்கிறது. அங்கே ஒருவரை ஒருவர் துன்புறுத்திக் கொண்டிருக்கிறார்கள் என்பதற்கு நிரம்பக் கல்வெட்டுகளும், வேறு சான்றுகளும் உள்ளன. ஆனால் தமிழகத்தைப் பொறுத்தமட்டில் அம்மாதிரி நடந்ததாக எதுவுமே இல்லை. ஆகவே பெரிய புராணத்தில் வருகிற கதைப்பகுதியை வைத்துக்கொண்டு இது இந்நாட்டு சமணர்களுக்கும், சைவர்களுக்கும் ஏற்பட்ட போராட்டம் என்று தயவு செய்து யாரும் பொருள் செய்ய வேண்டியதில்லை' என அ.ச.ஞா. கேட்டுக் கொண்டிருந்தார்.

இதற்கிடையே ரோமிலா தாப்பர் (Romila Thapar), பால்டுண்டாஸ் (Paul Dundas), கார்ட், இந்திரா பீட்டர்சன், லெஸ்லி ஓர், ரிச்சர்ட் டேவிஸ் போன்ற ஆங்கில எழுத்தாளர்கள் கழுவேற்றச் சம்பவத்துக்கு வரலாற்று ஆதாரம் இல்லை எனத் தெரிவித்தனர்.

அதேநேரத்தில் 'அரிகேசரி மாறவர்மன் எண்ணாயிரம் சமணர்களைக் கழுவேற்றிக் கொன்றது வரலாற்று நிகழ்வு' என வி.ஏ.ஸ்மித் தெரிவித்திருக்கிறார்.

விவாதக் களத்தில் பெரியார்

இந்துமதப் புராணங்களையும் இதிகாசங்களையும் தன் வாழ்நாள் முழுவதும் கடுமையாக எதிர்த்து வந்தவர் தந்தை பெரியார். இதில் எவ்வித சமசரத்தையும் அவர் ஏற்றுக்கொள்ளவில்லை. சைவம், வைணவம் என இரண்டையுமே அவர் சம அளவில் விமர்சித்தார். சமணர் கழுவேற்ற விவகாரமும் அவர் பார்வையில் இருந்துத் தப்பவில்லை.

அருப்புக்கோட்டையில் 5.7.1928இல் பேசிய திரு.வி.க. சமணர் கழுவேற்றத்துக்கு அகச்சான்றும் இல்லை, புறச்சான்றும் இல்லை எனக்குறிப்பிட்டதை முன்பு பார்த்தோம். அவரதுப் பேச்சுக்கு எதிர்வினையாக 22.7.1928 தேதியிட்ட குடிஅரசு ஏட்டில் பெரியார் எழுதியிருந்தத் துணைத்தலையங்கத்தில் இடம்பெற்றிருந்த வாசகங்கள் வருமாறு

''திரு.வி.கலியாணசுந்தர முதலியார், அருப்புக்கோட்டை வாலிபர்கள் மகாநாட்டில் வாலிபர்களுக்குப் புராணப் பிரசங்கம் செய்கையில் சமணர்கள் கழுவேற்றப்பட்டதாக சொல்லுவது கட்டுக்கதை என்றும், சமணர்களைக் கழுவேற்றிய வரலாற்றுக்கு போதிய அகச்சான்றாவது புறச்சான்றாவது இல்லையென்றும் சொன்னதோடு மற்றும் ஏதேதோ கொட்டி இருக்கிறார்.

திரு.முதலியாரால் இயற்கை அன்பு என்று கூறப்படும் பெரிய புராணத்திலேயே சமணர்கள் கழுவேற்றப்பட்டது காணப்படுகிறது. திரு.முதலியார் அவர்கள் பெரிய புராணத்தை அதிலுள்ள அகச்சான்று களைக் கொண்டு கொள்ளலாமென்று ஒப்புக்கொள்வதோடு, அப் பெரியபுராணத்திலுள்ள கதைகளில் ஒன்றாகிய திருஞான சம்பந்தர் அவதாரத்தையும் அவரது அற்புதத்தையும் ஒப்புக்கொண்டிருப்ப தோடு, அவரைப்போல் இன்னொருவர் வருவதாகவும் சொல்கிறார்.

இது நிற்க. ஒவ்வொரு வருஷமும் பல கோவில்களில் சமணர்களைக் கழுவேற்றுகிற உற்சவமும், கழுவை நட்டு அதில் சைவர்கள் சமணர்களைக் கழுவேற்றி அழுத்துவதும் நாடகம் போல நடித்துக் காட்டப்படுகிறது. அதை இன்று வரையிலும் தப்பு என்றாவது திரு.முதலியார் சொன்னவருமல்ல, ஏதாவது முயற்சி எடுத்துக் கொண்டவருமல்ல.''

இதனைத் தொடர்ந்து கழுவேற்ற விவகாரம் குறித்து தனது கருத்தினை பெரியார் தொடர்ந்து அவ்வப்போது வலியுறுத்தி வந்தார். 1973இல் அவரது இறுதிச் சொற்பொழிவிலும்கூட இச்சம்பவம் இடம் பெற்றுள்ளது. இதுபற்றிய தொகுப்பை இப்போது நாம் பார்க்கலாம்.

'காந்தியாரைக் கொன்றது ஒரு பார்ப்பான் என்று கூறப்படுகிறது. சித்தானந்தரைக் கொன்றது ஒரு முஸ்லிம் என்று கருதப்படுகிறது. இந்துப் பார்ப்பானோ முஸ்லிமோ தனியாகத் தோன்றி இப்படிப்பட்ட காரியங்களைச் செய்துவிட்டதாக நாம் கூறிவிட முடியாது. இம்மாதிரிச் சம்பவங்கள் எத்தனையோ நடந்திருக்கின்றன என்பதற்கு சரித்திர ஆதாரங்களே இன்றும் இருந்து வருகின்றன. மதுரை மாநகரில் 8000 சமணர்கள் சைவத்தை எதிர்த்ததற்காகக் கழுவேற்றப்

பட்டார்கள். அவர்களைக் கழுவேற்றியவன் பார்ப்பான் அல்லன். ஒரு முஸ்லிமும் அல்லன். பின் யார்? அன்றைய மதக் கருத்துப்படி அரசன் அவர்களைக் கழுவேற்ற ஆணையிட்டான். ஆகவே, அவனல்லன் கழுவேற்றியது. அவன் தழுவியிருந்த மதந்தான் அவர்களைக் கழுவேற்றும்படி அவனைத் தூண்டியது.'

(சன்னாநல்லூரில் 19.2.1948-ல் சொற்பொழிவு)

'இந்த நாட்டில் சாதி மதக் கோட்பாடுகளுக்கு இருந்த பலமான ஆதரவால்தான், சாதியை ஒழிக்க வேண்டுமென்று தோன்றியவர்கள் எல்லாம் ஒழிக்கப்பட்டு வந்திருக்கிறார்கள். மடங்கள் இடிக்கப் பட்டதும், கொளுத்தப்பட்டதும், மக்கள் கழுவேற்றப்பட்டதுமான சரித்திரங்கள் - கொண்டாட்டங்கள் இதை மெய்ப்பிக்கும்.'

(சென்னை திருவொற்றியூரில், 19.2.1952-ல் சொற்பொழிவு)

'கடவுள் பிரச்சாரகர்கள் அயோக்கியர்களும் மடையர்களுமானதால் காலித்தனமான - பலாத்காரமான காரியங்களில் ஈடுபட்டும் பல கொடுமையான கொலை பாதங்களில் ஈடுபட்டும் மக்களைக் கொன்று குவித்து இருக்கிறார்கள். இதற்கு உதாரணம் -ஆழ்வார்கள், நாயன்மார்கள் என்கின்ற பல அயோக்கியர்களும், அவர்கள் சமணர்களையும், பவுத்தர்களையும் கொன்று குவித்த அயோக்கியக் கொலை பாதகச் செயல்களுக்குத் தேவாரம், பிரபந்தம் முதலிய நூல்களுமே போதிய சான்றாகும்.

தொண்டரடிப் பொடியாழ்வார் என்கின்ற ஒரு வைணவப் பார்ப்பன அயோக்கியன், சமணர்களும் பவுத்தர்களும் கடவுள் நம்பிக்கை யில்லாதவர்கள் ஆனதால் அவர்களது தலையை அறுப்பதே (வெட்டுவதே) அவசியமாகும் என்று பாடியிருக்கிறான். அந்தப்படி, ஏராளமான பவுத்தர்களின் தலையை வெட்டியும் இருக்கிறார்கள். இவை இன்று காஞ்சி, செய்யாறு முதலிய இடங்களில் கற்சிலை களாகவும் இருக்கின்றன.

இது போலவே சம்பந்தன் எனும் ஒரு அயோக்கிய சைவப் பார்ப்பான், 'சமண, பவுத்தர்களின் பெண்களைக் கற்பழிக்க வேண்டும்' என்றும், பல அயோக்கியத்தனமாகவும் கொலை பாதகமாகவும் பாடியிருக்கிறான். இன்றும் சீர்காழி, மதுரை முதலிய இடங்களில் சமணரைக் கழுவேற்றும் நிகழ்ச்சி, பண்டிகையாக- உற்சவமாகக் கொண்டாடப்பட்டு வருகிறது.'

(விடுதலை தலையங்கம் - 11.10.1969)

இறுதிச் சொற்பொழிவில்...

'கடவுளைப் பற்றி அறிவைக் கொண்டு ஆராய்ந்து பாருங்கள், சிந்தியுங்கள்' என்று சொன்னான்-அவ்வளவு பச்சையாகக் கூடச் சொல்லவில்லை, புத்தன். 'நம்பி விடாதீர்கள், சிந்தியுங்கள்' என்றான். கடவுள் நம்பிக்கைக்காரப் பயல்கள் அவர்களை என்ன பண்ணினார்கள்? வெட்டினார்கள் வெட்டி வெட்டித் தலை ஒருபக்கம், முண்டம் ஒருபக்கம் குவித்தார்கள். இந்த வெட்டினதும், குவித்ததும் கோயிலிலே எல்லாம் இன்னும் சித்திரமாக இருக்கிறது. கல்லிலே அடித்து வைத்திருக்கிறான்-ஒருவன் காலைப் பிடித்து இருக்கிறான். ஒருவன் தலையைப் பிடிக்கிறான். ஒருவன் வெட்டுகிறான்.

இன்னொரு கூட்டம், சைவக் கூட்டம்-அயோக்கியப் பயல்கள் கூட்டம். அவர்கள், கடவுள் இல்லை என்று சொன்னவனையெல்லாம் கழுவேற்றினார்கள். கழுவு நிறுத்திட நிர்வாணமாக ஆக்கி-ஆசனத்திலே இட்டு, மூளை (முனை) தலைக்கு மேலே வருகிறாற் போலக் கழுவேற்றினார்கள். எத்தனைப் பேரை? 8000 பேரை. இன்றைக்கு அது உற்சவமாக நடக்கிறது-தினமும். (இதற்கு) புராணம் இருக்கிறது. சரித்திரம் இருக்கிறது.'

(சென்னை தியாகராய நகரில் சிந்தனையாளர் மன்றச் சார்பில் 19.12.1973-ல் தந்தை பெரியார் அவர்கள் ஆற்றிய இறுதிப் பேருரையிலிருந்து.)

அறிஞர்அண்ணா எழுத்தில்...

திராவிட நாடு இதழ் நடத்திய அறிஞர் அண்ணா, அதில் நக்கீரன் என்ற புனை பெயரில் பெரிய புராண ஆராய்ச்சிக் கட்டுரைகள் எழுதி வந்தார். 9.2.1947 இதழில் இப்படி எழுதினார்: 'ஒருவர் இருவர் அல்லர் நூறு - ஆயிரம் என்ற அளவில் அல்லர். எண்ணாயிரம் (நினைத்தாலே நெஞ்சு திடுக்கிடுகின்றது) சமணப் பெரியார்களை, சாலை ஓரங்களில் நிறுத்தப்பட்ட கழுமரங்களில் ஏற்றிக் கொலை செய்ததன் வாயிலாகச் சைவத்துக்கும் அன்புக்குமுள்ள நெருங்கியத் தொடர்பை விளக்கிக் காட்டிய சம்பந்தர்...' (நூல்: இந்து மதமும் தமிழரும். அறிஞர் அண்ணா. தொகுப்பு: டாக்டர் அண்ணா பரிமளம், மணிவாசகர் பதிப்பகம்)

தொடரும் விவாதம்...

சமணர் கழுவேற்றங் குறித்து 20ஆம் நூற்றாண்டில் தொடங்கிய விவாதம் 21ஆம் நூற்றாண்டிலும் தொடர்ந்து கொண்டுதானிருக்கிறது.

தமிழறிஞரும் பொதுப்பணித்துறையில் அதிகாரியாக இருந்த வருமான காலஞ் சென்ற கொடுமுடி ச.சண்முகன், 2001-ல் எழுதிய 'பழி நீக்கிய எண்ணாயிரம்' கட்டுரையில்,

'ஞானசம்பந்தர் சிறுபிள்ளை. சமயக் காழ்ப்பு அவருக்கும் இருந்தது. ஒவ்வொரு பாட்டிலும் 'புத்தியிலாச் சமணர்' எனச் சாடுவது வழக்கம். அப்படியிருந்த போதிலும் உயிர்களின்பால் அன்புமிக்கவர். அன்பே சிவம் எனப் போதிக்கும் சைவம் அவர் மதம். 8000 சமணரைக் கழுவேற்றுமாறு கேட்டுக்கொண்டார் என்பதே சரியாகப்பட வில்லை. அவ்வாறு கேட்டிருந்தால் ஞானசம்பந்தருக்கும் பெருமை யில்லை. 8000 சமணரைக் கொன்றிருந்தால், அப்போதைய தமிழ் மக்கள் பொங்கியிருக்க மாட்டார்களா?' எனக் கேட்டிருந்தார்.

மேலும், 'மதுரையில் வாழ்ந்த எண்ணாயிரம் சமணர்கள் விழுப்புரத்துக்கு அருகில் உள்ள 'எண்ணாயிரம்' எனும் பகுதியைச் சேர்ந்தவர்கள். நாலடியாரை இயற்றியதும் இவர்கள் தான். இவர்களின் ஒருசிலர் மன்னனுக்கு தவறான மருத்துவம் பார்த்ததால் கழுவேற்றப்பட்டிருக்கலாம். அதுவே இலக்கியத்தில் எண்ணாயிரம் சமணராக பதிவாகிவிட்டது' என்பது கொடுமுடியாரின் விளக்கமாக அமைந்தது.

2002-ல் வாரணாசியில் நடைபெற்ற திருஞான சம்பந்தர் இலக்கிய ஆய்வு மாநாட்டின் கட்டுரைத் தொகுப்பு வெளியிடப்பட்டது. இதில் இடம் பெற்றுள்ள கோவை அருண்குமார் கட்டுரையில் 'சமணர்களை கழுவேற்றினர்' என்றும், உடுமலை இளங்கண்ணன் என்பவரது கட்டுரையில் 'தோற்ற சமணர் தம் சபதப்படி தாமாகவே கழுவேறினர்' எனவும், சென்னை மு.கோமதியின் கட்டுரையில் 'வாதத்தில் தோற்ற சமணரை மன்னன் கழுவேற்றினான்' எனவும் தெரிவிக்கப்பட்டுள்ளது.

மேற்கண்ட தொகுப்பில் இடம்பெற்றிருந்த மதுரை ச.சந்திர சேகரனது கட்டுரையில் 'அனல் வாதத்திலும் புனல் வாதத்திலும் தோல்வியுற்ற 8000 சமணர்கள் கழுவில் ஏறினர் என்னும் செய்தியும் நமக்குக் கிடைக்கிறது. அனல்வாதம் புனல் வாதம் செய்திகளையும் சமணர்கள் தோற்றுப் புறம்கண்டதையும் அறியலாம். ஆனால் 8000 சமணர்கள் கொல்லப்பட்டனர் என்பதை ஏற்றுக்கொள்ள முடியாது. சம்பந்தரே கூட இக்கொடிய செயலை அனுமதித்திருக்கமாட்டார். சமயப் போட்டியும் சமயப் பிணக்கும் மிகக்கடுமையாக இருந்திருந்தாலும்கூட இக்காட்டுமிராண்டிச் செயலைச் செய்ய யாரும் அனுமதிக்கமாட்டார்கள்.

8000 சமணர்களும் என்ன தமிழகத்தின் புறத்தே இருந்தா வந்திருக்க முடியும். தமிழர்கள்தாமே சமணர்களாக மாறியிருப்பர். அப்படியிருக்கச்

சம்பந்தரால் இக்கொடுஞ் செயலுக்கு எப்படி சம்மதித்திருக்க முடியும். இது கட்டுக் கதையே. சமயப் போராட்டத்தில் இழப்புகள் என்பது இயல்பு. ஆனால் 8000 சமணர்கள் மரணம் என்பது மிதமிஞ்சிய கற்பனையே' என்று தெரிவிக்கப்பட்டிருப்பது குறிப்பிடத்தக்கது. 2002-ல் முனைவர் ச.சாம்பசிவனார் 'சமயப் புரட்சியாளர் சம்பந்தர்' எனும் நூலை வெளியிட்டார். அதில், 'சம்பந்தரது இத்தகு புரட்சியால், பாண்டிய நாட்டில் சமணம் வீழ்ந்தது. சமணர்கள், தாங்கள் தோற்றுப் போனால் கழுவேறுவோம் என்று சொன்ன வாக்கினைக் காப்பாற்றினர். அவ்வாறே கழுவேறினர். மதுரைக்கு அருகே 'கழுவேறிய கிடை' என்ற ஊர் உள்ளது. கிடை என்றால் இருப்பிடம். அது கழுவர் கடை என்று மருவி வழங்கி வருகின்றது. சமணர்கள் தாமாகவே கழுவேறினார்களா அன்றிப் பாண்டிய மன்னனது ஆணையால் கழுவேற்றப்பட்டார்களா என்பது ஆராய்ச்சிக்குரியது' எனத் தெரிவித்துள்ளார்.

2012-ல் வெளியான பூமணியின் 'அஞ்ஞாடி' நாவல் அமணர் கழுவேற்றத்தை இப்படி விவரிக்கிறது:

எண்பெருங் குன்றங்களிலும் இதர இடங்களிலும் வாழும் அமணர்களை இழுத்து வருகிறார்கள். சித்தாந்தம் உரைக்கும் பட்டாரகர் சேவைக்கு அர்ப்பணித்துக்கொண்ட துறவியர் குரவர் குரத்தியர் வைராக்கியர் சிராவகர் என எண்ணாயிரம் பேர். அமைச்சர் முன்னிலையில் அமணக்கூட்டம் கழுமரக் களம் தேடிச் செல்கிறது. வானோக்கி நிற்கும் கூர் மரங்கள் வரவேற்கின்றன. அமைச்சர் உரக்க ஆணையிடுகிறார்.

'நிறைவேற்றுங்கள்'.

அமணர் முகத்தில் சலனமில்லை. அதே அமைதி. சிவனர் கூக்குரலிடுகிறார்கள்.

'கொசு மொய்க்கும் பீளைக்கண் பித்தர்கள் வீழ்க.'

'நாற்றமெடுத்த ஊத்தை வாயர்கள் ஒழிக.'

அமைச்சர் முன்னிலையில் அமணர்கள் அணியணியாகக் கழுவேறுகிறார்கள். எண்ணாயிரம் உயிர்கள் துடிதுடித்து அடங்குகின்றன.

கழுமுனை குதத்தில் குத்திக் கழுத்தில் முளைத்தபடி அமணப் பிணங்கள் அந்தரத்தில் கடுந்தவம் புரியும் அதிசயக் கோலம். காணக் கிடைக்காத அற்புதம். பிணங்களில் கொப்புளிக்கும் குருதி மலம் கலந்து கழுமரங்களில் வடிந்து தரையில் குளமாகிறது. (படலம்7. 2. அரகர அரகர. பக்கம்:398)

இதே காலக்கட்டத்தில், முன்னாள் துணைவேந்தர் க.ப.அறவாணன் எழுதிய 'பாண்டியர் காலத் தமிழ் மக்கள் வரலாறு' நூல் வெளியானது. 8000 சமணர்களைப் பாண்டியன் கழுவேற்றிக் கொன்ற வரலாறு எனும் தலைப்பில் (பக்கம் 83) குறிப்பிடப்பட்டிருப்பதாவது: 'திருஞான சம்பந்தர் பரப்பி வந்த சைவ சமயத்தைப் பின்பற்றாத 8000 சமணர்களை வாதுக்கு அழைத்து அனல் வாதமும் புனல் வாதமும் நிகழ்த்தி கழு என்ற சூல ஆயுதத்தில் ஏற்றிக் கொன்ற வரலாற்றைச் சைவ இலக்கியங்களும் அவற்றில் குறிப்பாகத் திருவிளையாடல் புராணமும் பெரிய புராணமும் விவரமாக எடுத்துரைக்கின்றன.'

இடைப்பட்ட காலத்திலும் அங்குமிங்குமாகச் 'சமணர் கழுவேற்றம்' குறித்த விவாதங்கள் பல்வேறு தளங்களில் நடந்து கொண்டு இருக்கின்றன. அண்மைக் காலத்திலும் இவ்விவாதம் தொடர்ந்து கொண்டிருக்கிறது என்பதற்கு உதாரணம், 2013 நவம்பரில் வெளியான காலச் சுவடு இதழாகும்.

இதில் இடம்பெற்றிருந்த, எழுத்தாளர் பி.ஏ.கிருஷ்ணனின் 'சமணர்கள் கழுவேற்றப்பட்டார்களா?' எனும் தலைப்பிலான நீண்ட கட்டுரை மிகப்பெரிய விவாதத்தை ஏற்படுத்தியது. 'எட்டாயிரம் சமணர்கள் மதுரையில் கழுவேற்றப்பட்டார்கள் என்ற செய்தி தமிழில் திரும்பத் திரும்பச் சொல்லப்படுகிறது. வாயில் நுரைத் ததும்ப, இந்து மதத்தின் சாவுமணி எங்களால்தான் அடிக்கப்பட வேண்டும் என்ற வேகத்தோடு எழுதுபவர்களிடமிருந்து தமிழின் முக்கியமான படைப்பாளிகள்வரை இந்தச் சம்பவத்தைப் பற்றி எழுதியிருக்கிறார்கள்' எனத் தொடங்குகிறது பி.ஏ.கிருஷ்ணனின் கட்டுரை. 'சமணர்கள் கழுவேற்றப்பட்டார்கள் என்பது புராணக் கதை. ஜைன நூல்களிலோ கல்வெட்டுகளிலோ அல்லது அப்பர், சம்பந்தர் பாடல்களிலோ இந்தக் கதைக்கு ஆதாரம் கிடையாது. அவர்கள் காலத்திற்கு ஐநூறு ஆண்டுகளுக்குப் பிறகு இந்தக் கதை தோன்றுகிறது. வைதீகச் சமயங்களும் அரசர்களும் சமண மதத்துக்கு எதிராகத் தொடர்ந்து செயல் புரிந்திருக்கலாம். ஆனால் படுகொலைகள் நடந்திருக்க வாய்ப்புகள் மிகவும் குறைவு. அதற்கான தேவை இருந்ததாக இதுவரை நமக்குக் கிடைத்திருக்கும் வரலாற்றுச் சான்றுகள் தெரிவிக்கவில்லை. கதைகளை வரலாற்று நிகழ்வுகளாக எடுத்துக்கொண்டு வரிந்து வரிந்து எழுதுவது தமிழகத்தில் மட்டுமே நடக்கும்' என பி.ஏ.கிருஷ்ணன் குறிப்பிட்டிருந்தார்.

இக்கட்டுரைத் தொடர்பான எதிர்வினை, அடுத்து வந்த காலச் சுவடு இதழில் இடம் பெற்றது. குறிப்பாக புலவர் செ.இராசு (ஈரோடு) எழுதிய கடிதத்தில், 'மதுரையை அடுத்த எண்பெரும் குன்றில் எண்ணாயிரம் பேர் அன்று இருந்திருப்பது நிச்சயம் சாத்தியமில்லை.

சமணரில் 'அஷ்ட சகஸ்ரர்' (எண்ணாயிரவர்) என்ற ஒரு பிரிவினர் இருந்தனர். அந்த அஷ்ட சகஸ்ரரில் ஒரு சிலர் போட்டியில் தோற்றுக் கழுவேறியிருக்கக் கூடும். ஆயிரவ வைசியரில் தில்லை மூவாயிரவரில் ஒருவர் இருந்தாலும் அவரை ஆயிரவர், மூவாரயிரவர் என்றுதானே அழைப்போம். அதுபோல் சமணர் எண்ணாயிரம் பிரிவினரில் ஒரு சிலர் கழுவேறியிருக்கக்கூடும்' எனக் குறிப்பிடப்பட்டிருந்தது.

இதனைத் தொடர்ந்து ஜனவரி 2014 இதழில் இவ்விவாதத்தை முடித்து வைத்த பி.ஏ.கிருஷ்ணன் 'புராணக் கதைகளை மட்டும் வைத்துக் கொண்டு வரலாற்றைக் கட்டமைத்துவிட முடியாது. மற்றைய சான்றுகளும் வேண்டும். சமணர்கள் ஒடுக்கப்படவில்லையென்று நான் கூறவில்லை. படுகொலைகள் நடந்திருப்பதற்கான வாய்ப்புகள் குறைவு என்றுதான் நான் கூறுகிறேன்' என விளக்கமளித்திருந்தார்.

2014 மே 6-ல் வெளியான தி இந்து (தமிழ்) நாளிதழில் 'கழுவேற்றம் வரலாறா, புனைவா?' எனும் விவாதக் களம் இடம் பெற்றிருந்தது. இதில், வி.எம்.எஸ்.சுபகுணராஜன், 'மீனாட்சியம்மன் கோயில் பொற்றாமரைக் குளத்தைச் சுற்றிலும் உள்ள ஓவியங்கள், கந்தசஷ்டி கவசம், பெரியபுராணம், திருவிளையாடல் புராணம் போன்ற இலக்கியங்கள் மற்றும் நாட்டார் வழக்காற்றில் கொண்டாடப்பட்டு வரும் திருவிழா' போன்றவற்றை சமணர் கழுவேற்றத்துக்கு ஆதாரமாகக் காட்டியிருந்தார். இதற்குப் பதிலளித்திருந்த இரா.திருநாவுக்கரசு, 'சமய நிகழ்வுகளைச் செறிவோடு ஆவணப்படுத்தும் நெடிய பண்பாடுள்ள சமண மதத்தின் மடங்கள் கழுவேற்றம் செய்யப்பட்டுப் பலியிடப்பட்ட சமணர்கள் பற்றி இதுவரை அதிகாரப்பூர்வமாக ஏதேனும் தகவலை வெளியிட்டுள்ளதா?' என வினா எழுப்பியிருந்தார்.

2014 ஜூலை-ஆகஸ்ட் 'மணற்கேணி' இதழில் 'பக்தி இயக்கம் ஒரு பார்வை' எனும் தலைப்பில் கட்டுரை எழுதியிருந்த அண்ணாமலைப் பல்கலைக்கழக உதவிப் பேராசிரியர் இ.மணமாறன், 'ஆழ்வார்களும் நாயன்மார்களும் சமண, பௌத்த சமயங்களுடன் விவாதங்களில் ஈடுபட்டார்கள். ஆனால் அரசு ஆதரவுடன் இச்சமயங்கள்மீது வன்முறை எதுவும் நிகழ்த்தப்படவில்லை. சமணர்களின்மீது நிகழ்த்தப் பட்டதாகக் கூறப்படும் வன்முறைக்கு எந்தவிதமான சான்றுகளும் இல்லை' எனக் குறிப்பிட்டிருந்தார்.

தொடர்ந்து, 'பிற்காலத்தில் திருத்தொண்டர் திருவந்தாதி இயற்றிய நம்பியாண்டார் நம்பிகளே முதன் முறையாக சமணர்களைத் தனது நூலில் கழுவில் ஏற்றினார். அதன் பின்னர் பெரிய புராணத்தில் சேக்கிழார் இரண்டாவது முறையாகக் கழுவில் ஏற்றினார். இதுவே பின்னர் உண்மையாக நடந்த நிகழ்ச்சி போல காட்டப்பட்டு சிற்பங்கள், ஓவியங்கள் வழியாகவும், உரைகள் வழியாகவும்

சமூகத்தின் பொதுப் புத்தியில் பதியவைக்கப்பட்டுள்ளது. வரலாற்று வரைவியலிலும் தலைசிறந்த வரலாற்று அறிஞர்களும் இந்தக்கருத்தை அடிக் குறிப்புகள்கூட தராமல் உண்மை நிகழ்வுகளாகப் பதிவு செய்துள்ளனர்' எனவும் பேராசிரியர் இ.மணமாறன் எழுதியிருந்தது குறிப்பிடத்தக்கது.

கடந்த பத்தாண்டுகளுக்கும் மேலாக இணையத் தளங்களிலும் 'சமணர் கழுவேற்றம்' குறித்த நீண்ட விவாதம் நடந்து வருகிறது. பலநேரங்களில் இவை எல்லை மீறியும் செல்கின்றன. திருஞானசம்பந்தர் பாசிசவாதி என்றும் இட்லருடன் ஒப்பிடப்பட்டும் எழுதப்படுகின்றன. எண்ணாயிரம் சமணர் கழுவேற்றத்தின் மூலம் கடைசி சமணனும் அழிக்கப்பட்டான், அவர்களுடைய இலக்கியங்களும் அழிக்கப்பட்டன என்றெல்லாம்கூட எழுதப்பட்டு வருகின்றன.

2013 அக்டோபர் உயிரோசை (இணைய) வார இதழ், 15ஆம் நூற்றாண்டில் ஐரோப்பாவில் கிறிஸ்துவ மதத்தின் பெயரால் நிகழ்த்தப்பட்ட வன்முறைகளை விவரித்தது. 'தமிழகத்திலும் கி.பி.7 ஆம் நூற்றாண்டில் பக்தி இயக்கத்தை மையமாகக் கொண்டு சமண பௌத்த மதங்களை வேரறுக்க முயற்சிகள் நடந்ததாகச்' சொன்ன இந்த இதழ், 'நவீன வரலாற்றுப் பதிவு முறைகள் இல்லாததால் கழுவேற்றுதல் குறித்த தெளிவான காட்சியை இன்று நாம் காண முடியவில்லை' என்றும் குறிப்பிட்டிருந்தது.

எழுத்தாளர் எஸ்.ராமகிருஷ்ணன் தனது வலைத்தளத்தில் 'தமிழ்நாட்டில் எட்டாயிரம் சமணர்கள் கழுவில் ஏற்றிக் கொல்லப்பட்டார்கள் என்று சரித்திரக் குறிப்புகள் கூறுவதாக'ப் பதிவு செய்திருக்கிறார். (www.sramakrishnan.com/?p=510)

இதை மறுப்பவர்களில் குறிப்பிடத் தகுந்தவராக இருப்பவர் எழுத்தாளர் ஜெயமோகன்.

'கி.பி.ஏழாம் நூற்றாண்டுக்குப் பின் பலநூறு வருடம் சமணரும் சமணக் கோயில்களும் எந்தவிதச் சிக்கல்களும் இல்லாமல் இருந்திருக்கின்றன. மதுரையைச் சுற்றியுள்ள சமண வழிபாட்டுத் தலங்கள் இயல்பாகவே இயங்கி இருக்கின்றன. கழுவேற்றச் சம்பவம் குறித்து தோற்றவர்கள் தரப்பில் ஒரு ஆவணம் கூட இல்லை. இத்தனைக்கும் கல்வியை அடிப்படையாகக் கொண்ட சமணம் விரிவான ஆவணப் பதிவை வழக்கமாகக் கொண்டது. சமணத்தின் வரலாறு அதன் தென்னகத் தலைநகர்களான சிரவணபெலகொளா, முடுபத்ரே மடங்களில் தெளிவாகவே பேணப்படுகிறது. சமணரைக் கொன்றழித்த கதைகளை எழுதும் எவருக்குமே அதற்காகச் சமணரைப் பற்றி ஆய்வு செய்து பார்க்கலாம் என்ற எண்ணம் இல்லை.

இது ஒரு நிரூபிக்கப்பட்ட வரலாற்றுத் தகவல் அல்ல. ஒரு தொன்மம் மட்டுமே. அரசியல் காரணங்களுக்காக வரலாற்றுத் தகவலாக ஆக்குகிறார்கள். இப்படி ஒரு போலி ஆதாரம் கொடுத்தாவது ஒரு தொன்மத்தை உண்மையாக்க வேண்டும் என்பது யாருடைய கட்டாயம்? அப்படிச் சமணர்களை, சைவர்களை, தமிழ்ச் சமூகத்தை ஒட்டு மொத்தமாக சித்தரிப்பதன் மூலம் யார் என்ன அடைகிறார்கள்?' - எனும் வினாக்களை ஜெயமோகன் எழுப்பியிருக்கிறார். (www.jeyamohan.in/?=4574)

விவாதச் சுருக்கம்

சொக்கீசனை (மதுரை சொக்க நாதரை) நோக்கிய வடலூர் வள்ளலாரின் கேள்வியுடன் தொடங்கிய சமணர் கழுவேற்றக் கதை குறித்த விவாதம் பின்வந்த ஆண்டுகளிலும் தொடர்ந்தது.

குறிப்பாக பி.டி.சீனிவாச ஐயங்கார் எடுத்துவைத்த கருத்துகளும், இதற்கு க்ஷத்ரியன் இதழாசிரியர் அர்த்தநாரீசவர்மாவின் எதிர்க் கருத்துகளும் குறிப்பிடத்தகுந்தவை.

பின்னர் தொடர்ந்த வாதங்களில் குறிப்பிடத் தகுந்தவர்களாக இருந்தவர்கள் தமிழறிஞர்கள் திரு.வி.க., கோவை சிவக்கவிமணி சுப்ரமணிய முதலியார் ஆகியோராவர். இருவரும் சமூகப் பணியில், தமிழ்த் தொண்டில், தேசியத்தில் தங்களை முழுமையாக ஈடுபடுத்திக் கொண்டவர்கள். திரு.வி.க. பத்திரிகையாளராக, தொழிற்சங்கவாதியாகத் தன் பணியைத் தொடந்தவர். கோவை சி.கே.சுப்ரமணிய (சி.கே.எஸ்) முதலியார், வழக்கறிஞர் பணியுடன் இலக்கியப் பணியையும் தொடர்ந்தவர். கோவைத் தமிழ்ச் சங்கத்துக்குத் தலைமைப் பொறுப்பேற்றிருந்தவர். இப்பெரியார்கள் இருவரும் பெரிய புராணத்துக்கு உரையெழுதி இருக்கின்றனர். எண்ணாயிரம் சமணர் கழுவேற்றத்துக்கு தேவாரத்தில் அகச்சான்றும் இல்லை, புறச்சான்றும் இல்லை என உறுதியாக மறுக்கிறார் திரு.வி.க. கழுவேற்றத்தைக் கதையாகக் குறிப்பிடும் இவர், 'இச்சம்பவத்துக்கு அகச்சான்றும் இல்லை. புறச்சான்றும் இல்லை. சான்று கிடைக்கும் வரை இதை ஏற்றுக் கொள்ள முடியாது' எனத் திட்டவட்டமாகத் தெரிவிக்கிறார். ஆனால், 'அரசனுக்கு நோய் வந்தது, தொடர்ந்து நடந்த வாதங்களில் சமணர்கள் தோற்றது போன்றவை நடந்திருக்கும் போது கழுவேற்றமும் நடந்திருக்கும்' என்று சொல்லும் சி.கே.எஸ்., 'இதை மறுக்கும் நவீனரை சமணத்தோல் போர்த்திய சைவர்' எனச் சாடுவதையும் பார்க்க முடிகிறது.

திரு.வி.க. மற்றும் சி.கே.எஸ். ஆகியோரது விளக்கங்கள் பிற்காலத்தில் பெரிய புராணத்துக்கு உரையெழுதுபவர்களுக்கு, சமணர் கழுவேற்ற விவகாரத்துக்கு விளக்கமளிக்க ஏதுவாக அமைந்தன எனலாம்.

இதற்கிடையே இவ்விவகாரம் குறித்து விரிவாக ஆய்வு செய்தவராக நமக்குத் தென்படுபவர் பேராசிரியர் தெ.பொ.மீ. ஆவார். சிறந்த தமிழறிஞரான இவர், சமணத்தை நன்கு ஆய்ந்தவர். சமணம் தமிழுக்குச் செய்த தொண்டுகள் குறித்து விரிவாக எழுதியவர். தமிழிலக்கிய, இலக்கண நூல்கள் சமணர் இட்ட பிச்சை எனும் கருத்தை வெளிப்படுத்தியவர்.

இவரது 'சம்பந்தரும் சமணரும்' நூல் எண்ணாயிரம் சமணர் கழுவேற்றத்தை கதை என்கிறது. மேலும், சம்பந்தர் காலத்திலிருந்த திருநாவுக்கரசரும் இக்கதையைப் பற்றிக் கூறவில்லை. அக்காலப் பல்லவர்களின் கல்லேடு மற்றும் செப்பேடுகளில் இது குறிக்கப்பெற வில்லை போன்ற தகவல்கள் அந்நூலில் இடம் பெற்றிருந்தன.

இதனைத் தொடர்ந்து வரலாற்று ஆய்வாளர் மயிலை சீனி.வேங்கடசாமி இவ்விவகாரத்தில் முக்கிய இடத்தைப் பெறுகிறார். திருவிளையாடற் புராணம், சித்திரைத் திருவிழா மற்றும் பொற்றாமரைக்குள ஓவியம் ஆகியவற்றை முதன்மை ஆதாரமாகக் கொள்கிறார். கழுவேற்றத்தை வரலாறாகக் கொள்பவர்களுக்கு இவரது வாதம் இன்றுவரை பெரிதும் கை கொடுத்துவருகிறது.

'எண்ணாயிரம் சமணர் கழுவேற்றம் கட்டுக்கதை, நடந்த நிகழ்வாக இருக்க முடியாது' என வரலாற்று ஆய்வாளர் கே.ஏ.நீலகண்ட சாஸ்திரி தெரிவித்திருக்கும் அதே வேளையில், 'தமிழக வரலாறு மக்களும் பண்பாடும்' குறித்து விரிவாக எழுதியுள்ள டாக்டர்.கே.கே.பிள்ளை இந்நிகழ்வு குறித்து தமது நூலில் எதுவும் குறிப்பிடாததும், 7ஆம் நூற்றாண்டில் சமூகப் பொருளாதார சமய நிலவரங்கள் குறித்து பெரிதும் ஆய்வு செய்துள்ள ஈழஆய்வாளர் க.கைலாசபதி, 'சமணர் கழுவேற்றப்பட்டது உண்மையோ, பொய்யோ' எனப் போகிறப் போக்கில் சொல்லிவிட்டுப் போவதும் ஏன் என்று தெரியவில்லை.

சேக்கிழாரின் கருத்தை அப்படியே ஏற்றுக் கொள்ளாவிடினும், திரு.வி.க. போல் உறுதியாகச் சொல்வதில் வெள்ளை வாரணனார் தயக்கம் காட்டுவது தெரிகிறது.

இவர்பின் வந்த சைவ ஆய்வாளர்கள் பலரும் இதே நிலையையே கடைபிடித்தனர். குறிப்பாக, சமணர்களை சம்பந்தர் கழுவேற்றவில்லை, அரசன்தான் கழுவேற்றினான் அவன் கழுவேற்றவில்லை, அவர்களாகவே கழுவேறினார்கள் போன்ற விளக்கங்களும் கொடுக்கப்பட்டு வருகின்றன.

20ஆம் நூற்றாண்டில் இறுதியில், தமிழறிஞர் அ.ச.ஞான சம்பந்தன் வெளிப்படுத்திய கருத்துகளானது, கழுவேற்ற விவகாரத்தில் புதிய விளக்கமாக அமைந்தது. ‘சம்பந்தர் வாதில் ஈடுபட்டது தமிழ்நாட்டுச் சமணர்களுடன் அல்ல. வந்தேறிகளாகிய சமணர்களோடுதான். மைசூர் பிராந்தியத்தில் நடந்த கழுவேற்றத்தை மனதில் வைத்து சேக்கிழார் கழுவேற்றத்தை எழுதியிருக்கிறார்’ எனத் தெரிவித்திருப்பது விரிவான ஆய்வுக்குரியது. ஆனால் இவர் முகவுரை எழுதியுள்ள அதேநூலில், ‘நம்பியாண்டார் நம்பியின் உரையைக் கடைபிடித்து சேக்கிழார் கழுச்செய்தியை அருளினார் போலும்’எனத் திரு.வி.க. குறிப்பிட்டிருப்பதையும் நாம் இங்குச் சொல்லியாக வேண்டும்.

இதற்கிடையில் கழுவேற்ற விவகாரத்தில் தந்தை பெரியாரின் கருத்துகளும் பரவலான கவனிப்பைப் பெற்றுள்ளன. தமிழர்களை இழிவுப்படுத்தும் பெரியபுராணம், கம்ப இராமாயணம் ஆகியவற்றைக் கொளுத்த வேண்டும் என கறாராகத் தெரிவித்த அவர், சமணர் கழுவேற்றப்பட்டதாகக் கூறப்படுவதில் மட்டும் அப்புராணங்களை சரித்திர ஆதாரமாகக் கொள்கிறார். இந்த இடத்தில் அறிஞர் அண்ணாவின் எழுத்துகளும் குறிப்பிடத்தக்கது.

இந்நூற்றாண்டின் தொடக்கத்தில், இவ்விவகாரத்தில் புதிய தொடக்கமாக அமைந்தது தமிழறிஞர் காலஞ்சென்ற கொடுமுடி ச.சண்முகம் எழுதிய ‘பழி நீக்கிய எண்ணாயிரம்’ கட்டுரை.

‘கழுவேற்றத்திற்கு வரலாற்றுச் சான்று இல்லை’ என எழுத்தாளர்கள் பி.ஏ.கிருஷ்ணன், ஜெயமோகன், இரா.திருநாவுக்கரசு, இ.மணமாறன் போன்றோர் தெரிவிக்க, கழுவேற்றம் நடந்ததை மறுக்க முடியாது என ஆய்வாளர் செ.இராசு, வி.எம்.எஸ்.சுபகுணராஜன் போன்றோர் சொல்லி வருகின்றனர். இடதுசாரி எழுத்தாளர்களான அருணன், பார்த்தசாரதி ஆகியோரும் இதில் அடக்கம்.

4
கழுவேற்றம் – பிற ஆதாரங்கள்

முதன்மை ஆதாரங்கள்?

எண்ணாயிரம் சமணர் கழுவேற்றம் வரலாறா... கற்பனையா? எனும் விவாதம் நீண்ட காலமாகவே நடந்து வருவதைப் பார்த்தோம். 'வரலாறே' என்பதை அறுதியிட்டுக் கூறத்தக்கவராக இருப்பவர் ஆய்வறிஞர் மயிலை சீனி.வேங்கடசாமி ஆவார். 'தமிழும் சமணமும்' நூலில் எடுத்து வைக்கப்பட்டுள்ள அவரது வாதம்தான் இன்றும் பெரிய ஆதாரமாகக் கொண்டு பேசப்பட்டு வருகிறது.

சமணர் கழுவேற்றத்திற்கான முதன்மைச் சான்றுகளாக 'பெரியபுராணம், திருவிளையாடற் புராணம், தக்கயாகப் பரணி முதலிய நூல்கள் கூறுவதும், மதுரைப் பொற்றாமரைக் குளத்து மண்டபத்தின் சுவரில் சமணரைக் கழுவேற்றுங் காட்சியைச் சித்திரமாக வைத்திருப்பதும். மதுரைக் கோவிலில் நடைபெற்று வரும் உற்சவங்களில் ஐந்துநாள் கழுவேற்று உற்சவம் ஆண்டுதோறும் நடைபெற்று வருவதையும்' காட்டுகிறார் மயிலை சீனிவேங்கடசாமி. இதுபற்றி பார்ப்பதற்குமுன், 10ஆம் நூற்றாண்டில் 'கழுவேற்றம்' முளைத்ததற்கான காரணம் குறித்தும், புராணங்கள், திருவிழாக்கள், அதில் இடம் பெற்றுள்ள 'கட்டி விடப்பட்டக் கதைகள்' போன்றவற்றையும் இப்போது நாம் பார்க்கலாம்.

7ஆம் நூற்றாண்டில் இல்லாததும் 10ஆம் நூற்றாண்டில் வெளிப்பட்டதும்

'நீற்று மேனிய ராயினர் மேலுற்ற
காற்றுக் கொள்ளவும் நில்லா அமணரைத்

தேற்றி வாதுசெ யத்திரு வுள்ளமே
ஆற்ற வாள ரக்கற்கும் அருளினாய்'

- சமணர்களை வாதில் வெல்லும் திருவுள்ளம் அருளுமாறு திருஆலவாய் பதிகத்தில் வேண்டுகிறார் திருஞானசம்பந்தர். வாதில் வென்று, சமணர்களைக் கழுவேற்றியதாக சம்பந்தர் தேவாரத்தில் குறிப்புகள் எதுவுமில்லை.

சம்பந்தரது சமகாலத்தவர், அவருக்குப் பின் சில ஆண்டுகள் வாழ்ந்தவர், ஏறக்குறைய 30 ஆண்டுகளுக்குமேல் சமண சமயத்தில் இருந்தவர்-திருநாவுக்கரர். நாவுக்கரசரின் பாடல்களிலும் 'கழுவேற்றம்' குறிப்பிடப்படவில்லை.

இவர்களுக்குப் பின் வந்தவர்-தேவார மூவர்களில் ஒருவராகச் சிறப்பிக்கப்படுபவர்-சுந்தரர். 'திருத்தொண்டத் தொகை' இயற்றியவர். தமக்கு முற்பட்ட அருளாசிரியர்கள் குறித்து, 'நல்லிசை ஞான சம்பந்தனும், நாவினுக்கரசரும் பாடிய நற்றமிழ் மாலை' என்கிறார். சமணர் பேசும் மொழி மூக்கால் பேசுவது போல் இருக்கிறது எனக் கிண்டலடித்தவர் சுந்தரர். சேரமான் பெருமாளுடன் மதுரை சென்று தங்கிய இவர், திருஆலவாய் இறைவனை தரிசித்து, திருவாப்பனூர், திருவேடகம், திருப்பரங்குன்றம் முதலிய தலங்களுக்கும் சென்றிருக்கிறார். இவரது தேவாரத்திலும் சமணர் கழுவேற்ற சங்கதி இடம் பெறவில்லை.

திருஞானசம்பந்தரைத் 'திரவிட சிசு' எனப் பாராட்டிய ஆதிசங்கரர், 'சௌந்தரிய லகரி'யில் இதுபற்றி ஏதாவது குறிப்பிட்டதுபோல் தெரியவில்லை.

சமணர்களை சம்பந்தர் வாதில் வென்றதும், சமணர் கழுவேற்றப் பட்டதாகக் கூறப்படுவதும் உண்மையில் சைவத்துக்குக் கிடைத்த வெற்றிதானே? இவர்கள் ஏன் அதைப் பாடவில்லை? 7,8,9 ஆம் நூற்றாண்டுகளில் இல்லாத ஒரு விசயம் - கழுவேற்றம் - 10-11ஆம் நூற்றாண்டுகளில் நம்பியாண்டார் நம்பியின் மூலம் வெளிப்படுகிறது. தொடர்ந்து 12ஆம் நூற்றாண்டில் தக்கயாகப் பரணி, பெரிய புராணத்தில் பதிவு செய்யப்படுகிறது.

இதற்குக் காரணமாக நமக்குப் புலப்படுவது, சோழர் காலத்திலும் சமணம் தன் இருப்பை இழக்கவில்லை. அரச மதம் என்ற நிலையில் இல்லையே தவிர, அரசு ஆதரவு என்பது சமணத்துக்குத் தொடர்ந்து இருந்து வந்தது என்பதை, அவர்களது வழிபாட்டிடங்களுக்குத் தொடர்ந்த பள்ளிச்சந்தங்கள், கொடைகள் அளிக்கப்பட்டது, தீர்த்தங்கரர்

உருவங்கள் பிரதிட்டைச் செய்யப்பட்டது, சமண இலக்கிய இலக்கண நூல்கள் இயற்றப்பட்டதுமான நிகழ்வுகள் நமக்கு உணர்த்துகின்றன.

எல்லாவற்றையும்விட, சமண காவியமான சீவகசிந்தாமணியின்பால் இரண்டாம் குலோத்துங்கனின் சிந்தனை இருந்துவந்தது என்பதை உமாபதி சிவாசாரியாரின் 'சேக்கிழார் சுவாமிகள் புராண'த்தில் உள்ள கீழ்க்காணும் வரிகள் மூலம் அறிகிறோம்.

'கலகமிடும் அமண்முருட்டுக் கையர் பொய்யே கட்டிநடத்திய சிந்தா மணியை மெய்யென்(று) உலகிலுளோர் சிலர்கற்று நெற்குத் துண்ணா துமிக்குத்திக் கைவருந்திக் கறவை நிற்க, மலடுகறந் துளந் தளர்ந்து குளிர்பூஞ்சோலை வழியிருக்கக் குழியில் விழுந் தளறு பாய்ந்து, விலைதருமென் கரும்பிருக்க இரும்பைமென்று விளக்கிருக்க மின்மினித் தீக்காய்ந்து நொந்தார். வளவனுங் குண்டமண் புரட்டுத் திருட்டுச் சிந்தாமணிக் கதையை மெய்யென்று வரிசை கூர, உளமகிழ்ந்து பலபடப் பாராட்டிக் கேட்க.'

'அநபாய சோழனானவன் சமண காவியமான சீவக சிந்தாமணியைப் பயின்று, அதன்கண் கூறப்பெறும் சமணத் தத்துவத்தை மெய்யென்று பலபடப் பாராட்டிக் கொண்டிருந்தான். சேக்கிழார் அவனுக்குச் சைவத்தின் பெருமையை உணர்த்தவும், சிவத்தொண்டர்களின் பெருமையை உலகெலாம் கேட்டு வியக்கவும் திருத்தொண்டர் புராணம் என்னும் பெரியபுராணத்தைப் பாடினார்' என்பார் கே.கே.பிள்ளை. பெரியபுராணத்தை ஆய்வு செய்த டாக்டர் மா.இராசமாணிக்கனார் இதனை மறுப்பார். ஆனாலும், 'சீவக சிந்தாமணி நேரடிக் காரணமாக இல்லாவிட்டாலும் பெரியபுராணத்துக்கு அது தூண்டுகோலாக இருந்திருக்கும்' எனும் நீலகண்ட சாஸ்திரியின் கருத்தும் இங்குக் கவனிக்கத்தக்கது.

எது எப்படி இருந்தாலும் நம்பி, சேக்கிழார் காலங்களிலும் சமணம் ஓரளவு வலுவாகத்தான் இருந்திருக்கிறது. அதன் வலுவைக் குறைத்துக் காட்டவேண்டுமென்றால், சமணர்களுக்கு எதிரான பலவிசயங்களின் ஊடாக, வாதில் தோல்வியுற்றதுவரை நிறுத்திவிடாமல், அவர்கள் கடும் தண்டனைக்கும் ஆளாக்கப்பட்டதான ஒரு 'மிகைக் கூற்று' சித்திரத்தையும் ஏற்படுத்தியிருக்கிறார்கள்.

குறிப்பாக, பெரிய புராணம் இயற்றிய சேக்கிழார், சுந்தரரின் திருத்தொண்டத் தொகையை முதல் நூலாகவும், நம்பியாண்டார் நம்பியின் திருத்தொண்டர் திருவந்தாதியை வழி நூலாகவும் கொண்டிருந்தார் என்பர்.

'வழி நூலுடையார் கூறியவற்றை சேக்கிழார் எப்படி புறக்கணிப்பார்?' எனக் கேட்கும், அறிஞர் தெ.பொ.மீ. 'நம்பியாண்டார் நம்பியின்

பாடல்படி சம்பந்தரே அமணர்களைக் கழுவேற்றியவர். ஆனால், சேக்கிழாரோ சமணர்கள்மேல் பழியைச் சுமத்தும் வகையில் கதையைத் திருத்தியமைத்திருக்கும்' வேறுபாட்டினைச் சுட்டிக்காட்டுகிறார்.

திருவிழாக்கள்

திருவிழாக்கள் சரித்திரத்தின் குறியீடுகளா? மதுரை திருவிழா வரலாற்றுக் குறியீடாக, முதன்மை ஆதாரங்களுள் ஒன்றாகக் காட்டப் படுவதால் இக்கேள்வி எழுகிறது.

கடலூர் அருகே திருவதிகையில் உள்ள வீரட்டனேசுவரர்க் கோயிலில் (அப்பர் தமது முதல் தேவாரப் பதிகத்தைப் பாடிய இடம்) இக்கோயிலுக்குள் சமணச் சிற்பம் ஒன்று இருப்பதைச் சுட்டிக்காட்டும் சுந்தர சண்முகனார், 'சமணத்திலிருந்து சைவத்துக்கு மாறியதற்காக நாவுக்கரசரைப் பல்லவன் யானையைக் கொண்டு இடறச் செய்தான் அல்லவா-? அதற்கு எதிர்ப்புத் தெரிவித்துப் பதிலடி கொடுக்கும் முறையில் ஆண்டுதோறும் பெருவிழாக் காலத்தில் ஒருநாள் யானைக் கொண்டு வரப்பட்டு இந்த சமண மன்னனது சிலையை மோதுவது போல் ஒருகாட்சி (ஐதீகம்) நடத்தப்பட்டுவருகிறது' என தமதுகெடிலக்கரை நாகரிகம் நூலில் பதிவு செய்துள்ளார் (இப்போதும் இப்படி நடக்கிறதா? என்று தெரியவில்லை).

சமணர்களின் தூண்டுதலின் பேரில் மகேந்திரவர்மன், நாவுக்கரசரை யானையின் காலால் இடறச் செய்தான் என்பதை வரலாற்று ஆய்வாளர்கள் யாரும் ஏற்றுக் கொள்ளவும் இல்லை, ஏற்றுக் கொள்ளப் போவதுமில்லை.

கற்பனைக் கதைகளை, புராணங்களைப் பின்புலமாகக் கொண்டு திருவிழாக்கள் கொண்டாடப்பட்டு வருகின்றன என்பதற்கு சுந்தர சண்முகனார் சுட்டிக்காட்டும் திருவதிகைப் பெருவிழாவும் ஓர் உதாரணமாகும். இப்படித்தான், சமணர் கழுவேற்றக் கற்பனைக் கதையும் திருவிழாவாகப் பல இடங்களில் கொண்டாடப் பட்டுவருகின்றன என்பதையும் நாம் ஏற்றுக் கொள்ள வேண்டும்.

இதற்குக் காரணம் இப்புராணக் கதைகள் ஆயிரக்கணக்கான ஆண்டுகளாகத் தொடர்ந்து சொல்லப்பட்டு மக்களிடையே ஆழமாக வேரூன்றிவிட்டது. இந்தச் சிந்தனை மரபில் மாற்றத்தைக் கொண்டு வருவது என்பது உடனியாக நிகழ்ந்துவிடக் கூடியதல்ல. ஆனாலும்கூட திருவிழாக்களில் குறிப்பாக, மதுரைத் திருவிழாவில் கழுவேற்ற நிகழ்வு மாற்றத்திற்குள்ளாகி இருக்கிறது என்பதையும் இங்குப் பதிவு செய்தாக வேண்டும்.

திருவிளையாடற் புராணமும் மதுரை விழாக்களும்

தமிழ்நாட்டில் சேர, சோழ, பாண்டியப் பேரரசுகளுக்குப் பின் 16ஆம் நூற்றாண்டில் ஏற்பட்ட நாயக்கர்களின் ஆட்சியானது, தமிழ்ச் சமயப் பண்பாட்டில் பெரும் தாக்கத்தினையும் அது தொடர்பான மாற்றத்தினையும் ஏற்படுத்தியது எனலாம். இக்காலக்கட்டத்தில்தான் கோயில்கள் மண்டபங்கள். தூண்கள், கோபுரங்கள் என பெரும் மாற்றத்தைச் சந்தித்தன. குறிப்பாக 'தமிழிலக்கிய வரலாற்றில் முன்னெப்பொழுதும் இல்லாத அளவு மிகுந்த எண்ணிக்கையிலான தலபுராணங்கள் நாயக்கர் காலத்தில்தான் எழுதப்பட்டன' என்கிறார் பேராசியர் சா.பாலுசாமி, இந்தத் தலபுராணங்களும் சிவபுராணம், விஷ்ணு புராணம். திருவிளையாடற் புராணம், பெரிய புராணம் ஆகியனவும், இராமாயணம், பாரதம் ஆகிய இதிகாசங்களும் இந்த ஆட்சியில் மிகுந்த செல்வாக்குப் பெற்றிருந்ததாகவும் அவர் தெரிவிக்கிறார்.

இப்புராண இதிகாசங்கள் இருநூறு ஆண்டுகால நாயக்கர் ஆட்சியில் கலைப் பண்பாட்டுத் துறைகளில் பெரும் செல்வாக்கு செலுத்தின என்பதற்குச் சிறந்த எடுத்துக்காட்டாகத் திகழ்வது மதுரை மீனாட்சியம்மன் கோயில்.

திருமலை நாயக்கர் ஆட்சிக் காலத்தின்தான் (1623-1659) இக்கோயிலின் புதிய சரித்திரம் தொடங்குகிறது. இவரது ஆட்சி காலத்தில்தான் மீனாட்சியம்மன் கோயிலில் பல்வேறு சீர்திருத்தங்கள் செய்யப்பட்டன எனக் குறிப்பிடும் ஆய்வறிஞர் அ.கி.பரந்தாமனார், சோமசுந்தரப் பெருமானுடைய 64 திருவிளையாடல்களில் சிலவற்றை நடத்திக்காட்ட விழைந்ததைத் தெரிவிக்கிறார். இதன் வெளிப்பாடுதான் ஆண்டு தோறும் சிறப்பாக நடத்தப்பட்டுவரும் சித்திரைத் திருவிழா.

'இந்த வகையில் சித்திரைத் திருவிழா என்பது நாயக்க அரசர்களால் உருவாக்கப்பட்ட ஒரு கொண்டாட்டம். முந்தைய பாண்டியர் ஆட்சியில் சித்திரைத் திருவிழா நடந்தது பற்றிய குறிப்புகள் இல்லை. அல்லது அப்படி எதையும் தான் வாசிக்கவில்லை' என்கிறார் ஆய்வாளர் மு.சரவணக்குமார்.

விழாக்கள் மலிந்த நகரம் என மதுரைக்குச் சிறப்புப் பெயர் வரக்காரணம், சித்திரைத் திருவிழா மட்டுமல்லாமல் ஆவணி மூலத் திருவிழா, தெப்பத் திருவிழா என ஆண்டு முழுவதும் திருவிழாக்கள் நடந்து கொண்டே இருக்கும். இவ்விழாக்களில் தவறாமல் இடம் பெறுவது, மதுரையில் இறைவன் புரிந்ததாகச் சொல்லப்படும் திருவிளையாடல்கள்.

நாயக்கர் காலம் முதற்கொண்டு இன்றுவரை மதுரைத் திருவிழாக் களுக்கு பரஞ்சோதி முனிவரின் 'திருவிளையாடற் புராணம்' அடிப்படை

ஆடக மதுரை அரசே போற்றி! உ சிவமயம் கூடல் இலங்கு குருமணி போற்றி!

அருள்மிகு சுந்தரேசுவரர் திருமணக்கோலம்

அருள்மிகு மீனாட்சி சுந்தரேசுவரர் திருக்கோயில் மதுரை.

தலம், தீர்த்தம், மூர்த்தி சிறப்பு

திருஆல வாய்க்கு இணையாம் ஒருதலமும், தெய்வமணம் செய்யப் பூத்த
மருஆர்பொன் கமலம்நிகர் தீர்த்தமும், அத் தீர்த்தத்தின் மருங்கின் ஞான
உருவாகி உறைசோம சுந்தரன்போல் இகபரம்தந்து, உலவா வீடு
தருவானும் முப்புவனத் தினும்இல்லை: உண்மைஇது, சாற்றின் மன்னோ

-பரஞ்சோதியார் திருவிளையாடற் புராணம்

சித்தி விநாயகர்

சத்தியாய்ச் சிவமாகித் தனிப்பர
முத்தியான முதலைத் துதிசெய
சுத்தியாகிய சொற்பொருள் நல்குவ
சித்தியானை தன்செய பொற்பாதமே

-பரஞ்சோதியார் திருவிளையாடற் புராணம்

சோமசுந்தரக் கடவுள்

சடைமறைத்துக் கதிர்மகுடந் தரித்து நறுங் கொன்றையந்தார் தணந்து வேப்பந்
தொடைமுடித்து விடநாகக் கலனகற்றி மாணிக்கச் சுடர்ப்பூ ணேந்தி
விடைநிறுத்திக் கயலெடுத்து வழுதிமரு மகனாகி மீன நோக்கின்
மடவரலை மணந்துலகம் முழுதாண்ட சுந்தரனை வணக்கஞ் செய்வாம்.

-பரஞ்சோதியார் திருவிளையாடற் புராணம்

அங்கயற்கண்ணி

பங்கயற்கண் ணரியபரம் பரனுருவே தனக்குரிய படிவ மாகி
இங்கயற்கண் அகனுலக மெண்ணிறந்த சராசரங்க ளீன்றும் தாழாக்
கொங்கையற்கண் மலர்க்கூந்தற் குமரி பாண்டியன் மகள் போற் கோலங் கொண்ட
அங்கயற்கண் ணம்மையிரு பாதப்போது எப்போதும் அகத்துள் வைப்பாம்.

-பரஞ்சோதியார் திருவிளையாடற் புராணம்

திருஆல வாய்என்று கேட்டவரே அறம்பெறுவர்: செல்வம் ஓங்கும்
திருஆல வாய்என்று நினைந்துவரே பொருள்அடைவர்: தேவ தேவன்
திருஆல வாய்அதனைக் கண்டவரே இன்பநலம் சேர்வர் என்றும்
திருஆல வாயிடத்து வதிந்தவரே பரவீடு சேர்வர் அன்றே

-பரஞ்சோதியார் திருவிளையாடற் புராணம்

உலகம் யாவையும் ஈன்றவள் உம்பருள் உயர்ந்த
திலக நாயகி, பரஞ்சுடர், சேயன மூன்று
தலைவ ரால்முறை செய்தநாடு இஃதுஅன்றிஇச் சகதி
கலவு பாரின்உண் டாதுமோ? நூறக்கத்தும் அஃதே.

-பரஞ்சோதியார் திருவிளையாடற் புராணம்

யாக இருக்கிறது. மதுரை நகரின் தலபுராணமாகவும் இந்தப் புராணம் சிறப்பிக்கப்பட்டு வருவதே நாம் இப்படி எண்ணுவதற்குக் காரணமாகிறது.

இதற்கு எடுத்துக்காட்டாக, மதுரை அருள்மிகு மீனாட்சி சுந்தரேசுவரர் திருக்கோயிலின் 2014ஆம் ஆண்டு (ஸ்ரீவிஜய-ஸ்ரீஜய) தினசரி மற்றும் திருவிழா நாட்குறிப்பு அமைந்துள்ளது.

மீனாட்சி சுந்தரேசுவரர் திருக்கல்யாணம் - மதுரை

வைகை ஆற்றில் இறங்கும் அழகர்

தமிழ்ப்புலவர் த.விஜயரகு நாதன் மற்றும் ஸ்தானிக பட்டர்களால் தொகுக்கப்பட்டு, திருக்கோயிலின் வெளியீடாக, 110 பக்கங்களைக் கொண்ட புத்தகமாக (இதுவரை இரண்டு பதிப்புகள்) வெளியிடப் பட்டுள்ளது.

இதில், விநாயகர் வாழ்த்து, முருகக் கடவுள் வாழ்த்து, சொக்கநாதர் வாழ்த்து, மீனாட்சியம்மை வாழ்த்து, வெள்ளியம்பல வளனார் வாழ்த்து, தட்சிணாமூர்த்தி வாழ்த்து- பரஞ்சோதியாரின் திருவிளையாடற் புராணத்தில் இருந்து தொகுக்கப்பட்டுள்ளன. இவற்றினூடாகத் தேவாரம், திருவாசகம், பெரியபுராணம் ஆகியவற்றிலிருந்தும் தலா ஒருபாடல் வீதம் இடம்பெற்றுள்ளது.

இதேபோல், மதுரை அருள்மிகு மீனாட்சி சுந்தரேசுவரர் திருக்கோயில் நிர்வாகத்தின் சார்பில், 30.4.2014 - 12.5.2014 வரை நடைபெற்ற 'சித்திரைப் பெருவிழா'வுக்கான அழைப்பிதழும் அச்சிடப் பட்டிருந்தது. இதில், தலம் தீர்த்தம் மூர்த்தி சிறப்பு குறித்து ஆறு பாடல்கள் இடம் பெற்றுள்ளன. இவை பரஞ்சோதியார் திருவிளையாடற் புராணத்தில் இருந்து தொகுக்கப்பட்டவையே.

அந்தவகையில் திருவிளையாடற் புராணத்தைப் பின்பற்றித்தான் பொற்றாமரைக் குளக்கரையில் சமணர் கழுவேற்றம் உள்ளிட்ட ஓவியங்கள் வரையப்பட்டன என்பதும், சித்திரைத் திருவிழாவில் சமணர் கழுவேற்றம் (சம்பந்தர் சைவத்தை நிலைநாட்டிய வரலாறு) இடம் பிடித்தது என்பதும் இங்குக் குறிப்பிடத்தக்கதாகும்.

'நிறுவன சமயவிழாக்களின் நாடகியப்படுத்தப்பட்ட சடங்குகளில் பெரும்பாலானவை புராணங்களிலிருந்து எடுக்கப்பட்டவை. நாயக்கர் காலத்தில் கோவில் கலாசாரம் பெருகியபின் விழாக்களில் இவை தேவைப்பட்டன. ஒரு தொன்மம் புராணக்கூறுகளாக இருந்து சடங்காக மாறி நாடகியப்படுத்தும்போது அதற்கு யதார்த்த பூச்சு பூசுவது நாட்டார் வழக்காற்றிலும் உண்டு. சமணர் கழுவேற்ற நிகழ்ச்சியும் இதில் விதிவிலக்கல்ல' என, ஆய்வாளர் அ.கா.பெருமாள் சுட்டிக்காட்டியுள்ளதும் இங்குக் குறிப்பிடத்தக்கது.

புராணங்கள் குறித்து வரலாறும் பகுத்தறிவும் சொல்வது ஒருபுறமிருந்தாலும், இவற்றிற்கிடையே மக்களின் நம்பிக்கை எனும் இழையோடுவதையும், இதன் காரணமாகவே இப்புராணங்கள் மக்களின் மனதில் நீங்காத இடத்தைப் பிடித்துவிட்டன என்பதும் அழுத்தமான உண்மையாகும்.

இதற்கு பரஞ்சோதி முனிவரின் திருவிளையாடற் புராணம், மதுரை திருவிழாக்கள், ஓவியங்கள் மிகப்பெரிய சான்றாகத் திகழ்கிறது.

எண்ணாயிரம் சமணர் கழுவேற்றம் கற்பனையே

'சைவக்குரவர்களின் மூலவரிகளில் கழுவேற்றம் குறித்த தெளிவான குறிப்புகள் ஏதும் இல்லை. சமணர்களை வாதில் வென்று அவமதிக்கவேண்டும் என்ற பிரார்த்தனை மட்டுமே உள்ளது. சம்பந்தர் தேவாரத்திலோ அப்பர் தேவாரத்திலோ அல்லது கிடைத்திருக்கும் கணக்கற்ற கல்வெட்டுகளிலோ சம்பந்தர் சமணர்களை வென்று கழுவேற்றியதாக எந்த அகச்சான்றும் இல்லை' - பி.ஏ.கிருஷ்ணன்.

'இச்சம்பவம் குறித்துத் தோற்றவர்கள் தரப்பில் ஒரு ஆவணம் கூட இல்லை. கல்வியை அடிப்படையாக வைத்துச் சமணம் விரிவான ஆவணப் பதிவை வழக்கமாகக் கொண்டிருக்கிறது. இத்தகைய வரலாற்றுப் பதிவு சிரவண பெலகுலா மற்றும் முடுபத்ரே மடங்களில் தெளிவாகப் பேணப்படுகின்றன'- ஜெயமோகன்.

'சமணர்களின்மீது நிகழ்த்தப்பட்டதாகக் கூறப்படும் வன்முறைக்கு எந்த விதமான சான்றுகளும் இல்லை' - பேராசிரியர் இ.மணமாறன்.

பேசியவர்களும் பேசாதவர்களும்

தேவார மூவருக்கும், முதலில் கழுவேற்றத்தைப் பாடிய நம்பியாண்டார் நம்பிக்கும் கால இடைவெளி 350 ஆண்டுகள் தான் என்பார்கள். சம்பவம் நிகழ்ந்ததாகச் சொல்லப்படும் 7ஆம் நூற்றாண்டைத் தொடர்ந்து 350 ஆண்டுகள் பின்வந்த நம்பியாண்டார் நம்பி இதைப் பாடுகிறார். அக்காலத்திலும் இது பேசப்பட்டிருக்கும் அதனால்தான் அவர் எழுதியிருக்கிறார் என்கிறார்கள்.

சரிதான், முன்னூறு ஆண்டுகளுக்குப் பின்னும் இந்தச் சம்பவம் பேசப் பட்டிருந்தால், அடுத்த ஐம்பது, நூறாண்டுகளிலும் பேசப்பட்டிருக்க வேண்டும். மதுரையைச் சுற்றிய எண்பெருங் குன்றங்கள், கழுகுமலை மற்றும் தமிழகத்தின் இன்னபிற இடங்களில் உள்ள 8, 9, 10ஆம் நூற்றாண்டுச் சமணக் கல்வெட்டுகளில் இது எதிரொலித்திருக்க வேண்டும்.

நடந்ததாகச் சொல்லப்படும் கழுவேற்றத்துக்குப் பின்னரும் கன்னடச் சமணர்கள் இங்குவந்து மடம் நடத்திவிட்டுச் சென்றிருக்கின்றனர். இவர்களாவது, சிரவணபெல கோலாவிலாது இதை எழுதி வைத்திருக்க வேண்டும்.

மதுரையில் இருந்து சென்ற சமணன் ஒருவன் பாம்பு தீண்டி இறந்துவிட அதனைப் பதிவு செய்கிறது சிரவண பெலகோளாவில் உள்ள 7ஆம் நூற்றாண்டுக் கல்வெட்டு. அதே காலகட்டத்தில் மதுரையில் எட்டாயிரம் சமணர்கள் கொல்லப்பட்டிருந்தால், கண்டுங் காணாமல் விடப்படுவதற்குச் சாதாரண நிகழ்வன்று. இலங்கையில் இன்றைக்கு நடந்த முள்ளிவாய்க்கால் படுகொலைக்குச் சமமாக அந்தப் படுகொலை உலகம் முழுவதும் கடும் அதிர்வலைகளை ஏற்படுத்தியிருக்கும்.

பாம்பு தீண்டி இறந்ததை எழுதி வைத்தவர்கள், எட்டாயிரம் பேர் கொல்லப்பட்டதை அவ்வளவு எளிதில் விட்டுவிடுவார்களா-? சிரவணபெலகோளாவில் மட்டுமல்ல மதுரை, புதுக்கோட்டை உள்ளிட்ட தமிழகத்தின் எந்தப் பகுதியிலும் உள்ள சமணக் கல்வெட்டுகளிலும் இது எழுதப்படவில்லை.

திருத்தொண்டர் திருவந்தாதியும், பெரியபுராணமும், தக்கயாகப் பரணியும் இதுபற்றிப் பேசும்போது சமண இலக்கியங்களும் இதைப் பதிவு செய்திருக்க வேண்டுமே?

சமண நூல்களிலும், கல்வெட்டுகளிலும் கழுவேற்றச் சம்பவம் குறிப்பிடப்படவில்லை என்று சொல்லும்போது, 'தமது தோல்வி களையும் அழிவுக்குரிய காரணங்களையும் தாமே எழுதி நிலைபெற விளம்பரப்படுத்திக் கொள்ளுதல் மனித இயற்கையன்று'- 1948-ல் சி.கே.சுப்ரமணிய முதலியார் எடுத்து வைத்ததைத்தான், புலவர் செ.இராசு 'போரில் தோற்ற எந்த அரசர் தம் தோல்வியை எழுதினார்' என 2013 டிசம்பரில் கேட்கிறார். சம்பந்தருடனான வாதங்களில் தோற்றவர்கள் அரசர்களா?

உலக வரலாறுகள் ஒருபுறமிருக்கட்டும். நம்முடைய வரலாற்றை எடுத்துக் கொள்வோம். ஜாலியன் வாலாபாக்கில் 379 பேர் கொல்லப்பட்ட சரித்திரத்தை எழுதியது யார்? அதை இப்போதும் படிப்பது யார்? - ஆங்கிலேயர் பார்வையில் தோற்றவர்களாகக் கருதப்பட்ட இந்தியர்கள் தானே. இலங்கையில் நடந்த இறுதிக்கட்டப் போரில் தமிழர்கள் கொத்துக் கொத்தாக இலட்சக்கணக்கில் கொல்லப்பட்டது பற்றி எழுதிக் கொண்டிருப்பவர், அதை இன்னும் பேசிக்கொண்டிருப்பவர் யார்? - சிங்களர் பார்வையில் தோற்றவர்களாகக் கருதப்படும் தமிழர்கள் தானே.

அப்படியானால் சைவர்களால், தோற்கடிக்கப்பட்டதாகச் சொல்லப்படும் சமணம் மட்டும் கழுவேற்றம் பற்றி பேசாதது ஏன்? சரி, அப்படியே தோற்றவர்கள் பேசவில்லை என்றாலும் வென்றவர்களாகக் கருதப்படும் பாண்டியர்களாவது தங்கள் கல்வெட்டுக்கள் மற்றும் செப்பேடுகளில்

'எண்ணாயிரம் சமணர் கழுவேற்ற'த்தைப் பெருமிதத்துடன் எழுதியிருக்க வேண்டுமே?

'நெடுஞ்சடையன் பராந்தகன் (கி.பி.765-790) கால வேள்விக்குடி செப்பேடுகள், சீவரமங்கலச் செப்பேடுகள் மற்றும் ஆனைமலங்கம், திருப்பரங்குன்றம் கல்வெட்டுகள் ஆகியவை கிடைக்காமல் போயிருந்தால், கடைச்சங்க காலத்துக்குப் பிறகு பாண்டி நாட்டில் நடைபெற்ற களப்பிரர் ஆட்சியைப் பற்றிய செய்தியும், கி.பி.ஆறாம் நூற்றாண்டின் பிற்பகுதி முதல் கி.பி.எட்டாம் நூற்றாண்டு முடிய அரசாண்ட பாண்டி மன்னர்களின் வரலாறுகளும் எவரும் தெரிந்து கொள்ள இயலாதவாறு மறைந்து போயிருக்கும்' என்பார் ஆய்வறிஞர் தி.வை.சதாசிவ பண்டாரத்தார்.

இச்செப்பேடுகள், கல்வெட்டுகள் எவற்றிலும் கழுவேற்றம் பற்றிய தகவல்கள் இல்லை. குறிப்பாக, வேள்விக்குடி செப்பேடானது, மாறவர்மன் அரிகேசரி (கூன் பாண்டியன்), சேரர், சோழர், பரவர் மற்றும் குறுநில மன்னர்களை வென்றது, இரணிய கர்ப்ப தானம் மற்றும் துலாபார தானம் செய்தது, பாண்டிநாடு உயர்நிலையை அடைந்தது போன்ற விவரங்களைத் தெரிவிக்கிறது. இதிலும், இதற்குப் பிறகும் வெளியிடப்பட்ட பாண்டியர் செப்பேடுகள், பொறிக்கப்பட்ட கல்வெட்டுகள் எதிலும் கழுவேற்றம் பற்றிய குறிப்பு இல்லை.

மாறவர்மன் அரிகேசரி ஆட்சியின்போது மதுரை வந்த சீனயாத்திரிகன் யுவான் சுவாங்கின் பயணக் குறிப்புகளில், 'இந்நாடு வாணிகத்தால் வளம் பெற்றுச் செல்வத்தால் சிறந்துள்ளது' என்பதாகத்தான் காணப்படுகிறது.

தோற்றவர்களும் எழுதவில்லை. வெற்றி பெற்றவர்களும் எழுதவில்லை. பயணியாக வந்தவரும் எழுதவில்லை. ஏன்?

அப்படி ஒருசம்பவம் நிகழ்ந்திருந்தால் தானே சரித்திரத்தில் இடம் பெறுவதற்கு?

கட்டிவிடப்பட்ட கதைகள்

இந்த இடத்தில், புராணக் கதைகள் எப்படி எல்லாம் கட்டிவிடப் படுகின்றன? காலத்துக்குக் காலம் அவை எவ்வாறு மாறுகின்றன என்பது குறித்து மேலும் சில தகவல்களை மயிலை சீனி.வேங்கட சாமியின் 'சமணமும் தமிழும்' நூலின் மூலம் பார்ப்போம்.

'ஒட்டக்கூத்தர் இயற்றிய தக்கயாகப் பரணியில் ...சமணர் செய்ததாக மூன்று செய்திகள் கூறப்படுகின்றன. 1.மதுரைக்கு அருகில் உள்ள இரண்டு மலைகளில் ஒன்றை ஆனையாகவும், இன்னொன்றை

மலைப் பாம்பாகவும் அமையச் செய்து அவற்றுக்கு உயிர் கொடுத்து யானையை பாம்பு விழுங்குவதுபோல் செய்து பாண்டியனுக்குச் சமணர் காட்டினர். 2.ஏழு கடல்களையும் ஓர் இடத்தில் வரும்படி செய்து அதனைப் பாண்டியனுக்குக் காட்டினர். 3.உறையூரில் கல்மழை, மண் மழை பெய்யச் செய்து சமணர் அவ்வூரை அழித்தனர்.

திருஞானசம்பந்தர் தம் தேவாரத்தில் 'யானை மாமலை யாதி யாய இடங்களில்' சமண முனிவர் இருந்தனர் என்று கூறியுள்ளனர். ஆனால் அவர் பாம்பு யானையை விழுங்கும்படி சமணர் செய்து காட்டியதாகச் சொல்லப்படும் கதையைக் கூறவில்லை. அவர் காலத்தில் இக்கதை வழங்கியிருந்தால், ஞானசம்பந்தர் இச்செய்தியையும் கூறியிருப்பாரன்றோ?

எனவே, சம்பந்தர் காலத்தில், கி.பி.7ஆம் நூற்றாண்டில் வழங்காத இக்கதை ஒட்டக்கூத்தர் காலத்தில் (கி.பி.12ஆம் நூற்றாண்டில்) வழங்கி வந்ததாகத் தெரிகிறது. சமணர் செய்ததாக முதலில் கற்பிக்கப் பட்ட இக்கதைகளை மாற்றிச் சிவபெருமான் தமது ஆற்றல் தோன்றச் செய்த திருவிளையாடல்கள் என்று கூறிப் பிற்காலத்தில் புராணங்களை எழுதிக் கொண்டார்கள் போலும். இவ்வாறு கி.பி.7ஆம் நூற்றாண்டில் சம்பந்தர் காலத்தில் இல்லாத கதைகள், கி.பி.12ஆம் நூற்றாண்டில் ஒட்டக்கூத்தர் காலத்தில் சமணர் செய்ததாக வழங்கப்பட்டு பின்னர் கி.பி.16ஆம் நூற்றாண்டில் சிவபெருமான் செய்ததாகத் திருத்திய மைக்கப்பட்டன என்பது இதனால் அறியப்படும். புராணக் கதைகள் எவ்வாறு புனையப்படுகின்றன என்பதற்கும் இக்கதைகள் காலத்துக்குக் காலம் எவ்வாறெல்லாம் மாறுபடுகின்றன என்பதற்கும் இஃது ஓர் எடுத்துக்காட்டாகும்.'

மயிலை சீனி.வேங்கடசாமி சொல்லியிருப்பது உண்மைதான். இதுபோல், ஏழு, எட்டு, ஒன்பது மற்றும் பத்தாம் நூற்றாண்டுகளில் இல்லாத ஒரு விசயம் - கழுவேற்றம்- பதினோராம் நூற்றாண்டில் நம்பியாண்டார் நம்பியின் மூலம் வெளிப்படுகிறது.

தொடர்ந்து பன்னிரெண்டாம் நூற்றாண்டில் பெரியபுராணத்தில் அது பதிவு செய்யப்படுகிறது. பதினாறாம் நூற்றாண்டில் திருவிளையாடற் புராணத்தில் இறக்கைக் கட்டிப் பறக்கிறது. இதுவே பின்னர் திருவிழாக்களாக, ஓவியங்கள், சிற்பங்களாக விரிவடைகிறது. தமிழ்ப் படைப்பாளர்களின் படைப்பு மற்றும் கற்பனைத் திறன் நூற்றாண்டுக்கு நூற்றாண்டு வளர்ந்து வந்திருப்பதைத்தான் இச்சித்திரங்கள் காட்டுகின்றன.

புராணக் கதைகளில் சொல்லப்படும் யானை எய்தியப் படலம், நாகமெய்தியப் படலம் போன்றவற்றை ஆய்வறிஞர் மயிலை

சீனி.வேங்கடசாமி கட்டிவிடப்பட்டக் கதைகள் என்கிறார். அப்படியானால் கழுவேறிய அல்லது கழுவேற்றியப் படலமும் கட்டுக் கதையாகத்தானே இருக்கக்கூடும்?

ஜைன அறிஞர்களின் கருத்து

‘திருஞான சம்பந்தர் கதையில் சமணர்கள் சம்பந்தர் மடத்தில் தீ வைத்தற்கும் எண்ணாயிர ஜைன முனிவர்களைக் கழுவேற்றி வாதப்போர் நடந்ததற்கும், பாண்டிய மன்னன் மதம் மாறியதற்கும், யானையை, நாகத்தை, பசுவை ஏவிய கதைக்கும் தேவாரத்தில் ஆதாரம் இல்லை’ -- என அகச் சான்றற்ற புராணக் கதைகளைப் புறந்தள்ளுகிறார் ஜைன அறிஞர் டி.எஸ்.ஸ்ரீபால்.

தமிழகத்தில் உள்ள திகம்பரப் பிரிவுச் சமணர்களின் தலைமை மடமான, விழுப்புரம் மாவட்டம் செஞ்சி அருகே மேல் சித்தாமூரில் இயங்கி வரும் ஜினகாஞ்சி மடத்துக்கு 24.09.2014 புதனன்று சென்ற நான், மடாதிபதி ஸ்ரீலட்சுமி சேன பட்டாரகர் அவர்களைச் சந்தித்து உரையாடினேன்.

அப்போது ‘சமணர் கழுவேற்ற விவகாரம்’ குறித்து அவர் தெரிவித்த கருத்துகளைப் பின்வருமாறு பதிவு செய்கிறேன்.

‘எப்போதுமே நாட்டின் விடுதலைக்காகப் போராடியவர்கள் தான் விடுதலை வரலாறு எழுதியதாக வரலாறு இருக்கிறது. ஆட்கொண்டவர்கள் அந்த வரலாற்றை எழுதுவதில்லை.ஏனென்றால் சென்று விடுபவர்கள். விடுதலையை அளித்துவிட்டுச் சென்று விடுகிறார்கள். ஆகவே உலக வரலாற்றிலே எல்லா நாட்டிலுமே விடுதலையை அடையவேண்டும் என்று விரும்பியவர்கள், பாதிக்கப்பட்டவர்கள்தான் வரலாற்றினை எழுதியிருக்கிறார்கள். உதாரணமாக, காங்கிரஸ் பேரியக்கத்தைச் சொல்லலாம். விடுதலை வரலாற்றையும், காங்கிரஸ் வரலாற்றையும் அந்தக் கட்சியைச் சேர்ந்த ஜே.சி.குமரப்பா எழுதினார். யார்

பாதிக்கப்படுகிறார்களோ அவர்கள்தான் வரலாற்றை எழுதியிருக்கிறார்கள்.

ஆனால் இங்கு பாதிப்பு செய்தவர்கள் எழுதியிருக்கிறார்கள், எண்ணாயிரம் சமண முனிவர்களை நாங்கள் கழுவேற்றினோம் என்று மகிழ்ச்சியாக அவர்கள் கூறியிருக்கிறார்கள் இலக்கியத்திலே. அன்பே சிவம் என்று சொல்லிக் கொள்பவர்கள் அந்தச்செயலை செய்திருப்பார்களா என்று எங்களுக்கு ஐயமாகத்தான் இருக்கிறது. பெருமைக்காக அவர்கள் (சைவர்கள்) எழுதியிருக்கலாமே தவிர உண்மையில் நடந்த நிகழ்ச்சியாக எனக்குத் தெரியவில்லை.

ஏனென்றால் அப்படி பாதிக்கப்பட்டிருந்தால் சமணர்களது இலக்கியத்திலே எங்காவது ஓர் இடத்திலே அது குறிப்பிடப்பட்டிருக்க வேண்டும். அது நீதி நூல்களாகட்டும், அதற்குப் பிறகு இயற்றப் பட்ட பல்வேறு நூல்களிலாகட்டும் அது குறிப்பிடப்பட்டிருக்க வேண்டும். ஆனால் அது போன்ற குறிப்புகளோ அல்லது அடையாளமோ எதுவுமே பாதிக்கப்பட்டவர்களிடம் இல்லை. பிறகு வந்த ஐரோப்பிய ஆராய்ச்சியாளர்கள்கூட, நடந்தது உண்மையெனில் அவர்கள் மேற்கோள் காட்டியிருப்பார்கள். மேலை நாட்டினர் பலர் இங்கு மேற்கொண்ட ஆய்வுகளில், எந்த நூலிலும் அவர்கள் இதுபற்றி மேற்கோள் காட்டவில்லை. ஆகவே அது சந்தேகத்துக்குரிய, தேவையற்ற நிகழ்ச்சி என்றே நான் எண்ணுகிறேன்.'

விமர்சனங்களும் விவாதங்களும்

வரலாற்று ஆய்வாளர்களும், ஜைனப் பெரியவர்களும் அக, புறச் சான்றற்ற புராணக் கதைகளை புறந்தள்ளும் அதே வேளையில், சைவத்தை எதிர்க்கிறோம் அல்லது சமணத்தை ஆதரிக்கிறோம் எனச்சொல்லிக் கொள்பவர்கள், 'அன்பே சிவம் என்று பேசிக் கொண்டே 8000 பேரைக் கொன்றது சைவம்', 'சமணர்களின் மீது கொலை வெறித்தாக்குதல் நடத்தப்பட்டது', 'சமண பவுத்த மரபினரின் இரத்தம் குடிக்கப்பட்டன,' 'சமணர்கள் கழுவேற்றிக் கொல்லப்படுவதற்கு மவுன சாட்சியாக நின்றார் சம்பந்தர்,'- என்றெல்லாம் சைவத்தின் மீதும், சம்பந்தர் மீதும் கொலைப்பழி சுமத்தி வருகின்றனர்.

இதனை உறுதியாக மறுக்க வேண்டியவர்கள் சைவப் பெரியவர்கள். ஆனால் அதற்கு மாறாக, 'நம்பி, சேக்கிழார் மீதே சந்தேகப்படுவதா?' எனக் கோபப்படுவதும், 'சமணர்கள் கழுவேற்றப்பட்டதில் என்ன தவறு?' எனக் கேட்பதும், சமணர்கள் அரசனால் கழுவேற்றப் பட்டார்களா? தாமே கழுவேறினார்களா? எனும் விவாதங்களிலும்

ஈடுபட்டு வருகிறார்கள். இதற்குக் காரணமாக, சைவர்கள் பெரிய புராணத்தை தங்கள் வேதமாக, உயிருக்கும் மேலாகக் கருதுவதாகத் தான் எடுத்துக்கொள்ள வேண்டும்.

அதே நேரம், வள்ளலாரின் எழுத்துகளும் திரு.வி.க.வின் பேச்சுகளும் இங்கு நினைவுகூரத்தக்கது.

பகுத்தறிவின் பார்வையில்

எண்ணாயிரம் சமணர் கழுவேற்றக் கதை காலங்காலமாகச் சொல்லப் பட்டு வருகிறது. இப்போதும் அதை- விவாதிக்காமல்- அப்படியே ஏற்றுக் கொள்ள வேண்டும் என்பது பகுத்தறிவுக்கே முரண்பாடானதாயிற்றே. பகுத்தறிவின் பார்வை கொண்டு புராணங்களைப் புளுகு மூட்டை என்று சொல்பவர்கள், கழுவேற்றக் கதையை மட்டும் சுமந்து கொண்டு திரிவது ஏன்?

சாலையின் ஓரங்களில் எண்ணாயிரம் பேர் நிறுத்தப்பட்டு கொலை செய்யப்பட்டார்கள் என்பதை 9.2.1947 திராவிட நாடு இதழில் நெஞ்சு திடுக்கிட எழுதிய அறிஞர் அண்ணா, அடுத்த ஐந்து மாதங்களில் (27.7.1947) அதே திராவிட நாடு இதழில் இப்படியும் எழுதினார்:

'பெரிய புராணத்தில் பேசப்படும் கதைகள் எல்லாம் கற்பனையேயன்றி, அவற்றில் கடுகளவும் உண்மை காண முடியாதென்றும், அவை அனைத்தும் சைவ சமயத்துக்கு உயிர்ப்பிச்சை அளிப்பதற்காகக் கட்டிப் புனைந்து கூறப்பட்டவை என்றும் பலமுறை - பல மேற்கோள் களுடன் - எவரும் மறுக்க முடியாத ஆதாரங்களை எடுத்துக் காட்டி விளக்கினோம்'. (நூல்:இந்து மதமும் தமிழரும். அறிஞர் அண்ணா. தொகுப்பு டாக்டர் அண்ணா பரிமளம், மணிவாசகர் பதிப்பகம்)

இதில், எதை ஏற்றுக்கொள்வது எதை விடுப்பது என்று யாரும் யோசித்தாகத் தெரியவில்லை. முன்னதை ஏற்றுக் கொள்பவர்கள், அறிஞர் அண்ணா உணர்த்தும் உண்மைக்கும் புனைவுக்குமான வேறுபாட்டை ஏற்றுக் கொள்ள மறுப்பதேன்?

'கலையுரைத்த கற்பனையை நிலையெனக் கொண்டாடும் கண் மூடிப்பழக்கம் மண் மூடிப்போக' என்றார் வடலூர் வள்ளலார்.

கற்பனையைத் திருவிழாவாகக் கொண்டாடுவதை எவ்வளவு தூரத்துக்கு -பகுத்தறிவின் பெயரால் - ஏற்றுக் கொள்ள முடியாதோ, அதை வரலாறாகக் கொள்வதையும், பல மடங்கு ஏற்றுக் கொள்ள முடியாது.

காவியங்களில் இடம்பெறும் பாடல்களை வரலாறாகக் கொள்வது பற்றி அறிஞர் மு.வ., 'பாரதம் பெரிய காவிய வடிவம் பெற்றுத்

தமிழில் எழுதப்பெற்ற பிறகும், அதன் சில பகுதிகள் அல்லியரசாணிமாலை, புனந்திரன் தூது முதலிய பெயர்களால் நாட்டில் வழங்கி வந்தன. அத்தகைய பாட்டுகளில் உள்ள எல்லாம் வரலாறாகக் கொள்ளத்தக்க நிகழ்ச்சிகள் என்று கூறல் இயலாது. வரலாற்றுக்கு உதவியான சான்றுகள் அவற்றில் உள்ளன எனலாம். ஆயின், உள்ள எல்லாம் வரலாற்றுக் குறிப்புகளே என்று கொள்வது பொருந்தாது' என்பார்.

இது, பெரிய புராணத்துக்கும் பொருந்தும் எனக் கருதுகிறேன்.

'தொன்மங்களை வரலாறாக வாசிப்பதைவிட அத்தொன்மம் புழங்கும் சமூகத்தின் ஆழ்மனப்பதிவுகளாக அவற்றைப் புரிந்து கொள்வதே மானிடவியல் அணுகுமுறை' என முனைவர் நா.இளங்கோ இந்நூலின் அணிந்துரையில் குறிப்பிட்டிருப்பது இங்கு நினைவுகூரத்தக்கது.

சிலம்பில் ஒரு நிகழ்வு

இதற்குப் பிறகும்கூட சிலர், 'நடக்காமல் எப்படி எழுதி வைப்பார்கள்?' என பாமரத்தனமாகக் கேட்கலாம். சிலப்பதிகாரத்தில் உரைபெறு கட்டுரையிலும், நீர்ப்படை காதையிலும் பாண்டிய மன்னன் வெற்றிவேல் செழியனால், ஆயிரம் பொற்கொல்லர் கழுவேற்றப் பட்டது - உயிர்ப்பலி - செய்யப்பட்டது குறித்துச் சொல்லப்படுகிறது. இதுபற்றிய கா.அப்பாத்துரையாரின் விளக்கத்தினை கழுவேற்றம் அறிமுகப் பகுதியில் பார்த்தோம்.

உண்மையில் ஆயிரம் பொற்கொல்லர் கழுவேற்றிக் கொல்லப் பட்டார்களா? இதுவும் வரலாறாகுமா? நடக்காமல் சிலம்பில் இடம் பெற்றிருக்குமா? போன்ற கேள்விகள் நமக்குள் எழுகிறது. சமணர் கழுவேற்றக் கதை அளவுக்கு பொற்கொல்லர் கழுவேற்றம் - பலி குறித்து உரத்தக் குரலில் விவாதம் நடந்ததாகத் தெரியவில்லை. மாறாக இதனை மறுக்கும் கருத்துகள் முன்வைக்கப்பட்டதை தமிழ் இலக்கியச் சூழலில் பார்க்க முடிகிறது.

சிலப்பதிகாரத்துக்கு உரையெழுதிய ந.மு.வேங்கடசாமி நாட்டார் சொல்கிறார், 'மாவினால் ஆயிரம் ஆயிரம் பொற்கொல்லர் உரு செய்து பலியிட்டனன் போலும்'.

ஆனால் இந்தக் கருத்தைக்கூட சிலம்புச் செல்வர் ம.பொ.சி. ஏற்றுக் கொள்ளவில்லை. சிலப்பதிகாரத் திறனாய்வில் (1973) ஈடுபட்ட அவர், 'ஒரு பொற்கொல்லன் பொய் சொன்னான் என்பதற்காக அவனுடைய தொழில் மரபைச் சார்ந்த ஆயிரம் பொற்கொல்லர்களைக் கண்ணகி தெய்வத்துக்குப் பலி கொடுப்பது அறத்தோடியைந்த அரசியலாகாது. குற்றமற்ற கோவலனுக்கு மரண தண்டனை தந்த

குற்றத்துக்காகத்தான் தன்னுயிர் கொடுத்து, தென்புலம் காவலின் பெருமையைக் காத்தான் நெடுஞ்செழியன். அப்படிப்பட்டவன் மைந்தனான வெற்றிவேற் செழியன், ஒரு பொற்கொல்லன் செய்த குற்றத்துக்காக ஒரு பாவமுமறியாத ஆயிரம் பொற்கொல்லர்களைக் கொன்று பத்தினித் தெய்வத்தை வழிபட்டான் என்பது நெஞ்சாலும் நினைக்கமுடியாத படுபாதகச் செயலாகும்.'

'...வேண்டுமானால், ஏசாச் சிறப்பின் இசை விளங்கு பெருங்குடி மாசாத்துவான் மகனைக் கள்வனாக்கிய பொற்கொல்லனுக்குப் பாண்டியன் நெடுஞ்செழியனே மரண தண்டனை விதித்திருக்கலாம். அவன் செய்யத் தவறியதால் மகன் செய்திருக்கலாம். அப்படி எதுவும் நடந்ததாகச் சிலம்பில் செய்தியில்லை. உண்மைக் குற்றவாளி தண்டனை பெற்றதாகக் கூறத் தவறிய இளங்கோ, அவன் சாதியையே தண்டிக்கச் செய்வாரா?' என கேள்வியெழுப்பிய ம.பொ.சி.,

தனது ஆய்வின் இறுதியில், 'உரைபெறு கட்டுரை இளங்கோவடிகள் இயற்றியதன்று. நீர்ப்படைக் காதையுள் ஆயிரம் பொற்கொல்லர் கண்ணகித் தெய்வத்திற்குப் பலியிடப்பட்டனர் என்று மாடலன் கூற்றாக வரும் செய்தி இடைச்செருகல்' எனும் முடிவுக்கு வருகிறார்.

சிலப்பதிகாரத்தில் உள்ள இடைச்செருகல்கள் குறித்து மே - ஜூன் 2014 மணற்கேணி இதழில் இந்திரா பார்த்தசாரதி விரிவான கட்டுரை எழுதியிருக்கிறார். இதுபற்றி அதே இதழில் கருத்து தெரிவித்திருந்த பேராசிரியர் க.பஞ்சாங்கம், '... சிலப்பதிகாரத்தை அதில் வருகின்ற செங்குட்டுவன் உட்பட மன்னர் பெயர்கள், கதை மாந்தர்கள் பெயர்கள், அனைத்தையும் வரலாற்றில் தேடாமல் அதுவொரு புனைவெழுத்து என்று மட்டும் பார்த்து வாசிக்க வேண்டும்' எனக்கேட்டுக் கொண்டிருந்தார்.

கழுவேற்றம் கற்பனையே

சிலப்பதிகாரத்தில் இளங்கோவடிகளின் எழுத்தாக இடம் பெற்றுள்ளச் செய்தி, இன்றுவரை பாடப்புத்தகங்களில் மாணவர்கள் படித்து வருவது- இங்கு இடைச்செருகல்களாகப் பார்க்கப்படுகிறது. அப்படியே இருந்தாலும், அவற்றை வரலாற்றில் தேட வேண்டாம் என்றும் கேட்டுக் கொள்ளப்படுகிறது.

அப்படியானால், தேவார மூவரின் மூலவரிகளில் இடம் பெறாத, பாண்டியர் கல்வெட்டு செப்பேடுகள் மற்றும் சமண இலக்கியங்கள் கல்வெட்டுகளில் இல்லாத, வெளிநாட்டுப் பயணியும் குறிப்பிடாத எண்ணாயிரம் சமணர் கழுவேற்றக் கதையை மட்டும் சரித்திரமாகக் கொள்வது எப்படிச் சரியாகும்?

எனவேதான் 'எண்ணாயிரம் அல்லது எட்டாயிரம் சமணர் கழுவேற்றம் என்பது கற்பனையே' எனும் முடிவுக்கு நாம் வரவேண்டியுள்ளது.

பெரியபுராணம் உள்ளிட்ட புராணங்களை அப்படியே ஏற்றுக் கொள்வது அல்லது புறக்கணிப்பது என்பது அவரவர் சார்ந்த விசயங்களாகும். ஆனாலும், வரலாறு மற்றும் பகுத்தறிவின் பார்வைகளில் புராணங்களை முற்றிலுமாகப் புறக்கணிப்பவர்கள் அல்லது பெரிய புராணத்தின் வேறெந்தப் பகுதிகளையும் ஏற்றுக் கொள்ளாதவர்கள், கழுவேற்றம் எனும் கதையை மட்டும் கத்தரித்து வைத்துக் கொண்டு வரலாறு வரலாறு என வெட்டவெளியில் நின்று வாள் வீசுவதை இனியாவது தவிர்க்க வேண்டும்.

இவ்வளவுக்கும் பிறகும்கூட, எண்ணாயிரம் சமணர் கழுவேற்றம் வரலாறுதான் என்று சாதிப்பார்களேயானால்,

தீயில் போட்டும் ஏடு எரியாமல் இருந்தது, பெருக்கெடுத்த ஆற்று வெள்ளத்தில் பனையோலைகள் எதிரேறியது, சைவரைக் காண்பதையும் அவர் குரல் கேட்பதையும் தீட்டாகச் சமணர் கருதியது, மந்திர தந்திரங்களை ஏவியது, சைவர் மடத்துக்குத் தீ வைத்தது, நாவுக்கரசரைச் சுண்ணாம்புக் காளவாயில் போட்டது, விஷம் கலந்த உணவு கொடுத்தது, யானையை ஏவியது, கல்லைக் கட்டி கடலில் வீசியது, பழையாறை சிவத்தளியை (எச்சில் இலையால்) மூடியது, உறையூரை கல் மண் மழையால் அழித்தது போன்றவற்றையும் அறிவுசார் சமூகம் வரலாறாகத்தான் ஏற்றுக் கொள்ளவேண்டும்!

கழுமரம் - சிற்பம் - எண்ணாயிரவர்

கழுமரம்

எண்ணாயிரம் சமணர் கழுவேற்றம் என்பதே கதையாக- கற்பனையாகிப் போகும்போது, இங்கு, அவர்களைக் கழுவேற்றியதாகக் கழுமரங்கள் அடையாளங் காட்டப்படுகின்றன.

ஈரோடு காளிங்கராயன் கால்வாய் அருகில் வளையல்கார தெருவில் உள்ள அய்யனாரப்பன் கோயிலுக்குச் சென்ற, எழுத்தாளர் எஸ்.இராமகிருஷ்ணன் அங்கிருக்கும் கழுமரத்தைப் பார்த்துவிட்டு, 'இக்கழுமரத்தை இப்போது காத்தவராயன் என்று வணங்குகிறார்கள். சந்தனம் குங்குமம் வைக்கப்பட்டபோது அந்தக் கழுமரத்தில் படிந்த கண்ணுக்குத் தெரியாத குருதிக் கறையை உணர முடிந்தது' என எழுதுகிறார்.

தமிழகத்தின் பெரும்பாலான அம்மன் கோயில்களில் ஆடி மாதங்களில் காத்தவராயன் கழுவேற்ற உற்சவங்கள் நடந்து வருகின்றன. காத்தவராயன் கழுவேற்றக் கதைகள் புத்தகங்களாகவும், திரைப்படங்களாகவும் வெளிவந்துள்ளன. இந்த வகையில் காத்தவராயனும், கழுமரமும் தமிழ் மக்கள் மத்தியில் ஆழப்பதிந்து விட்ட ஒன்றாகிவிட்டது.

மேலும், சென்னை அருங்காட்சியகத்தில் காட்சிப்படுத்தப்பட்டுள்ள மெரியா பலித்தூண்- கோண்டு பழங்குடி மக்களிடம் நிலவிய பலியிடும் இவ்வழக்கம் கூட, வழிபாட்டில் நம்பிக்கை எனும் அடிப்படையில் அமைந்ததுதான். இதுபற்றி ஆங்கில அறிஞர்கள் எட்கர் தர்ஸ்டன், சர் ஜான் கேம்ப்பெல் உள்ளிட்டவர்கள் நிறைய எழுதி இருக்கிறார்கள்.

ஆள் பலியிடல் தடுக்கப்பட்டபோதும், கோண்டு மக்களிடையே, எருமையைப் பலியிடுவது தொடர்வதாக மானிட இயல் அறிஞர் பிலோ இருதயநாத் (நூல்: ஆதிவாசிகளின் மறைந்த வரலாறு) குறிப்பிட்டுள்ளார். இந்நிலையில் இக்கழுமரங்களை அல்லது காத்தவராயன் என வணங்கப்படுவதைச் 'சமணரைக் கழுவேற்றியக் கொலைக்கருவிகளாக' எப்படி சித்திரிக்கிறார்கள் என்று தெரியவில்லை.

சிற்பம்

எண்ணாயிர சமணர் விவகாரத்துக்கும் இதற்கும் தொடர்பு இல்லையென்றாலும் கூட, சைவ-வைணவர்களால் சமணர்கள் கழுவேற்றப் பட்டது உண்மை என்று சொல்பவர்கள், அதற்கு ஆதாரமாகக் காஞ்சி வைகுந்தப் பெருமாள் கோயிலில் உள்ள இரண்டாம் நந்திவர்ம பல்லவன் (கி.பி.730-795) கால சிற்பத்தைக் காட்டுகின்றனர்.

'இங்குள்ள கழுவேற்றச் சிற்பம் சமணர், பௌத்தர் போன்ற புறச்சமயத்தாரை அழித்து வைணவத்தை நிலைநாட்ட பல்லவ மன்னன் முயன்றதை உணர்த்துவதாக' டாக்டர் மீனாட்சியின் 'Administation and social life under the pallavas' நூலினை மேற்கோள் காட்டி மா.இராசமாணிக்கனார் தெரிவிக்கிறார். 'கழுவேற்றத்தைப்பற்றிய முதல் படைப்பு இதுவாகத்தானிருக்கும்' என டென்னிஸ் ஹட்ஸன் எழுதிய 'கடவுளின் உடல்' எனும் நூலினை மேற்கோள் காட்டுகிறார் பி.ஏ.கிருஷ்ணன்.

இந்தச் சிற்பத்துக்கு மூல காரணம், உதயேந்திரம் செப்பேடுகள். படைத்தலைவனாக இருந்த உதயசந்திரன் வேண்டுகோளின்படி பாலாற்றங்கரையில் உள்ள குமாரமங்கலம் வெள்ளட்டூர் என்றிருந்ததை 'உதயசந்திர மங்கலம்' என்று பெயர் சூட்டுகிறான் இரண்டாம் நந்திவர்மப் பல்லவன். அங்கு அதர்மம் செய்தாரை ஒழித்து, அக்கிராமத்தை நூற்றெட்டு பிராமணர்களுக்கு அவன் தானம்

செய்ததாக உதயேந்திரம் செப்பேடுகள் கூறுகின்றன. குடியேற்றப் பட்டப் பிராமணர்கள் தமிழ்நாட்டைச் சேர்ந்தவர்கள் இல்லை. வடநாட்டினர் என்பதை அவர்களது பெயர்களே தெரிவிப்பதாக கே.கே. பிள்ளை கூறுவார்.

அங்கு, அதர்மம் செய்தவர்கள் யார் என்று செப்பேடு தெரிவிக்க வில்லை. ஆனால், அவர்கள் 'சமணர்' எனும் முடிவுக்கு ஆங்கில ஆய்வாளர் தாமஸ் போக்ஸ் வந்திருக்கிறார். (அவர் இம்முடிவுக்கு வந்ததற்கானக் காரணம் குறித்த விவரம், அவரது மேற்கோள் இடம்பெற்றுள்ள மா.இராசமாணிக்கனாரின் 'பல்லவர் வரலாறு' நூலில் அறிய முடியவில்லை.)

இதன் தொடர்ச்சியாகத்தான், பல்லவ மன்னன் வைணவத்தை நிலைநாட்ட முயன்றமையை வைகுந்தப் பெருமாள் கோயில் (மேற்காணும்) கழுவேற்றச் சிற்பம் உணர்த்துவதாக தாமஸ் போக்ஸ் தெரிவித்துள்ளார். ஆனால் இச்சிற்பத்தில் இருப்பவர்கள் 'சமணர்' என்றுகூட தெளிவாக அவர் சொல்லவில்லை. 'அரசர்க்கு எதிரில் இரு துறவிகள் கழுவேற்றப்பட்டுள்ளனர்' என்கிறார்.

அப்படியானால் உதயசந்திர மங்கலத்தில் சமணர்களிடம் இருந்துதான் நிலம் பறிக்கப்பட்டது என்பதற்கு என்ன ஆதாரம்? கழுவேற்றப்பட்டத் துறவிகள் யார்? இந்தக் கொடுமைகள் இங்கு மட்டும்தான் நடந்ததா? பல்லவ நாடு முழுவதும் மேற்கொள்ளப் பட்டதா? போன்ற விவரங்கள் தெரியவில்லை. இதுதவிர தமிழகத்தின் பெரும்பாலான கோயில்களில் இடம்பெற்றுள்ள

கழுவேற்றச் சிற்பங்கள் நாயக்கர் காலத்தவை என்பதாகக் கொள்ளலாம். மதுரை திருவிழாக் களுக்கும், நாயக்கர் கால கலை வடிவங்களுக்கும் திருவிளை யாடற் புராணம் எந்தளவுக்குப் பின்புலமாக இருக்கிறது என்பதை முன்னரே பார்த்தோம்.

குறிப்பாக திருச்செந்தூர் சுப்பிரமணியசுவாமி கோயிலின் சண்முகவிலாச மண்டபத் தூணில் இடம்பெற்றிருக்கும் கீழ்க்காணும் சிற்பம், கழுவேற்றத்தை வரலாறு என்று சொல்லும் பலராலும் உதாரணமாகக் காட்டப்படுகிறது. இதில் இடம்பெற்றுள்ளவர் நீண்ட சடை முடியும் தாடியும் வைத்திருப்பதையும், எந்த வகையில் இவர் சமண முனிவராவார் என்பதையும் அறிவுலகம் யோசிக்க வேண்டும்.

எண்ணாயிரவர்

'இருவர் அறியா அடி, தில்லையம்பலத்து மூவாயிரவர் வணங்க நின்றேன்' என்பார் மாணிக்கவாசகப் பெருமான். திருவெள்ளறையில் கி.பி.804-ல் மாற்பிடுகு எனும் பெருங்கிணறு தோண்டப்பட்டது. இதன் கல்வெட்டுச் சொல்கிறது, 'இது ரக்ஷிப்பார் இவ்வூர் மூவாயிரத்தேழு நூற்றுவரும்.' சுமத்ராவில் லோபோ தோவாவிலுள்ள கி.பி.1088ஆம் ஆண்டைய தமிழ்க் கல்வெட்டு திசை ஆயிரத்து ஐநூற்றுவர் எனும் வணிகக் குழுவைக் குறிக்கிறது. சம்புவராய மன்னர்களில் குறிப்பிடத் தகுந்தவர்கள் செங்கேணி நாலாயிரவன், ஓமயிந்தன் முன்னூற்றுவன். சேதி நாட்டையாண்ட மன்னர்களில் ஒருவர் கிளியூர் மலையமான் நானூற்றுவன். விழுப்புரம் மாவட்டம் திருநறுங்குன்றில் உள்ள சமணப் பள்ளிக்குச் சோழர் காலத்தியப் பெயர் நாற்பத் தெண்ணாயிரப் பெரும்பள்ளி.

தில்லை மூவாயிரவர் என்றால் மூன்றாயிரம் பேரா? இல்லை. குறிப்பிட்டத் தொகையை குறிப்பதன்று கூட்டத்தை, குழுவைக் குறிப்பதாகும். மற்றயும் அப்படியே.

தக்கயாகப் பரணியோ, பெரியபுராணமோ சொல்லுகிற எண்ணாயிரவர் என்போரும் ஒரு குழுவினராவார். சமணர்களில் ஒரு பிரிவினர் அஷ்டசகஸ்ரர் - எண்ணாயிரவர் என அழைக்கப்பட்டதாக கொடுமுடி ச.சண்முகன், புலவர் செ.இராசு உள்ளிட்டோர் தெரிவித்திருக்கின்றனர். இதில் மாறுபட்ட கருத்துகளும் இருக்கலாம்.

எப்படியானாலும், ஒரு மலையில் ஆயிரம்பேர் வீதம் எட்டு மலைகளில் (எண்பெரும் குன்றங்களில்) எட்டாயிரம் பேர் வாழ்ந்திருக்க முடியாது. ஏழாம் நூற்றாண்டில் ஒட்டுமொத்த மதுரையின் மக்கள் தொகையே இவ்வளவு எண்ணிக்கையில் இருந்திருக்க வாய்ப்பில்லை.

பத்திரபாகு முனிவருடன் தென்னாடு வந்த எண்ணாயிரம் சமண மாணவர்கள் ஆங்காங்கு உள்ள மலைகளில் தங்கினார்கள் என்கிறார் டி.எஸ்.ஸ்ரீபால். அனைவரும் எண்பெருங் குன்றங்களில்தான் தங்கினார்கள் என்று அவர் சொல்லவில்லை.

நிலைமை இப்படி இருக்க, எட்டாயிரம் சமணர் கொல்லப் பட்டார்கள் என்றும் இதற்குச் சரித்திரச் சான்று இருப்பதாகவும் பலரும் குறிப்பாக, முன்னாள் துணைவேந்தர் க.ப.அறவாணன், ஐ.ஏ.எஸ். அதிகாரி மு.இராஜேந்திரன், எழுத்தாளர் எஸ்.ராமகிருஷ்ணன் உள்ளிட்டோரும் பதிவு செய்துள்ளனர்.

இதற்குக் காரணம் என்ன? பிரச்சனை ஆய்வறிஞர் மயிலையாரிட மிருந்தே தொடங்குவதாகக் கருதுகிறேன். காரணம், 'ஆயிரம் என்பது குறிப்பிட்ட தொகையன்று' என சமணமும் தமிழும் நூலில் எழுதிய அவர் அதே நூலில், 'திருஞான சம்பந்தர் மதுரையிலே எட்டு ஆயிரம் சமணரைக் கழுவேற்றினார் என்று சைவசமய நூல்கள் தெரிவிப்பதாக' எழுதியிருக்கிறார்.

இங்கு, எட்டு - ஆயிரம் என்று அவர் பதம் பிரிப்பதற்கான காரணம் தெரியவில்லை? இவரை அடியொற்றிதான் பின் வருபவர்களும் எட்டாயிரம் என்று சொல்லிவருகின்றனர் போலும்.

'மதுரையை அடுத்துள்ள எண்பெருங்குன்றில் எண்ணாயிரம் பேர் அன்று இருந்திருப்பது நிச்சயம் சாத்தியம் இல்லை' என்று சொல்லும் புலவர் செ.இராசு, 'அஷ்ட சகஸ்ரரில் ஒருசிலர் போட்டியில் தோற்றுக் கழுவேறியிருக்கக்கூடும்' என்கிறார். (காலச்சுவடு டிசம்பர் 2013)

வாதத்துக்கு வைத்துக்கொண்டால்கூட இந்த ஒரு சிலர் என்பதை, எட்டாயிரம் என்று உரக்கச் சொல்லி வருபவர்கள் ஏற்க மறுப்பது ஏன்?

5

தொடரும் சமணப் பாரம்பரியம்

சமணம் அழிக்கப்பட்டதா?

சமணத்துக்கும் தமிழகத்துக்குமான தொடர்பு

‘கி.பி.7ஆம் நூற்றாண்டில்தான் அந்தப் புயல் சைவ-வைணவப் புயல் அடித்தது. ஆல மரங்களாய் நின்றிருந்த சமண-புத்த சமயங்கள் அதிலே சாய்ந்துவிட்டன. மீண்டும் வேத மரபு புதுப்பலத்தோடு எழுந்தது. சமண-புத்த சமயங்கள் திமிறிப் பார்த்தன. முடியவில்லை’ என ஆதங்கப்படுகிறார் எழுத்தாளர் அருணன் (நூல்: தமிழரின் தத்துவ மரபு).

இது தொடர்பான விளக்கத்தினைக் காணுமுன், தமிழ் மண்ணுக்கும் சமணத்துக்குமான தொடர்பு குறித்து சில விவரங்களைப் பார்ப்போம்.

கி.மு.மூன்றாம் நூற்றாண்டளவிலேயே தமிழகத்துக்குள் வந்துவிட்ட சமணம், கி.பி.இரண்டாம் நூற்றாண்டுக்குள் பேராதிக்கம் பெற்று விட்டது. இதற்கு சிலப்பதிகாரம் சிறந்த உதாரணமாகும். இதற்கிடையில் கி.பி.340-520 வரை 180 ஆண்டுகள் களப்பிரர்கள் ஆட்சி நடைபெற்றது. இவர்கள் சமணர்களாதலால், தமிழகத்தின் பல பகுதிகளிலும் சமணம் மேலும் பரவவும் வலுப்பெறவும் வாய்ப்பு ஏற்பட்டது. இக்காலகட்டத்தில் தான் வஜ்ரநந்தியின் ‘திரமிள சங்கம்’ மதுரையில் 50 ஆண்டுகள் (கி.பி.470 முதல் கி.பி.520) நடந்தது குறிப்பிடத்தக்கதாகும்.

6ஆம் நூற்றாண்டின் பிற்பகுதியில் களப்பிரர் ஆட்சி அகற்றப்பட்டது. ஆனாலும் அதன்பின் பாண்டிய நாட்டை ஆண்ட இரண்டாம் கடுங்கோன் (கி.பி.575-600), மாறவர்மன் அவனி சூளாமணி (கி.பி.600-625), சடையவர்மன் செழியன் சேந்தன் (கி.பி.625-640), மாறவர்மன் அரிகேசரி என்கிற கூன்பாண்டியன் (கி.பி.640- 670) ஆகியோர் சமண மதத்தைத் தழுவி அம்மதத்தை வளரச்செய்தனர் என்பார் அ.சிதம்பரனார்.

சைவத்தை குலச் சமயமாகக் கொண்டிருந்த சோழமன்னன் தனது மகள் மங்கையர்க்கரசியை, சமணனாக இருந்த மாறவர்மன் அரிகேசரிக்கு (கூன்பாண்டியனுக்கு) மணமுடித்தான். கூன்பாண்டியனைத் தொடர்ந்து வந்த கோச்சடையானுடைய மகனும், முதலாம் இராசசிம்மன் என்று அழைக்கப்படுபவனுமான மாறவர்மன் அரிகேசரி பராங்குசன் (கி.பி.710-765), கங்க அரசன் மகள் பூசுந்தரியை மணந்து கொண்டவன். இவர்களுக்குப் பிறந்தவன் தான் நெடுஞ்சடையான் பராந்தகன் (கி.பி.765-790) என்பது குறிப்பிடத்தக்கது.

'சமண சமயத்தைத் தங்கள் குலச் சமயமாகக் கொண்ட கங்க நாட்டு அரசரோடு கி.பி.எட்டாம் நூற்றாண்டில் பாண்டியன் முதலாம் இராசசிம்மன் மணவுறவும் அரசியல் உறவும் தொடர்ந்தது திகம்பர சமணம் கருநாடகத்திலிருந்து பாண்டிய நாட்டுக்கு வருவதற்கும் நிலை பெறுவதற்கும் வழிவகுத்தது' எனத் தெரிவிக்கும் வெ.வேதாசலம், 'பராந்தக நெடுஞ்சடையன் (கி.பி.767-815), ஸ்ரீமாற ஸ்ரீவல்லபன் (கி.பி.815-862), இரண்டாம் வரகுணன் (கி.பி.862-885), பராந்தக வீரநாராயணன் (கி.பி.850-905) போன்ற பாண்டிய மன்னர்கள் சமண சமயத்துக்கு ஆதரவளித்துள்ளதை சமண மலை, குறண்டி, கழுகுமலை, அய்யம்பாளையம், சித்தன்னவாசல் முதலிய இடங்களிலுள்ள சமணப் பள்ளிகளின் கல்வெட்டுகள் உணர்த்துவதாகவும்' தெரிவித்துள்ளார்.

இதற்கிடையே பல்லவ அரசனான மூன்றாம் நந்திவர்மன் (கி.பி.840-865), இரட்டப் பேரரசனான அமோக வர்ஷ நிருபதுங்கனின் மகள் சங்கா என்பவளை மணந்துகொண்டான். இந்த இரட்ட அரசன் ஸ்யாத்வாத சமணத்தைப் பின்பற்றியவன், ஜினசேனர் என்ற சிறந்த சமண குருவின் ஆசிபெற்றவன் எனும் தகவல்களைச் சொல்லும் ஆய்வறிஞர் மா.இராசமாணிக்கனார், 'சிறந்த சிவபக்தனான நந்திவர்மன் சமண அரசன் மகளை மணந்ததும், சைவனானச் சோழன் சிறந்த சைவப் பற்றுடைய மங்கையர்க்கரசியாரை சமணச் சார்புடைய நெடுமாறனுக்கு மணம் செய்வித்ததும் அரசியல் தந்திரம்' என்றும் சொல்கிறார் (நூல்: பெரியபுராண ஆராய்ச்சி).

முன்னர் களப்பிரர் ஆட்சியிலும், பின்னர் பாண்டியர் ஆட்சியிலும், இடையில் கொங்கு வேளிர் ஆட்சியிலும் சமணம் தொடர்ந்து வலுப்பெறலாயிற்று. சமணர்கள் பெருமளவில் தமிழகத்துக்குள் குடிபெயர்ந்தார்கள். இங்குள்ள பலரும் சமண மதத்துக்கு மாறினார்கள் அல்லது மாற்றப்பட்டார்கள்.

சமயப் பிரசாரம், ஆட்சி அதிகாரம், மண உறவு என சமணத்துக்கும் தமிழ் மண்ணுக்குமான தொடர்பு ஏறக்குறைய கி.மு.3ஆம் நூற்றாண்டு முதல் ஆயிரம் ஆண்டுகளையும் கடந்து இருந்து வந்ததைத்தான் மேற்கண்ட வரலாற்று நிகழ்வுகள் நமக்கு உணர்த்துகின்றன.

இடையில் 7ஆவது நூற்றாண்டில் தெற்கே மாறவர்மன் அரிகேசரியும், வடக்கில் மகேந்திரவர்மனுமே தீவிர சமணர்களாக இருந்து, பின்னர் தீவிர சைவர்களாக மாறியிருக்கின்றனர். அப்போது மட்டுமே சமணத்துக்குச் சற்று பின்னடைவு ஏற்பட்டது. பின்னர் 8ஆம் நூற்றாண்டில் இருந்து சமணம் தன்னைப் புதுப்பித்துக்கொண்டு நடை போடத் தொடங்கிவிட்டது. இது 14ஆம் நூற்றாண்டுவரை தொடர்ந்தது.

முரண்பாட்டின் தொடக்கம்

ஆய்வாளர் கோ.கேசவன், நூல் ஒன்றின் அணிந்துரையில் எழுதியிருந்தார், 'பிறமொழியினர், புதிய சமயத்தினர் ஆகியோர் இங்கு ஆளும் சக்திகளாக உருமாறியபோது இங்கே இருந்த பாரம்பரிய ஆளும் சக்திகள் அவற்றை எதிர் கொண்டவிதம் குறித்தும் தம் தேசிய இன அடையாளத்தைப் பேணிக்கொள்ள எத்தகைய நெறிகளைக் கையாண்டனர் என்பது குறித்தும் விரிவாக ஆய்வு செய்ய வேண்டும்.'

இதனடிப்படையில், 7ஆம் நூற்றாண்டு மற்றும் அதற்குப் பிற்பட்ட நிலையில் சமணத்தின் நிலை குறித்தும் காய்தல், உவத்தல் இல்லா ஆய்வு நடத்தப்பட்டதாகத் தெரியவில்லை. அனைத்தும் ஒரு சார்பானதாகவே காணப்படுகின்றன.

இல்லையென்றால், அடித்தப் புயலில் சமண புத்த சமயங்கள் சாய்ந்து விட்டது, பெண்களைக் கற்பழித்தல், இலக்கியங்களை அழித்தல், ஊர்விட்டோடச்செய்தல் என்றெல்லாம் எழுதப்பட்டிருக்குமா?

இவ்வாய்வுலகில், ஈழ ஆய்வாளர் க.கைலாசபதி நம்பிக்கை யூட்டுபவராகத் தென்படுகிறார். 'சமணத்திற்கெதிரான சைவத்தின் எதிர்ப்புணர்வும், கருத்துக்களும் எங்கிருந்து வந்தன?' என 1891-ல் மனோன்மணியம் சுந்தரம்பிள்ளை எழுப்பிய கேள்வியில் இருந்து தனது ஆய்வினைத் தொடங்குகிறார் க.கைலாசபதி.

‘வணிக வர்க்கத்தினரும், முடிமன்னரும் சமண, பௌத்த மதங்களுக்கு மதிப்பும் பொருளுதவியும் செய்ததன் விளைவாகப் பல்லவராட்சியின் முற்பகுதியிலே இச்சமயங்கள் சமுதாய முக்கியத்துவம் பெறலாயின. கி.பி.ஐந்தாம் நூற்றாண்டளவில் இருந்து ஏழாம் நூற்றாண்டு வரையில் சமணம் பொருளாதார அடிப்படையில் வலிமை மிக்கதாக விளங்கியது என்பதில் ஐயமில்லை. வணிக வர்க்கத்தினரின் ஆதரவைப் பெறாமையினாலும், வேறு பல காரணங்களாலும் பல்லவர் காலத்தின் முற்பகுதியிலேயே பௌத்தம் தனது செல்வாக்கையிழக்கத் தொடங்கியிருந்தது.

கி.பி.ஐந்தாம் நூற்றாண்டளவில் பௌத்தம் தனது செல்வாக்கை இழந்து விட்டதெனலாம். சமணம் மேலும் செழித்து வளரலாயிற்று’ என்று சொல்லும் க.கைலாசபதி, ‘கருத்துகளுக்கு அடியிலே வர்க்கங்கள் இருக்கின்றன’ எனும் உண்மைக்குச் சமணத் தத்துவம் சிறந்த சான்றாகத் திகழ்வதாகவும் குறிப்பிடுகிறார்.

மேலும், அக்காலக் கட்டத்தில் மொழி, இலக்கியம், கலை, கல்வி, தத்துவம், சமயம் முதலாய துறைகளிலே சமணத்தின் ‘பிடி’ பாரதூரமானதாக இருந்ததையும் அவர் கண்டறிகிறார். இதன் விளைவு ‘சமணப் பள்ளிகளும் பாழிகளும் பெருநிலவுடைமை நிறுவனங்களாக ஆட்சி செய்தன. பழங்கால வைதீக சமயக் கோயில்கள் கவனிப்பாரற்றுக் கிடந்தன. சைவ, வைணவக் கோயில்நிலங்களையும் மன்னர் ஆதரவுடன் சமணர் எடுத்திருந்தனர் எனநாம் ஊகிக்க இடமுண்டு. பாண்டிய மன்னன் நெடுமாறன், பல்லவ மன்னனான சிம்மவிஷ்ணு, மகேந்திரவர்மன் முதலியோர் சமணர் செல்வாக்குக்கு உட்பட்டிருந்ததை அவதானிக்கும்போது சமணர் அவ்வாறு செய்திருக்கலாம் என்று தோன்றுகிறது.’

‘பொன், பொருள் முதலான உடைமைகள் மட்டுமின்றிப் பெருவாரியான நிலத்தையும் சமணர் (அவர்கள் சார்பில் வணிகரும்) வைத்திருக்கவே, நிலவுடைமைக்காரருக்கும் வணிகருக்கும் போட்டி- மோதல்- முரண்பாடு- போராட்டம் ஏற்படுஞ் சூழ்நிலை ஏற்பட்டது. வணிக வர்க்கத்தினருக்கு எதிரான பொருளாதாரக் குரோதமானது சமண சமயத்தவருக்கு எதிரான கண்டனக் குரலாக உருவெடுத்தது’ எனும் முடிவுக்கு வருகிறார் க.கைலாசபதி.

மகேந்திர வர்மன்

பக்தி இயக்கத்தினரின் கண்டனக் குரல் செயல் வடிவம் பெற்றதற்கு ஆய்வாளர்களால் ஆதாரமாகக் காட்டப்படுவது கீழ்க்காணும் பெரியபுராணப் பாடல்:

‘வீடறியாச் சமணர் மொழி பொய்என்று மெய்உணர்ந்த
காடவனும் திருஅதிகை நகரின்கண் கண்ணுதற்குப்
பாடலிபுத்திரத்தில் அமண் பள்ளியொடு பாழிகளும்
கூடஇடித்துக் கொணர்ந்து குணபர ஈச்சரம் எடுத்தான்.’
(148)

குணதரன் அல்லது குணபரன் என்றழைக்கப்படுபவன் பல்லவ வேந்தன் மகேந்திரவர்மன். திருச்சிராப்பள்ளி மலைக்கோயிலில் உள்ள கல்வெட்டு இவனைப் புறச்சமயத்தில் இருந்து திரும்பியவன் என்கிறது. எந்தமதம் என்று குறிப்பிடவில்லை. ஆனாலும் இம்மன்னன் சமணனனாக இருந்து பின்னர் சைவனானவன் என்றும், அப்பர் இவன் காலத்த வராதலால், அவராலேயே இம்மாற்றம் நிகழ்ந்தது என்றும் கூறுவர்.

பாடலிபுரத்திரத்தில் (தற்போதைய திருப்பாதிரிப்புலியூர்) இருந்த சமண மடத்தை இடித்து, அருகில் உள்ள திருவதிகையில் ‘குணபரஈசுவரம்’ எனும் சிவாலயம் எழுப்பியதாக மேற்காணும் பெரிய புராணப் பாடல் வழியாகச் சொல்லப்பட்டு வருகிறது.

ஆய்வறிஞர் மா.இராசமாணிக்கனாரும், ‘அப்பர் சைவராக மாறினதும் அரசனும் (மகேந்திரவர்மனும்) நன்கு யோசித்துச் சைவனாக மாறினான். பாதிரிப்புலியூர் மடத்தை அடியோடு அழித்து, அப்பொருள் களைக் கொண்டு திருவதிகையில் கோயில்கட்டி அதற்குக் ‘குணதர ஈசுவரம்’ என்று பெயரிட்டான் என்பன பெரியபுராணத்தால் அறிகிறோம். இந்நிகழ்ச்சியால் அறிவுக் களஞ்சியமாக இருந்த சமண மடம் அழிந்தது. சமணர், பேரரசன் ஆதரவை இழந்தனர். அதன்பிறகு பாடலிபுத்திரத்துச் சமணர் பெருமை பிற்கால வரலாற்றில் கேட்கப்படவே இல்லை’ என்று தெரிவித்துள்ளார்.

இதே கருத்தை உரைவேந்தர் ஔவை சு.துரைசாமிப் பிள்ளையும் தெரிவித்திருக்கிறார்.

(கடலூர்-பண்ருட்டி சாலையில் பண்ருட்டி நகருக்கு மிக அருகில் இருக்கிறது திருவதிகை. அட்ட வீரட்டங்களில் ஒன்றான வீரட்டானேசுவரர் கோயில் இங்குள்ளது.)

இக்கோயிலுக்கு கிழக்கே ஒரு கி.மீ. தூரத்தில் மேற்கண்ட ‘குணபர ஈசுவரம்’ கோயில் அமைந்துள்ளது. இக்கோயிலை 90களின் இறுதியில் பார்வையிட்ட சுந்தரசண்முகனார் தனது ‘கெடிலக்கரை நாகரிகம்’ நூலில் ‘சிதைந்துபோன ஒரு ஐயனார் கோயில் போல் இருக்கிறது’ என வருத்தத்துடன் பதிவு செய்துள்ளார்.

தற்போது ‘ஸ்ரீநீலாயதாட்சி அம்மன் சமேத ஸ்ரீகுணபரீசுவரர் ஆலயம்’ என்றழைக்கப்பட்டு வருகிறது. கடந்த 31.10.2014-ல் நான் இங்கு

குணபரீசுவரர் கோயில் மூலவர்

குணபரீசுவரர் கோயில் - திருவதிகை

சென்றபோது பழைய தடயங்கள் எதையும் காண முடியவில்லை. 2008 பிப்ரவரியில் நடந்த குடமுழுக்கு விழாவினைத் தொடர்ந்து, புதிய கோயில் போன்ற தோற்றத்தைப் பெற்றுள்ளது.)

குணபர ஈசுவரம்-குணதர ஈசுவரம் பல்லவ மன்னன் காலத்திலேயே கட்டப்பட்டதாக இருக்கலாம். ஆனால், சமண மடத்தை இடித்துவிட்டு கோயில் எழுப்பினான் என்பதற்கு, பெரியபுராணம் மட்டுமே ஆதாரமாக இருக்கிறது. நாம் இப்படிச் சொல்வதற்குக் காரணம், தற்போதைய விழுப்புரம் மாவட்டம் செஞ்சி வட்டத்தில் உள்ள மண்டகப்பட்டு கிராமத்தில் மகேந்திரவர்மனின் முதற் குடைவரைக் கோயில் அமைந்துள்ளது. இப்பகுதியைச் சுற்றிலும் ஏராளமான சமணச் சின்னங்கள் இன்றும் நின்று கொண்டிருக்கின்றன. சிறுகடம்பூர், எண்ணாயிர மலை ஆகியவை இதற்குச் சிறந்த உதாரணங்கள் ஆகும்.

மேலும் மகேந்திரவர்மப் பல்லவனது ஆட்சி தொண்டை மண்டலத்தையுங் கடந்து புதுக்கோட்டை வரை பரவியிருந்தது என்கிறார்கள். மற்ற பகுதிகளில் இருந்த சமணப் பள்ளிகள் இடிக்கப் பட்டதாகவோ, அவற்றின் பொருட்களைக் கொண்டு சிவாலயங்கள் எழுப்பப்பட்டதாகவோ தெரியவில்லை. 'மகேந்திரன் சைவனான பின்னும் சமணர்களைப் பாராட்டுவதில் பின்வாங்கவில்லை என்று கல்வெட்டுகள் கூறுவதாக' தெ.பொ.மீ. கூறியிருப்பதையும் இங்கு நாம் கவனத்தில் கொள்ள வேண்டும்.

எண்பெருங்குன்றங்களில்

திருஞானசம்பந்தரால் பாண்டிய மன்னன் சைவனானபின் அமணர் பாழி மற்றும் அருகர் பள்ளிகள் இடித்துக் கோயில்கள் எடுக்கப்பட்டதாக சேக்கிழார் பெருமானின் கீழ்க்காணும், பெரிய புராணப் பாடல் தெரிவிக்கிறது.

> பூழியன் மதுரை உள்ளார் புறத்துளார் அமணர் சேரும்
> பாழியும் அருகர் மேவும் பள்ளியும் ஆன எல்லாம்
> கீழ்உறப் பறித்துப் போக்கிக் கிளர் ஒளித் தூய்மை செய்தே
> வாழி அப் பதிகள் எல்லாம் மங்கலம் பொலியச் செய்தார்.
> *(871)*

இதன்படி அமணர் பாழியும், அருகர் பள்ளியும் இடிக்கப்பட்டனவா? குறிப்பாக எண்பெருங் குன்றங்களின் நிலைமை என்ன?

மதுரை கீழ்க்குயில்குடி பகுதியில் அமைந்துள்ளது சமண மலை. இதன் அடிவாரத்தில் அண்மைக் காலத்திய அய்யனார் கோயில்

நம்மை வரவேற்கிறது. இதன் பின்புறம் சிறிது தூரத்தில் மலைமீது ஏறிச் சென்றால் ஒரு குகைக் காணப்படுகிறது. இதில் கி.பி.9,10 நூற்றாண்டைச் சேர்ந்த சமணத் தீர்த்தங்கரர்களின் சிற்பங்களைப் பார்க்க முடிகிறது. பின்னர் மீண்டும் முன்பக்க வழியே வந்து மலைமீது ஏறுகிறோம். மலையின் இடைப்பட்டப் பகுதியில், இயற்கையான சுனைக்கு அருகில் தீர்த்தங்கரர்களின் சிற்பத் தொகுதி. அதனையுங் கடந்து உச்சிப் பகுதிக்குச் சென்றால் சமணக் கல்வெட்டினையும், விளக்குத் தூணையும் காணமுடிகிறது. இம்மலையில் கி.மு.முதல் நூற்றாண்டில் இருந்து கி.பி.பன்னிரண்டாம் நூற்றாண்டு முடிய சமணப் பள்ளி சிறப்புடன் இருந்திருக்கிறது. மேலும், 10,11ஆம் நூற்றாண்டில் சிரவண பௌகுளாவில் இருந்து சமண முனிவர்கள் 6 பேர் இங்கு வந்து தங்கி மடம் ஒன்றையும் ஏற்படுத்தியிருக்கின்றனர். காலப் போக்கில் மடம் அழிந்துபோக, சமணத் தடயங்கள் மட்டும் 'சமண மலை'யில் எஞ்சி நிற்கின்றன.

முருகனின் அறுபடை வீடுகளில் ஒன்றாகக் கருதப்படும் திருப்பரங்குன்றம்- இந்த மலையின் ஒருபகுதியில் (ரயில் நிலையத்தின் எதிரே), இரண்டு குகைத் தளங்கள் காணப்படுகின்றன. இதில் ஆறு, நான்கு எனும் எண்ணிக்கையில் கற்படுக்கைகளும், கி.மு.முதல் நூற்றாண்டைச் சேர்ந்தக் கல்வெட்டும் காணப்படுகிறது. மலையின் மேற்குப்பகுதியில் பாறைச் சரிவில், இரண்டு சமணச் சிற்பத் தொகுதிகள் காணப்படுகின்றன.

இதே குன்றின் தென்சரிவுப் பகுதியில் கி.பி.8ஆம் நூற்றாண்டைச் சேர்ந்தக் குடைவரைக் கோயில் காணப்படுகிறது. 8ஆம் நூற்றாண்டில் தொடங்கப்பட்ட குடைவரைப் பணி, 13ஆம் நூற்றாண்டில் நிறைவு பெற்றதை இங்குள்ள கல்வெட்டு மற்றும் சிற்பங்கள் உணர்த்துகின்றன.

இக்குன்று குறித்து ஆய்வு செய்துள்ள ஆய்வாளர்கள் மு.நளினி, இரா.கலைக்கோவன் ஆகியோர் 'கி.மு. முதல் நூற்றாண்டளவில் பரங்குன்றின் ஒருபால் சமணர் வாழிடமும், மறுபால் முருகன் கோயிலும் இருந்தன. அவற்றுள் பரங்குன்றில் முதலில் தடம் பதித்தது எது என்பதை அறுதியிட்டுக்கூறச் சான்றுகள் இல்லை. கி.பி.ஆறாம் நூற்றாண்டில் சிவபெருமானுக்கும் இக்குன்றில் கோயில் அமைந்தது. கி.பி.ஒன்பது, பத்தாம் நூற்றாண்டுகளில் சமணர் இப்பகுதியில் வளமாக இருந்தமையைப் பழனி ஆண்டவர் கோயில், காசி விஸ்வநாதர் கோயில் வளாகங்களில் உள்ள சமணச் சிற்பங்களும் பழனியாண்டவர் கோயில்தொகுதிகளை அடுத்துள்ள வட்டெழுத்துக் கல்வெட்டுகளும் உறுதிப்படுத்துகின்றன' என்றும், 'கி.பி.பதின்மூன்றாம் நூற்றாண்டில் பரங்குன்றில் சமணம்

சற்றேனும் செல்வாக்கு இழக்கவில்லை என்பதற்குப் பரங்குன்றம் கோயில் வளாகத்தில் கிடைக்கும் பிற்பாண்டியர் கல்வெட்டுகளே சான்றுகளாக அமைகின்றன. இக்காலக்கட்ட நிலக்கொடை ஆவணங்கள் எல்லைகளாகவோ, கொடையிலிருந்து தவிர்க்கப்பட்ட நிலப்பகுதி களாகவோ பள்ளிச் சந்தங்களைக் குறிப்பது கருத்தில் கொள்ளத்தக்கது' எனவும் தெரிவித்திருப்பதும் இங்குக் குறிப்பிடத்தக்கது.

ஒத்தக்கடை அருகே உள்ளது யானை மலை. இம்மலையின் ஒரு பகுதியில் புகழ்பெற்ற நரசிங்கப் பெருமாள் கோயில் அமைந்துள்ளது. கி.பி.770-ல் இக்கோயிலை எடுப்பித்தவன் மாறன் காரி என்பவனாவான். இவன், நெடுஞ்சடையன் பராந்தகன் ஆட்சியின் முற்பகுதியில் முதல் அமைச்சனாக இருந்தவன்.

இப்பணி நிறைவு பெறும் முன்னரே அவன் மறைவெய்தியதால், அவனது தம்பி பாண்டி மங்கல விசையரையரான மாறன் எயினன், கோயில் பணியை நிறைவு செய்து குடமுழுக்கு செய்துள்ளான். இம்மலையின் இன்னொரு பக்கத்தில், குகைத் தளத்தில் இரண்டு சமணப் படுக்கைகளும், கி.பி.இரண்டாம் நூற்றாண்டைச் சேர்ந்த தமிழ்ப் பிராமிக் கல்வெட்டு மற்றும், 9,10 நூற்றாண்டுச் சமணச் சிற்பங்கள் போன்றவற்றைக் காண முடிந்தது.

மேலும், அழகர் மலையில் தமிழ்ப் பிராமிக் கல்வெட்டு மற்றும் சமணத் தீர்த்தங்கரர் சிற்பம், வட்டெழுத்துக் கல்வெட்டும், கொங்கர் புளியங்குளம் மலையில் கி.மு.இரண்டாம் நூற்றாண்டுக் கல்வெட்டு மற்றும் 10ஆம் நூற்றாண்டுத் தீர்த்தங்கரர் சிற்பம், கீழவளவு மலையில் கி.மு.இரண்டாம் நூற்றாண்டுக் கல்வெட்டு மற்றும் தீர்த்தங்கரர் சிற்பம், அரிட்டாபட்டி மலையில் கி.மு.முதல் நூற்றாண்டைச் சேர்ந்த தமிழ்ப் பிராமிக் கல்வெட்டு மற்றும் தீர்த்தங்கரர் சிற்பம் காணப்படுகின்றன.

ஐயனார் கோயில் பின்னணியில் சமணர் மலை

சமணர் மலையின் குகைத்தளத்தில் காணப்படும் தீர்த்தங்கரர் சிற்பம்

சமணர் மலை உச்சியிலுள்ள விளக்குத் தூண்

சமணர் மலையின் மேற்பகுதியில் உள்ள தீர்த்தங்கரர் சிற்பத் தொகுதி.

சமண மடம் இருந்ததற்கான தடயம்

திருப்பரங்குன்றம் மலைக்கு வழிகாட்டும் பலகை...

குகைத் தளம் - திருப்பரங்குன்றம் மலை

குகைத் தளத்துக்குள் அமைந்துள்ள கற்படுக்கைகள்

திருப்பரங்குன்றம் குடைவரைக் கோயில்

கோயிலுக்குள் காணப்படும்
ஆடல்வல்லான், அரசன் அரசியர் சிற்பங்கள்

குடைவரைக்கு வெளியே காணப்படும் தேவார மூவர் சிற்பம்

திருப்பரங்குன்றம் முருகன் கோயில் முன்பு...

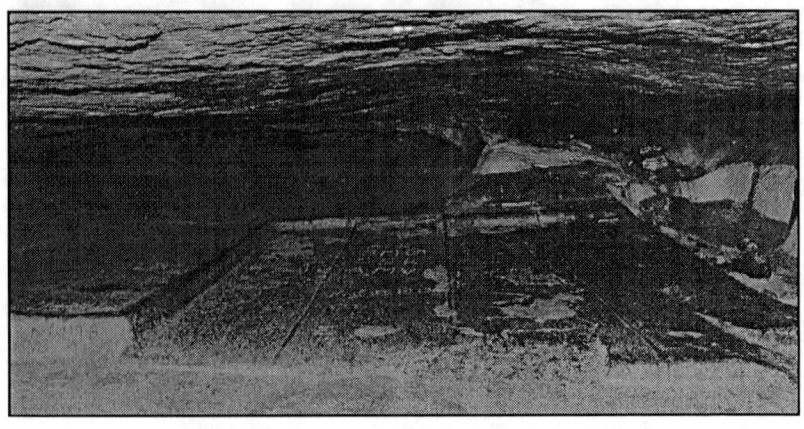

யானை மலைமீதுள்ள சமணக் கற்படுக்கைகள்.

8 ஆம் நூற்றாண்டில் சமணம் தழைத்திருந்த இடங்களில் சைவம் அல்லது வைணவம் தனது இருப்பைப் பதிவு செய்து கொள்ளும் ஒரு முயற்சியில் இறங்கியது என்பது உண்மை. திருப்பரங்குன்றம், ஆனைமலை, அரிட்டாபட்டி, குன்றத்தூர், மாங்குளம், அரைமலை என்றழைக்கப்பட்ட கழுகுமலை உள்ளிட்ட இடங்களில் குடைவரைக் கோயில்களைப் பாண்டியர் எடுத்தனர். அல்லது அதற்கான முயற்சிகளில் ஈடுபட்டனர்.

இதில், ஆனைமலை, திருப்பரங்குன்றம் ஆகிய இடங்கள் மட்டுமே தொடர் வழிபாட்டிடங்களாக இருந்தன, இருந்தும் வருகின்றன.

பைரவர் சிற்பம்

சைவ, வைணவக் குடைவரைகள் ஏற்படுத்தும்போது சமணத் தடயங்கள் எதுவும் பாதிக்கப்படவில்லை என்பதோடு, பரங்குன்றம், ஆனைமலை, அரிட்டாபட்டி, கழுகுமலை ஆகிய இடங்களில் தொடர்ந்து சமணர்கள் வாழ்ந்திருக்கின்றனர். இதற்கு அப்பகுதியில் 8, 9, 10 ஆம் நூற்றாண்டுகளில் எடுக்கப்பட்ட சமணத் தீர்த்தங்கரர் சிற்பங்களும், கல்வெட்டுகளும் சாட்சியாக இன்றும் நின்று கொண்டு இருக்கின்றன. 'திருஞானசம்பந்தரால் பாண்டிய மன்னன் சைவனான பின் அமணர் பாழி மற்றும் அருகர் பள்ளிகள் இடித்துக் கோயில்கள் எடுக்கப்பட்டன' என சேக்கிழார் பெருமான் சொல்வது மிகைக் கூற்று என்பது இதன் மூலம் தெளிவாகின்றது.

இதனால்தான் 'பெரியபுராணம் கூறுவதைக் கொண்டு அக்காலத்திலேயே சமண சமயம் பாண்டி நாட்டில் அழிந்துவிட்டது என்று கருதக்கூடாது. ஏனென்றால் ஞானசம்பந்தர் காலத்திற்குப் பிறகு பலநூற்றாண்டு வரையில் சமண சமயம் பாண்டிய நாட்டில் இருந்த செய்தி கல்வெட்டுகளினால் தெரிகிறது' என மயிலை சீனி.வேங்கடசாமியும், 'சமயக் காழ்ப்பினால் சமண சமயத்தின் வளர்ச்சி குன்றியதே ஒழிய, அதுமுற்றிலும் அழிக்கப்படவில்லை. விசயநகர மன்னர்களாட்சி வரையிலும் ஆங்காங்கே பல சமணக்கோயில்கள் தோற்றுவிக்கப்பட்டு நல்ல முறையில் வழிபாட்டுக்குரியனவாகத் திகழ்ந்திருக்கின்றன' என ஏ.ஏகாம்பரநாதனும், 'கி.பி.ஏழாம் நூற்றாண்டில் சைவ சமணப்

பூசலினால் சமண சமயத்திற்கு மதுரைப் பகுதியில் தற்காலிகமாகப் பின்னடைவு ஏற்பட்டது. ஆனால் எட்டாம் நூற்றாண்டிலிருந்து மீண்டும் சமணம் மறுமலர்ச்சி அடைந்தது. தொடர்ந்து கி.பி. பதினாம்காம் நூற்றாண்டு வரை மதுரையைச் சூழ்ந்த குன்றங்கள் சமண முனிவர்கள் வாழ்ந்த புனிதமான குன்றங்களாகவும் சமய மையங்களாகவும் இருந்தன' என முனைவர் வெ.வேதாசலமும் தெரிவித்திருந்தது இங்கு குறிப்பிடத்தக்கது.

கொங்கு நாட்டில்

இதேபோல் கொங்கு நாட்டிலும் சமணம் சிறந்திருந்தது. இதற்குக் காரணம், இதன் பெரும்பகுதிகள் கி.பி.இரண்டாவது நூற்றாண்டு முதற்கொண்டு எட்டு நூற்றாண்டுகள் கங்கர்களின் ஆட்சியில் இருந்தது. கங்கர்கள் சமண சமயத்தைச் சார்ந்தவர்கள். சமண ஆசாரியர் களைக் குருக்களாக வைத்துக் கொண்டும், அவர்கள் சொற்படி ஜைன ஆலயங்களைக் கட்டியும், தான தருமங்களைச் செய்தும் வந்தார்கள்.

அதனால் அவர்கள் காலத்தில் இப்பகுதியில் சமணம் ஏற்றம் பெற்றிருந்தது. சமணப் பெரும்புலவரான கொங்கு வேளிரின் சொந்த ஊரான விஜயமங்கலம், சமணர்களின் தலைமையிடமாக விளங்கியதை இங்கு நினைவு கூரலாம். விஜயமங்கலத்தைச் சுற்றிப் பெரும்பான்மையாகச் சமணர்கள் குடியேறினார்கள். இந்நாட்டு மக்களையும் சமண சமயம் தழுவச் செய்தார்கள்.

மேற்கண்ட தகவல்களைத் தெரிவித்திருக்கும் 'கொங்குநாடும் சமணமும்' நூலாசிரியர் கோவைகிழார், 'கி.பி.12,13 நூற்றாண்டுகளில் மன்னர்களும் பிறரும் சமணக் கோவில்களுக்குக் கொடையளித்தனர் என்பதற்குக் கல்வெட்டுச் சான்றுகள் உள்ளன' என்றும் தெரிவித்திருக்கிறார்.

தொண்டை மண்டலம் மற்றும் நடுநாட்டில்

சென்னை, காஞ்சிபுரம் மற்றும் தற்போதைய விழுப்புரம் மாவட்டத்தின் ஒரு பகுதியை உள்ளடக்கியதாக இருந்திருக்கிறது தொண்டை மண்டலம்.

இம்மண்டலத்திற்குட்பட்ட மாங்காட்டில் இருந்த சமணப் பெரும் பள்ளிக்குச் சடையவர்மன் சுந்தர பாண்டியன் நிலம் அளித்துள்ளான். திருப்பெரும்புதூர் வட்டம் புதுப்பேட்டையில் பார்சுவநாதர் கோயில் இருந்துள்ளது. நன்னூல் இயற்றிய பவனந்தி முனிவர் மூன்றாம் குலோத்துங்கன் காலத்தில் காஞ்சிக்கு வந்து சிறிது காலம் தங்கியிருந்துள்ளார்.

காஞ்சி-செய்யாறு இடையில் உள்ள கரந்தையில் இருந்த சமணப்பள்ளி வீரராஜேந்திர சோழன் காலத்தில் பெரும்பள்ளியாக்கப் பட்டுள்ளது. தானங்களும் வழங்கப்பட்டுள்ளன. ஜினகாஞ்சியான திருப்பருத்திக் குன்றத்தில் இருக்கும் திரைலோக்கிய நாதர் மற்றும் சந்திர பிரபா கோயில்கள் பல்லவர் காலத்துச் சமணப் பள்ளிகள் ஆகும். ஜிநேந்திரர், ஜைநேந்திரர் ஆகிய கணங்களின் வழிபாட்டுக் காகச் சிரமணாச்ரமம் என்ற ஊரை வஜ்ரநந்தி ஆசாரியாருக்குப் பல்லவ மன்னன் சிம்மவர்மன் வழங்கியதாக பள்ளங் கோயில் செப்பேடு கூறுகிறது. திருப்பருத்திக்குன்றக் கோயிலில் 13ஆம் நூற்றாண்டில் கோப்பெருஞ்சிங்கனும், 14ஆம் நூற்றாண்டில் விஜயநகர மன்னர்களும் திருப்பணிகளைச் செய்துள்ளனர்.

சமணத் துறவி அளங்கதேவர் பவுத்தத் துறவியுடன் வாதிட்டு வென்ற அழிவிடை தாங்கி என்ற ஊர் அமைந்திருப்பதும் காஞ்சிப் பகுதியில் தான். மேலும், கீரைப்பாக்கம், குன்றத்தூர், சிறுபாக்கம் உள்ளிட்ட இடங்களில் சமணத் தடயங்கள் இன்றும் காணப்படுகின்றன.

சென்னை மயிலாப்பூர் நேமிநாதர் ஆலயத்தில் இருந்த சிலைகள், கடல்நீர் கோயிலை அழித்துவிடும் சூழல் ஏற்பட்டதால் 15ஆம் நூற்றாண்டின் இறுதியில் விழுப்புரம் மாவட்டம் மேல்சித்தாமூருக்கு மாற்றப்பட்டுள்ளது.

விழுப்புரம், கடலூர், திருவண்ணாமலை மாவட்டங்களை உள்ளடக்கிய நடுநாட்டில் கி.மு.3 ஆம் நூற்றாண்டு முதல் கி.பி.14ஆம் நூற்றாண்டிலும், அதனைத் தொடர்ந்த விஜயநகர ஆட்சியிலும் சமணம் தழைத்தோங்கியது. இதனை ஆய்வாளர் வில்லியனூர் ந.வேங்கடேசனின் ‘நடுநாட்டில் சமணம்’ நூல் நன்கு விளக்குகிறது. இதற்கு எடுத்துக்காட்டாக இருக்கும் ‘திருநறுங்கொன்றை அப்பாண்டை நாதர் கோயில் மற்றும் மேல்சித்தாமூர் மலைநாதர் கோயில்’ குறித்து பின்னிணைப்பில் பார்க்கலாம்.

சாய்க்கப்படவில்லை சமணம்

ஏழாம் நூற்றாண்டைவிட எட்டு, ஒன்பதாம் நூற்றாண்டுகளில் சமண மக்கள் தொகை தமிழகத்தில் அதிகமாக இருந்தது என்கிறது Encyclopaedia of Oriental Philosophy எனும் நூல்.

லெஸ்லிஓர் ‘ஒன்பதாம் நூற்றாண்டிலிருந்து 13ஆம் நூற்றாண்டு வரை சமண மதத்தைச் சார்ந்த 341 கல்வெட்டுகள் கண்டுபிடிக்கப்

பட்டுள்ளன' என்கிறார். 'அவற்றில் 203 கல்வெட்டுகள் எட்டு மற்றும் ஒன்பதாம் நூற்றாண்டுகளைச் சேர்ந்ததாகும். இவற்றில் 50 கல்வெட்டுகள் மதுரையைச் சுற்றிஇருக்கின்றன. இந்தக் காலத்தில் சமணர்கள் வசதியோடு வாழ்ந்திருக்கிறார்கள் என்பதனைச் சமணப் பெண்கள் செய்த கொடைகளைப் பற்றிய கல்வெட்டுகள் நமக்குத் தெரிவிப்பதாக' லெஸ்லி ஓர் தெரிவித்திருப்பதை மேற்கோள் காட்டுகிறார் பி.ஏ.கிருஷ்ணன்.

இதற்கு மிகச்சிறந்த உதாரணமாக இருப்பது கழுமலையாகும். தென்தமிழகத்தின் எல்லோரா என்ழைக்கப்படும் இந்த ஊரில் 7ஆம் நூற்றாண்டிற்குப் பிறகு சமண மடங்கள் இங்குச் சிறப்பாகவே இயங்கியுள்ளது. பல்வேறு பகுதிகளில் இருந்து இங்கு வந்த சமண முனிவர்கள் சமய தீட்சைப் பெற்றுள்ளனர்.

மதுரையில் இயங்கி வந்த சமண மடத்திற்கும் சிரவண பௌகோளாவிற்கும் நெருங்கிய தொடர்பு இருந்தது. 'மதுரைச் சமண மலையில் இருந்த மாதேவிப் பெரும்பள்ளி கி.பி.9ஆம் நூற்றாண்டிலி ருந்து தொடர்ந்து மூன்று நூற்றாண்டுகள் சமணத் துறவிகளும் அவர்களது மாணவர்களும் நிறைந்த சமணக் கல்லூரியாகவும் இருந்தது. முற்காலப் பாண்டியர் காலத்தில் இப்பள்ளியின் புகழ் தென்னிந்தியா முழுவதும் பரவி இருந்தது. இதனால் திகம்பர சமணத்தின் மூல சங்கமாக விளங்கிய சிரவண பௌகோளாவி லிருந்து துறவிகள் பலர் இப்பள்ளிக்கு வந்துள்ளனர். பீடம் ஒன்றையும் தோற்றுவித்துள்ளனர்' என, முனைவர் வெ.வேதாசலம் தெரிவித்திருப்பதும் குறிப்பிடத்தக்கது.

பௌத்தர்களுடன் வாதத்தில் ஈடுபட்ட சமண முனிவர் அளங்கர், அதில் தோற்றவர்களை காஞ்சியிலிருந்து விரட்டிய சம்பவம் நிகழ்ந்தது எட்டாம் நூற்றாண்டாகும். தமிழர்களின் ஓவியக் கலைத்திறனுக்குச் சான்றாக இன்றும் நிலைத்திருக்கும் சித்தன்ன வாசல் சமண ஓவியங்களின் காலம் எட்டு அல்லது ஒன்பதாம் நூற்றாண்டு என்கிறார்கள்.

பாண்டியர்களைப் போல், சோழரது ஆட்சிகளிலும் சமண வழிபாட்டிடங்கள் தொடர்ந்து பராமரிக்கப்பட்டும், பாதுகாக்கப் பட்டும் வந்துள்ளன. சமணப் பள்ளிகளுக்கு வரிவிலக்கு அளிக்கும் வகையிலான 'பள்ளிச் சந்தம்' நீண்ட காலமாக வழக்கத்தில் இருந்தது. முதலாம் பராந்தகன் ஆட்சியில் கடைக்கோட்டூர் என்ற கிராமம் தானமாகக் கொடுக்கப்பட்டபோது இரண்டு பட்டிகள் அதில் இருந்து விலக்கப்பட்டன. காரணம் அந்தப் பட்டிகள் திகம்பரச் சமணரின் பள்ளிச் சந்தத்தில் அடங்கியிருந்தன.

இராஜராஜனின் அக்காள் குந்தவை, விழுப்புரம் மாவட்டம் தாதாபுரத்தில் சைவ, வைணவ மற்றும் சமணக் கோயில்களை எடுப்பித்ததும், திருவண்ணாமலை மாவட்டம் போளூருக்கு அருகில் திருமலையில் ஜினாலயம் எடுப்பித்ததும் (அவ்வாலயம், குந்தவை ஜினாலயம் என இன்றும் அழைக்கப்படுகிறது) இங்கு நினைவு கூரத்தக்கது.

சோழப்பெருவேந்தர்கள் மட்டுமல்லாமல் அவர்தம் ஆளுகைக்குட்பட்ட காடவராயர், சம்புவராயர் போன்ற குறுநில மன்னர்களும் சமணத்தைப் போற்றியுள்ளனர் என்பதற்கு ஏராளமான கல்வெட்டு ஆதாரங்கள் இன்றும் நின்று நிலைத்துள்ளன. தமிழகத்தில் இன்று காணப்படும் தீர்த்தங்கரர் சிற்பங்கள் பெரும்பாலானவை கி.பி.9-10ஆம் நூற்றாண்டுகளைச் சேர்ந்தவை என்பது குறிப்பிடத்தக்கதாகும். மதுரையைச் சுற்றியுள்ள மலைகளில் உள்ள சமணச் சிற்பங்களையும், வேலூர் அருங்காட்சியகத்திலுள்ள சமணச் சிற்பங்களையும் உதாரணமாகச் சொல்லலாம்.

கி.பி.பதின்மூன்றாம் நூற்றாண்டிலும் (திருப்)பரங்குன்றில் சமணம் சற்றேனும் செல்வாக்கு இழக்கவில்லை என்பதற்கு, அங்குக் காணப்படும் பிற்பாண்டியர் கல்வெட்டுகளைச் சான்றுகளாகக் காட்டுகின்றனர் ஆய்வாளர்கள் மு.நளினி, இரா.கலைக்கோவன்.

ஏன்- 16ஆம் நூற்றாண்டிலும் சிதம்பரம் கோயிலுக்கு தானமாக வழங்கப் பட்ட இடத்தில் சமணக் கோயில் இயல்பாகவே இயங்கி வந்திருக்கிறதே? இது தொடர்பாக ஆய்வாளர் ஏ.ஏகாம்பரநாதன் எழுதியுள்ள 'சித்தாமூர் வரலாறு' நூல் பின்வரும் செய்தியைத் தருகிறது.

'சித்தாமூரில் உள்ள சன்னியாசிக் கல் என்னும் கற்பலகை யிலுள்ள கல்வெட்டு, சக ஆண்டு (கி.பி.1581) வையப்ப கிருஷ்ணப்ப நாயக்கரின் பிரதிநிதியாகிய பொம்மைப் பிள்ளை என்பவர் சித்தாமூரை சிதம்பரேஸ்வரர் கோயிலின் அபிடேக, வழிபாட்டுச் செலவுக்காக வழங்கிய செய்தியைத் தெரிவிக்கிறது. சமணத் தலமாகத் திகழ்ந்த இவ்வூர் கி.பி.1581ஆம் ஆண்டில் சைவ சமய கோயிலுக்கு வழங்கப் பட்டிருக்கிறது. கி.பி.1578ஆம் ஆண்டில் பார்சுவ நாதர் (சமணக்) கோயிலில் மானஸ்தம்பம் நிறுவப்பட்டது. இதிலிருந்து மூன்றாண் டிற்குள் சித்தாமூர் சிதம்பரம் கோயிலில் நடைபெறும் அபிடேக வழிபாட்டுச் செலவுகளுக்காக வழங்கப் பட்டிருக்கிறது. சித்தாமூர் முழுவதும் தானமாக வழங்கப்பட்டிருந்தால், அது சமயக்காழ்ப்பின் அடிப்படையில் செய்த தானமாகத்தான் இருக்க வேண்டும்.

பார்சுவநாதர் கோயில் கட்டப்பெற்று, அதில் மானஸ்தம்பம் நிறுவி அனைத்துப் பணிகளும் நிறைவுற்றிருக்கும் காலத்தில் (கி.பி.1578-ல்) இவ்வூர் சிறப்புமிக்க சமணத் தலமாகத் திகழ்ந்திருக்க வேண்டும்

என்பதில் கருத்து வேறுபாடில்லை. இந்த சமயத்தில் சித்தாமூர் முழுவதையும் சிதம்பரம் கோயிலுக்குத் தானமாக அளித்திருந்தால் அங்கு சமயப்போர் நிகழ்ந்து வேறு விபரீதவிளைவுகள் ஏற்பட்டிருக்க வேண்டும். ஆனால் அத்தகைய நிகழ்ச்சிகள் கி.பி.1581ஆம் ஆண்டில் நடைபெற்றதாக எந்தவிதச் சான்றுகளும் இல்லை.

மேலும், சித்தாமூர் தொடர்ந்து பிற்காலம் வரையிலும் சமண சமயத் தலமாகத் திகழ்ந்து பார்சுவநாதர் கோபுர பணியும் இனிது நடைபெற்றிருக்கிறது. எனவே சிதம்பரம் கோயிலுக்கு வழங்கப் பட்ட சித்தாமூரிலுள்ள நிலப்பகுதி பார்சுவநாதர், மலைநாதர் கோயில் களையும் அவற்றிற்குரிய பள்ளிசந்த நிலங்களையும் தவிர்த்து எஞ்சியவை என்று கூறுவதே சாலப்பொருத்தமாகும்'.

பல்லவர், பாண்டியர். சோழர் காலங்களில் பின்பற்றப்பட்ட பள்ளிசந்த நடைமுறை 16ஆம் நூற்றாண்டிலும் செஞ்சி நாயக்கர் ஆட்சியிலும் தொடர்ந்தது, எவ்வித சமயக் காழ்ப்பும் இருக்கவில்லை என்பதைத்தான் மேற்கண்ட சம்பவம் காட்டுகிறது.

இப்படி நாம்சொல்லும்போது, அங்கொன்றும் இங்கொன்றுமாக நடந்த சில நிகழ்வுகளைக் கொண்டு சமய நல்லிணக்கம் இருந்தது என்று எப்படிச் சொல்ல முடியும் என்று சிலர் கேட்கக் கூடும். சமய மோதல் நிகழவே இல்லை என நாம் சொல்லவில்லை. நிகழ்ந்தன வற்றையும் மறுக்கவும் இல்லை. வீதிகளெங்கும் பிணக் குவியலை ஏற்படுத்திய கொலைக் கரங்கள் இங்கில்லை என்பதைத்தான் உணர்த்த விரும்புகிறோம்.

அதே நேரம், அங்கொன்றும் இங்கொன்றுமாக நடந்த சமய மோதல் களைக் கொண்டு - ஏழாம் நூற்றாண்டில் சைவ வைணவப் புயல் அடித்தது- சமண பௌத்தம் சாய்ந்தன, கடைசி சமணனும் அழிக்கப் பட்டான் - என்றெல்லாம் ஏன் எழுதவேண்டும்?

சமணக் கோயில்கள் மட்டுமா-, சமண இலக்கியங்களும் அதன்பின் எழுந்து நின்றதே? 8ஆம் நூற்றாண்டில் சூளாமணியும், 9ஆம் நூற்றாண்டில் நீலகேசி, உதயணன் பெருங்கதையும், 10ஆம் நூற்றாண்டில் சீவக சிந்தாமணி, யாப்பருங்கலம் மற்றும் யாப்பருங் கலக்காரிகையும், 11ஆம் நூற்றாண்டில் கண்டிகையுரையும், 12ஆம் நூற்றாண்டில் நேமிநாதமும், 13ஆம் நூற்றாண்டில் அகப்பொருள் விளக்கமும், 14ஆம் நூற்றாண்டில் நன்னூலும், 15ஆம் நூற்றாண்டில் மேருமந்திர புராணம், சாந்தி புராணம், திருக்கலம்பகம், திருநூற்றந் தாதியும், 16ஆம் நூற்றாண்டில் ஸ்ரீபுராணம், யசோதர காவியம், உதயண குமார காவியம், நாககுமார காவியமும், 17ஆம் நூற்றாண்டில்

சினேந்திர மாலை மற்றும் கணக்கியல் நூல்களும் இயற்றப் பட்டிருக்கின்றனவே.

'அழித்தொழிக்கப்பட்ட சமூகத்தில் இருந்து இத்தகைய காவியங்கள் மற்றும் இலக்கண நூல்கள் உருவாவது எப்படி சாத்தியமானது?' எனும் பி.ஏ.கிருஷ்ணனின் கேள்வியைத்தான் நாமும் கேட்க வேண்டியதாயிருக்கிறது.

தமிழகத்தில் சமணம் சரிவைச் சந்தித்ததற்கான காரணங்களாக ஆய்வாளர் தொ.மு.பரமசிவன் குறிப்பிட்டுள்ளதை மீண்டும் ஒருமுறை வாசிக்க வேண்டுகிறேன். மேலும், ஆய்வறிஞர் மயிலை சீனி.வேங்கடசாமி தெரிவித்திருக்கும் பின்வரும் கருத்துகளுடன் இப்பகுதி நிறைவு செய்யப்படுகிறது.

'துறவறத்தாரும் இல்லறத்தாரும் ஆண்பாலரும் பெண்பாலரும் கடவுள் மாட்டுப் பக்தி மட்டும் செய்வாராயின் அவர்களுக்கு மோட்சம் உண்டு, 'பக்தியால் முக்தி எளிதாகும்' என்று இந்துமதம் பறைசாற்றியது. இவ்வளவு எளிய முறையில் யாதொரு வருத்தமுமின்றி வீட்டுலகிற்குச் செல்ல வழியைக்காட்டினால் அதனை மக்கள் விரும்பாதொழிவரோ? இதற்கு மாறாக உள்ள, மனைவி மக்களை விட்டு, உலக இன்பங்களைத் துறந்து ஐம்புலன் களையும் அடக்கிக் கடுந்தவம் புரிந்து இரு வினையுங் கெடுத்து ஞான வீரராய் வீட்டுலகத்தை வெற்றியோடு கைக்கொள்ளும் சமண மோட்ச வழியைப் பின்பற்றுவரோ? ஆகவே, உலகம் 'பக்தி செய்து முக்தி' பெற இந்து மதத்தைப் பின்பற்றத் தொடங்கியது. ஆகவே இந்துமதத்தின் பக்தி இயக்கம் சமண சமயத்தின் செல்வாக்கைப் பெரிதும் குறைத்து விட்டது என்று துணிந்து கூறலாம்.'

வழிபாட்டிடங்களில் மாற்றம்

தமிழகத்தில் சமய மாச்சரியங்கள் இருந்துள்ளன என்பதை முன்பே பார்த்தோம். ஆனால் இவை, ஒருவருடைய வழிபாட்டிடத்தை மற்றொருவர் இடித்து நிரவுமளவுக்குச் சென்றதாக வரலாற்றில் நமக்குப் புலப்படவில்லை. மூன்றாம் குலோத்துங்கன் காலத்தில் நிகழ்ந்த குகையிடிக் கலகம் குறித்துகூட விரிவான ஆய்வு இன்னும் தேவைப்படுகிறது.

படையெடுப்புகளின்போது மாடமாளிகைகளும் கூடகோபுரங்களும் இடித்து நிரவப்பட்டுள்ளன. அந்த இடங்களைக் கழுதைகள்

கொண்டு உழுதும் இருக்கிறார்கள். மன்னர்களின் அரண்மனைகள் ஒன்றுகூட இம்மண்ணில் மிஞ்சவில்லை. மாமன்னர்களின் சமாதிகள் இருக்குமிடம் எதுவென்று இன்னமும் ஆராய்ந்து கொண்டிருக்கிறோம்.

இந்த மோதல்களின்போது வழிபாட்டிடங்களின் மீது படையெடுப்பாளர்கள் 'கை' வைக்கவில்லை. காஞ்சிபுரத்தின் மீது படையெடுத்த சாளுக்கிய மன்னன் இரண்டாம் விக்கிரமாதித்தன், அங்கிருக்கும் கைலாசநாதர் கோயில் அழகில் மயங்கி, அக்கோயிலுக்கு நன்கொடை வழங்கியதையும், தம் மண்ணில் இது போன்ற கோயிலை எடுப்பித்ததையும்தான் வரலாற்றில் நம்மால் வாசிக்க முடிகிறது.

தமிழ்நாட்டில் அடுத்தடுத்து ஆட்சி செய்த மன்னர்கள் பல்வேறு கோயில் சீரமைப்புகளில் தங்களை ஈடுபடுத்திக் கொண்டிருக்கின்றனர். அப்போது முன்னர் இருந்த கல்வெட்டுகளின் அருகிலேயே இவர்களது திருப்பணியும் கல்வெட்டாகப் பதிக்கப்பட்டுள்ளது. ஏன், அதன் தொடர்ச்சியாகவே கூட பதிவு செய்யப்பட்டுள்ளன.

இதற்கு உதாரணமாக விழுப்புரம் மாவட்டம், மேல்கூடலூர் (எண்ணாயிர மலை) சமணப்படுக்கைகளுக்கு அருகில் உள்ள கல்வெட்டுகளைச் சொல்லலாம். (இங்கிருந்த சமண வழிபாட்டிடத்துக்கு, கொடை வழங்கியது தொடர்பாக பல்லவ மன்னன் நிருபதுங்க வர்மனின் இரண்டாவது ஆட்சியாண்டு

எண்ணாயிரமலைக் கல்வெட்டு

(கி.பி.867) கல்வெட்டு காணப்படுகிறது. இதனுடன் இணைந்தவாறு, இக்கல்வெட்டின் ஐந்தாவது வரியில் இருந்து, முதலாம் பராந்தகனின் நான்காவது ஆட்சியாண்டு (கி.பி.911) கல்வெட்டு தொடங்குகிறது. இரு கல்வெட்டுகளுக்கும் இடைப் பட்டது 43 ஆண்டுகள் என்பது குறிப்பிடத்தக்கது).

சமண வழிபாட்டிடங்கள் அழிக்கப்பட்டன என்று சொல்பவர்கள் பாடலிபுத்திரச் சமண மடத்தை உதாரணத்துக்குக் காட்டுகிறார்கள். இம்மடத்தை இடித்து திருவதிகை குணபர-குணதர ஈசுவரம் கட்டப்பட்டது என்பதற்கு பெரிய புராணத்தைத் தவிர வேறெந்த ஆதாரமும் இல்லை என்பதை முன்னரே பார்த்தோம்.

பிற்கால வரலாற்றில் கேட்கப்படவில்லை என்பதற்காக 'மடம் அடியோடு இடிக்கப்பட்டது' எனும் முடிவுக்கு ஏன் வர வேண்டும்? நாவுக்கரசர் வெளியேறிய பின் மடம் காலியாக, காலப்போக்கில் அழிந்திருக்கலாம் அல்லவா!

முதலாம் இராஜேந்திரன் காலத்தில் 'எண்ணாயிரம் வேதக்கல்லூரி' மிகவும் செல்வாக்குடன் இருந்தது. சோழப் பேரரசன் இக்கல்லூரிக்கு 300 ஏக்கர் நிலம் தானமாக வழங்கியிருக்கிறான். இதில் 340 மாணவர்கள் படித்து வந்தார்கள். இவர்களுக்குப் பாடம் சொல்லிக் கொடுக்க 14 ஆசிரியர்கள் நியமிப்பட்டிருந்தனர்.

நாளந்தாவுக்கு இணையாகப் பேசப்பட்ட இவ்வடமொழிக் கல்வி நிறுவனம் எப்படி மறைந்தது? அதன் ஒரு தூண், துரும்பு கூட எண்ணாயிரம் கிராமத்தில் இல்லையே? அதனாலேயே இது இடித்து நிரவப்பட்டது என்று சொல்லிவிட முடியுமா?

மதுரையைச் சுற்றிலும் கி.மு. முதற்கொண்டு கி.பி.13ஆம் நூற்றாண்டு வரையிலான சமணத் தடயங்கள் இன்றும் நிலைத்து நிற்கின்றனவே?

யானைமலையில் நரசிங்கப்பெருமாள் கோயில் எடுக்கப்பட்ட தென்பது, கூன்பாண்டியனுக்கு நூறாண்டுக்குப் பின்தான். அப்போதும் கூட அந்த மலையில் இருக்கும் சமணத் தடயங்கள் எதுவும் அழிக்கப்படவில்லை என்பதையும் முன்னரே பார்த்தோம்.

இதேபோல், தென்பரங்குன்றம் குடைவரைச் சமணச் சார்புடைய குடைவரையாக இருந்து சைவக் குடைவரையாக மாற்றப்பட்டது என்றும் அங்குள்ள சமணச் சிற்பங்கள் சிதைக்கப்பட்டன என்றும் சொல்லப்படுவதையும் ஆய்வாளர்கள் மு.நளினி, இரா.கலைக்கோவன் ஆகியோர் உறுதியாக மறுத்துள்ளனர். (நூல்: மதுரை மாவட்டக் குடைவரைகள்)

கழுகுமலைச் சமணச் சிற்பங்கள்

கன்னியாகுமரி மாவட்டம் சிதரால் (திருச்சாரணத்து மலை) பகுதியில் இருக்கும் பெரிய குகை, சமணப் பள்ளியாக இருந்து பின்னாட்களில் பகவதி அம்மன் கோயிலாக மாற்றம் பெற்றது என்று சொல்லும் டாக்டர் சிவ.விவேகானந்தன் 'இத்தகைய சமய மாற்றம் நிகழ்ந்த போதும் இதிலுள்ள சமணத் திருவுருவங்கள் எதுவும் சிதைக்கப்பட வில்லை. இன்றளவும் நல்ல நிலையில் இருப்பதாக'வும் சொல்கிறார். (நூல்: குமரி நாட்டில் சமணம்).

சமணத் தடயங்கள் சிதைக்கப்படவில்லை என்பதற்கு மிகப்பெரிய உதாரணமாக, கழுகுமலையிலுள்ள வெட்டுவான் கோயிலைச் சொல்லலாம். நூற்றுக் கணக்கான சமணச் சிற்பங்களும் கல்வெட்டு களும் இங்கு நிறைந்துள்ளன. இச்சிற்பங்கள் யாருக்காக யாரால் செய்விக்கப்பட்டவை எனும் விவரங்கள் தெளிவாகவே குறிப்பிடப் பட்டுள்ளன. இவையெல்லாம் 8-9ஆம் நூற்றாண்டு காலத்தவை. இம்மலையின் கிழக்கில் இதே காலக்கட்டத்தில் எடுக்கப்பட்ட கைலாசநாதர் கோயிலும் இருப்பது குறிப்பிடத்தக்கது.

பின்னர், தமிழகத்தின் பல்வேறு பகுதிகளில் இருந்த சமண வழிபாட்டிடங்கள் எப்படி மறைந்தன எனும் கேள்வி எழலாம்.

'கொங்கு நாட்டில் கி.பி.12,13 நூற்றாண்டுகளில் மன்னர்களும் பிறரும் சமணக் கோவில்களுக்குக் கொடையளித்தனர். 13ஆம் நூற்றாண்டுக்குப் பின்தான் சமணம் கெடலாயிற்று. சமணக்கோவில்களில் வழிபாடு குறைந்து சீர்கெடலாயிற்று. இதன் விளைவாக கொங்கு நாட்டுச்

சமணக் கோவில்கள் பாழடைந்த நிலைக்கு மாறின' எனக் கோவைகிழார் சொல்வதையும் இங்குக் கவனத்தில் கொள்ள வேண்டும். இப்படி, மக்களால் மறக்கப்பட்ட, கைவிடப்பட்ட சமண வழிபாட்டிடங்கள் பின்னர் சைவ, வைணவக் கோயில்களாக உருமாறி இருக்கலாம்.

ஆசீவகப் பள்ளிகள் சமண, பௌத்தப் பள்ளிகளாக மாற்றப்பட்ட வரலாறும் உண்டு. 'சிரவண பௌகோளா தொடக்கத்தில் ஆசீவகப் பள்ளியாக இருந்து பின்னர் அருகப் பள்ளியாக மாற்றப் பட்டுள்ளதற்குத் தொல்லியல் சான்றுகள் மிகுதியாக உள்ளன. ஆசீவகத் துறவிகள் வாழ்ந்த பள்ளிகள் பலவற்றை அருகச் சமயத்தவர் பின்னாளில் கையகப்படுத்தியுள்ளனர் என்பதும் வரலாறு உணர்த்தும் பாடமாகும். அதற்கான மிகப்பெரும் சான்றே சிரவண பௌகோளா என்பதில் எள்ளளவும் மிகையில்லை'-எனும் ஆய்வாளர் கே.வி.ரமேசின் கூற்றினை மேற்கோள் காட்டும் க.நெடுஞ்செழியன், 'மதுரைக்கு அருகில் மாங்குளத்தில் காணப்படும் கற்படுக்கைகள், சித்தன்னவாயில் ஓவியங்கள் மற்றும் கற்படுக்கைகள் ஆகியவை ஆசீவகத் துறவிகளுக்கு உரியவை' எனவும் தெரிவித்துள்ளது குறிப்பிடத்தக்கது.

பௌத்தப் பள்ளிகளும் சமணப் பள்ளிகளாக மாற்றப்பட்டுள்ளது பற்றி மயிலை சீனி.வேங்கடசாமி சொல்கிறார், 'கி.பி.ஐந்தாவது, ஆறாவது நூற்றாண்டிற்குப் பின்னர் பௌத்தத்தின் சிறப்பு குன்றவும், ஜைன மதம் தலையெடுத்துச் செல்வாக்கு பெற்றது. பெற்றதும், தனது கொள்கைக்கும் வளர்ச்சிக்கும் பெருந்தடையாயிருந்த பௌத்தத்தை முன்னைவிடக் கடுமையாகத் தாக்கி, அதை நிலைகுலையச் செய்து விட்டது. பௌத்தக் கோயில்கள் ஜைனக் கோயில்களாக மாற்றப் பட்டன. பௌத்த பிக்ஷுக்கள் வசித்த மலைக் குகைகள் ஜைனக் குகைகளாக மாற்றப்பட்டன. அளங்கர் எனும் ஜைனர், கி.பி.8ஆம் நூற்றாண்டில் காஞ்சீபுரத்தில் உள்ள காமக் கோட்டத்தில், பௌத்தருடன் சமய வாதம் செய்து அவரைத் தோற்பித்துச் சிங்கள நாட்டிற்குத் துரத்திவிட்டார் என்னும் செய்தி பலர் அறிந்ததொன்றே.' (நூல்:பௌத்தமும் தமிழும்)

திகம்பரப் பிரிவுச் சமணர்களின் தலைமை மடம் அமைந்திருக்கும் (விழுப்புரம் மாவட்டம்) மேல்சித்தாமூர் மலைநாதர் மற்றும் பார்சுவநாதர் கோயில் தூண்களில் வைணவச் சின்னங்கள் காணப்படுகின்றன. 'இவை செஞ்சியிலுள்ள வெங்கடரமண சுவாமி கோயிலிலிருந்து கொண்டு வரப்பட்டவையாக இருக்க வேண்டும். இல்லையெனில் வேறு ஏதாவது வைணவக் கோயிலிலிருந்து

கொண்டு வரப்பட்டவையாக இருக்க வேண்டும்' என்கிறார் ஏ.ஏகாம்பரநாதன்.

இந்நேரத்தில் சென்னைக்கு அருகில் பல்லாவரத்தில் அமைந்துள்ள குகைக் கோயில் அடைந்துள்ள மாற்றத்தை இங்குப் பதிவு செய்தாக வேண்டும்.

பழைய பல்லாவரத்தின் தெற்கு மலைச்சரிவில், ஐந்து கருவறை களுடன் அமைக்கப்பட்டுள்ளது இக்கோயில். நடுவில் உள்ள மூன்று கருவறை மும்மூர்த்திகளுக்கும், எஞ்சியவை பரிவாரத் தேவதை களுக்கும் எடுக்கப்பட்டவை.

இங்குள்ள கல்வெட்டுகளில் ஸ்ரீமகேந்திர விக்ரமன், மத்த விலாசன், சேத்தகாரி, விசித்திர சித்தன், பகாப்பிடுகு - ஆகிய மகேந்திரவர்மனின் விருதுப் பெயர்கள் காணப்படுவதாக மயிலை சீனி.வேங்கடசாமி, தனது 'மகேந்திவர்மன்' நூலில் குறிப்பிட்டுள்ளார். எனவே இக்கோயில் அவன் காலத்தில் குடையப்பட்டதாகும். இக்குடைவரை அமைந்துள்ள மலையானது பஞ்ச பாண்டவ மலை என்று அழைக்கப்படுகிறது.

15.11.2014 அன்று பல்லாவரம் சென்ற நான், ரயில் நிலையத்தின் அருகில் இருந்த ஆட்டோ டிரைவர் ஐம்புலிங்கத்திடம் 'மலையிலுள்ள தர்கா போகும் வழி' குறித்து விசாரித்தேன்.

'பஞ்சபாண்டவர் தர்காவா? வாங்க போகலாம்' என அழைத்துச் சென்றார். ஏறக்குறைய இரண்டு கி.மீ-க்குச் சென்றபின், தர்கா சாலையில் அமைந்திருந்த அந்தத் தர்காவை அடைந்தோம். அங்கிருந்தவர்கள் உள்ளே செல்ல என்னை அனுமதித்து, கதவைத் திறந்துவிட்டனர். வண்ணக் கற்கள் பதிக்கப்பட்டும், தூண்களில் கெட்டியான வெள்ளை வர்ணம் பூசப்பட்டும் புதிய அமைப்புடன் விளங்கியது அந்த வழிபாட்டுத் தலம். கல்வெட்டு எதையும் காண முடியவில்லை. 'இந்தத் தர்கா 400 ஆண்டுகள் பழமை வாய்ந்தது' என்று பெருமையுடன் சொன்னார் அங்கிருந்தவர்.

'கி.பி.1705ஆம் ஆண்டில் பல்லாவரத்தில் இபுராகீம் சாயபு நினைவாகத் தோட்டம், தெரு அமைத்துப் பெயரிட்டனர். அதே காலத்தில் குடைவரை, தர்காவாக மாற்றப்பட்டிருக்கலாம்' என்கிறார் ஆய்வாளர் ச.கிருஷ்ணமூர்த்தி. (நூல்: தொல்லியல் நோக்கில் காஞ்சிபுர மாவட்டம்)

ஆட்சி அதிகாரங்கள் மாறும்போது வழிபாட்டிடங்கள் உள்ளிட்டக் கட்டிடங்களும் மாற்றப்பட்டு வருகின்றன என்பதையும் நாம் மறுக்க முடியாது. தி.மு.க. ஆட்சியில் கட்டப்பட்ட புதிய தலைமைச் செயலகம், அ.தி.மு.க. ஆட்சியில் பல்நோக்குச் சிறப்பு உயர்

மருத்துவமனையாக மாற்றப்பட்டது அண்மைக்கால உதாரணமாகும். இவற்றை சரி என்று நான் நியாயப்படுத்தவில்லை. காலந் தோறும் இப்படிப்பட்ட மாற்றங்கள் நிகழ்ந்து வருகின்றன என்பதையே பதிவு செய்ய விரும்புகிறேன்.

'சுமந்தான் தலை பத்து'

15ஆம் நூற்றாண்டிலும் சமணர்கள்மீது தாக்குதல் நடத்தப்பட்டது என்பார்கள். இதற்கு ஆதாரமாக மயிலை சீனி.வேங்கடசாமியின் 'சமணமும் தமிழும்' நூலிலிருந்து கீழ்க்கண்ட பகுதி கையாளப்படுகிறது:

'கி.பி.1478-ல் செஞ்சிப் பிரதேசத்தை அரசாண்டவன் வெங்கடபதி நாயக்கன் என்பவன். இவனுக்கு துமால் கிருஷ்ணப்ப நாயகன் என்னும் பெயர் உண்டு. இவன் விஜயநகர மன்னருக்குட்பட்ட தெலுங்கு இனத்தவன். இவன், உயர்ந்த குலத்தவரான ஒவ்வோர் இனத்திலும் ஒவ்வொரு மனைவியை மணக்க வேண்டும் என்று எண்ணங்கொண்டு, முதலில் உயர்ந்த குலத்தவரான பிராமணர்களை அழைத்து, தனக்கு ஒரு பிராமணப் பெண்ணை மனைவியாகத் தர வேண்டும் என்று கேட்டான்.

தங்களைவிடத் தாழ்ந்த இனத்தவனாகிய இவனுக்குப் பெண் கொடுக்க பிராமணர் இசையவில்லை. மறுத்துக் கூறவும் முடியவில்லை. ஏனென்றால் இவன் நியாயம் அநியாயம் அறியாத மூர்க்கன்.

ஆகவே, பிராமணர்கள் இந்தத் தர்ம சங்கடத்திலிருந்து தப்பித்துக் கொள்ளவும், சமணர்களைச் சங்கடத்துக்குள்ளாக்கி விடவும் யோசனை செய்து, அரசனிடம் சென்று, 'சமணர்கள் பிராமணர்களை விட உயர்ந்தஇனம் என்று சொல்லிக் கொள்கிறார்கள். ஆகவே, முதலில் அவர்கள் பெண் கொடுத்தால் பிறகு எங்கள் இனத்தில் பெண் கொடுக்கிறோம்' என்று கூறினார்கள். அரசன் சமணரை அழைத்து தனக்கு ஒருத்தியை மனைவியாகக் கொடுக்க வேண்டும் என்று கேட்டான். தாழ்ந்த இனத்தானாகிய இவனுக்குச் சமணர் பெண் கொடுக்க விரும்பவில்லை. ஆனால் மூர்க்கனாகிய இவனிடம் மறுத்துக் கூறினால் துன்பம் செய்வான் என்று அஞ்சினார்கள். கடைசியாக அவர்கள் ஒன்று சேர்ந்து ஒரு முடிவுக்கு வந்தார்கள். சமணப் பிரபு ஒருவரின் வீட்டைக் குறிப்பிட்டு அந்த வீட்டுக்குக் குறிப்பிட்ட நாளில் அரசர் வந்தால் பெண்ணை மணம் செய்து கொண்டு போகலாம் என்று தெரிவித்தார்கள்.

அரசனும் அவ்வாறே பரிவாரங்களுடன் அந்த வீட்டுக்குக் குறிப்பிட்ட நாளில் வந்தான். ஆனால், அவன் கண்டதென்ன? அவ்வீட்டில் ஒருவரும் இலர். கலியாணப் பந்தல் மட்டும் இருந்தது. பந்தலின் ஒருகாலில் ஒரு பெட்டை நாய் கட்டப்பட்டிருந்தது. பெண் கொடுப்பதாகத் தெரிவித்த சமணப் பிரபு அந்த ஊரை விட்டு வேறு நாட்டுக்குப் போய்விட்டார்.

செஞ்சி மன்னன் தன்னைச் சமணர் அவமானப்படுத்தியதைக் கண்டு கோபம் அடைந்தான். சமணரைக் கொல்லும்படி கட்டளை யிட்டான். சேவகர் செஞ்சி நாட்டிலிருந்த சமணரைக் கொன்றனர். இதைச் சுமந்தான் தலைப் பத்து என்று கூறுவார்கள்.'

மேற்காணும் நிகழ்வுக்கு ஆதாரமாக மெக்கன்சி சுவடி மேற்கோள் காட்டப்படுகிறது.

அதே சுவடியில் 'செஞ்சியை ஆட்சிபுரிந்த மாதங்கா என்பவர் கொலியனூர் முதலிய பல இடங்களிலிருந்து சமணக் கோயில்களை அழித்து, அவ்வூர்களில் வாழ்ந்த சமணர்களைக் கொன்றதாகக் கூறப்பட்டுள்ளது. ...இங்கு குறிப்பிடப்பட்டுள்ள மாதங்கா என்பவர் எப்போது ஆட்சி செய்தார் என்பது பற்றியோ அல்லது அவரது வரலாறு பற்றியோ வேறு செய்திகள் எதையும் அறிந்து கொள்வதற்கில்லை' என ஆய்வாளர் ஏ.ஏகாம்பரநாதன் சித்தாமூர் வரலாறு நூலில் சுட்டிக் காட்டியிருப்பதும் குறிப்பிடத்தக்கது.

இந்தக் கதைகளுக்குக் களமாக மெக்கன்சி சுவடியைச் சொல்லலாம். ஆனால், சமணர் கொல்லப்பட்டார்கள் என்பதற்கான சான்று வரலாற்றில் இல்லை.

மெக்கன்சி சுவடியில் சமணர்களின் வாய்வழிக் கதைகளும் இடம் பெற்றுள்ளன எனும் விமர்சனத்தையும் இங்கு நாம் பதிவு செய்தாக வேண்டும். சுமந்தான் தலைப்பத்து என்பது சமணர் மரபு வழிக் கதைகளில் ஒன்றாக இருக்கலாம்.

இதுபோன்ற கதை இன்னும் சில சமூகத்தினரிடமும் வழங்கப்பட்டு வருகிறது. பேரிச்செட்டிகள் சாதியினரின் தோற்றத் தொன்மம் குறித்து ஆய்வுசெய்த மானிடவியலாளர் பக்தவத்சலபாரதி, பேரிச் செட்டிகளிடம் வழங்கப்பட்டு வரும் வழக்காறு குறித்து பின்வரும் தகவலைத் தருகிறார்.

'காவேரிபுரத்தில் ஆயிரங் கோத்திரங்களை உடையவராக ஆயிரம் இல்லங்களில் வாழ்ந்து வந்தனர். ஓர் அரசன் எல்லாச் சாதிகளி லிருந்தும் ஒவ்வொரு பெண்ணை மணந்து கொண்டான். அதன்படி

பேரிச்செட்டிகளின் சாதியிலிருந்தும் ஒருத்தியை மணக்க விரும்பினான். அதற்கு இவர்கள் மனம் ஒப்பவில்லையாயினும் அவன் விருப்பம்போல் ஒருத்தியை மணம் செய்து தருவதாக வாக்களித்தனர்.

இந்த இக்கட்டிலிருந்து விடுபட அவர்கள் ஒரு சூழ்ச்சி செய்தனர். மணத்திற்கென்று குறிக்கப்பட்ட நாளன்று மணப்பந்தலின்பால் கம்பத்தில் ஒருகறுப்பு ஆண் நாயினைக் கட்டிப்போட்டு விட்டு வெளியேறிவிட்டனர்.

இதைக் கேள்விப்பட்ட அரசன் சினமுற்று எல்லாச் சாதியினருக்கும் பேரிச் செட்டிகளிடமிருந்து தண்ணீர் பெற்றுக் குடிக்கத் தடை விதித்தான். இதனால் அவர்கள் இடங்கைப் பிரிவில் சேர வேண்டியதாயிற்று.'

நகரத்தார் குறித்த ஒரு வழக்காற்றினையும் (நிஷிமூரா 1998 மேற்கோளுடன்) எடுத்துக் காட்டுகிறார் பக்தவத்சல பாரதி.

'நகரத்தார் 7,8ஆம் நூற்றாண்டுகளில் காஞ்சிபுரம் நகை வணிகர்களாக வாழ்ந்தனர். அப்போதைய மன்னனின் கொடுமையை (பெண் கேட்டதால்) எதிர் கொள்ள முடியாமல் 8000 குடும்பத்தார் தற்கொலை செய்து கொண்டனர். 1520 இளைஞர்கள் மட்டுமே தப்பிப்பிழைத்தனர். இவர்கள் வேளாளர் பெண்களை மணந்து அவர்கள் வழி வந்தோரே நகரத்தார்.'

கதைகள் நடந்ததாகச் சொல்லப்படும் காலம், இடம் போன்றவை தவிர, அவற்றிற்கானக் காரணம் என்பது - அரசன் பெண் கேட்டல் - ஒரே மாதிரியாகத்தான் இருக்கிறது.

பேரிச் செட்டிகள் மற்றும் நகரத்தார் குறித்த வழக்காறுதான், சமணர்கள் விசயத்திலும் காணப்படுகிறது. இதுவே 'சுமந்தான் தலைப்பத்து' கதையாகவும் அமைந்துவிட்டது போலும்.

வழக்காறு வழியாக வரலாறு

2014 ஆகஸ்ட் 20ஆம் தேதி மதுரையில் இருந்து செ.பன்னீர்செல்வம் அவர்கள் அனுப்பியிருந்த மதுரை மீனாட்சி சுந்தரேசுவரர் திருக்கோயில் சித்திரைப் பெருவிழா அழைப்பிதழ் மற்றும் 2014ஆம் (ஸ்ரீவிஜய-ஸ்ரீஜய) ஆண்டுக்கான திருக்கோயிலின் தினசரி மற்றும் திருவிழா நாட்குறிப்பு ஆகியவற்றைப் பார்த்துக் கொண்டிருந்தேன்.

அருள்மிகு மீனாட்சி சுந்தரேசுவரர் திருக்கோயில் விழா நாட்குறிப்பு, வழுவழு அட்டையில் 110 பக்கங்களில் வெளியிடப்பட்டுள்ளது. மேலட்டையை மீனாட்சி சமேத சுந்தரேசுவரர் அலங்கரிக் கின்றனர். முதற் பக்கத்தில் அருள்மிகு முக்குறுணி விநாயகரும், உள் அட்டையில் தகதகக்கும் கொடிமரம், உள் பக்கங்களில் முத்துச் சடை அலங்காரத்தில் மீனாட்சி அம்மன், மீனாட்சி அம்மன் பட்டாபிஷேகம், எல்லாம் வல்ல சித்தர், கால்மாறி ஆடிய நடராஜர், சந்திரசேகரர், பிட்டுக்கு மண்சுமந்த திருக்கோலம், மகாலட்சுமி - வண்ணப்படங்கள் அலங்கரிக்கின்றன.

கடவுள் வாழ்த்துப் பகுதியில் இடம்பெற்றுள்ள 14 பாடல்களில் 7 பாடல்கள் பரஞ்சோதியாரின் திருவிளையாடற் புராணப் பாடல்கள்.

திருக்கோயில் அமைப்பு, திருத்தலச் சிறப்பு, கோயிலில் அமைந்துள்ள சன்னதிகள், கோயிலில் வழிபடுவது எப்படி? தினசரி பூசை முறைகள், திருவிழாக்கள் மற்றும் இவ்வாண்டு இறுதி வரையிலான கோயில் அன்றாட நடவடிக்கைக் குறிப்புகள் எனப் புத்தகம் முழுவதும் விவரங்கள் பரவிக்கிடக்கின்றன.

கல்வெட்டுக்களின் அடிப்படையிலான தகவல்களைச் சேர்த்திருந்தால் தல வரலாறு முழுமை பெற்றிருக்கும்.இப்படி ஒவ்வொரு பக்கமாகப் பார்த்துக் கொண்டிருக்கும் போதுதான், கோடை வசந்த விழா பகுதியில் பின்வரும் தகவல்களைப் படிக்க நேர்ந்தது:

'ஒரு பங்குனி உத்திரத்தன்று மீனாட்சி சுந்தரேசுவரர் திருப்பூவணம் எழுந்தருளிய பின், வையையில் இருகரையும் புரள வெள்ளம் பெருக்கெடுத்தது. 'சொக்கர் ராத் தங்கார்' என்ற பழமொழியை நாம் காப்பாற்றவேண்டுமே எனத் திருமலை நாயக்கர் எண்ணினார். மதுரையிலும் சுற்றுப்புற கிராமங்களிலும் 'பங்குனி உத்திர நன்னாளுக்காகத் திருப்பூவணம் எழுந்தருளி இருக்கும் மீனாட்சி சொக்கநாதப் பெருமானை இன்று வைகையில் பெருகி ஓடும் வெள்ளத்தினால் எந்தக் குறையும் நேர்ந்துவிடாது இக்கரை கொண்டு வந்து சேர்க்கும் தீரர்களுக்குத் தக்க சன்மானம் வழங்கப்படும்' எனப் பறை அறிவிக்கப்பட்டது.

வீரர்கள் புறப்பட்டார்கள். பொங்கிப் பாய்ந்து வரும் வெள்ளத்தைப் பொருட்படுத்தாது எதிர்கரை சென்று மீனாட்சி சொக்கேசப் பெருமான் எழுந்தருளி இருக்கும் வாகனங்களைத் தோளில் சுமந்து இக்கரை கொண்டு வந்து சேர்த்தார்கள். தக்க சமயத்தில் சொக்கநாதர் அர்த்த யாம பூஜை நடைபெறத் துணிந்து உதவிய தீரர்களின் குடும்பங்களுக்கென்றே 'சாமநத்தம்' என்ற கிராமமே அளிக்கப்பட்டது.

இதுபோன்று ஓரிரு முறை நடைபெற்றதால் திருமலை மன்னர் ஆட்சிக்குப் பின், திருப்பூவணம் செல்லாமல்-பங்குனி உத்திர நன்னாளில் மதுரை வைகை நதிக்கு எதிர்க்கரையிலிருக்கும் திருவாப்புடையார் கோயிலுக்கு மீனாட்சி சொக்கேசரை எழுந்தருளச் செய்து திருவிழா கொண்டாடப்படுகிறது.'

- இச்செய்தியின் வாயிலாகச் 'சாமநத்தம்' எனும் ஊரையும், இவ்வூருக்கும் மதுரை மீனாட்சி அம்மன் கோயிலுக்குமானத் தொடர்பையும் நாம் அறிய முடிகிறது

இதனிடையே 'சாமநத்தம்' குறித்து, ஆய்வாளர் ந.இரவீந்திர னின் குறிப்பு ஒன்றையும் படிக்க நேர்ந்தது. 'சாமநத்தம் என்பது சாம்பல் ரத்தம் என்பதன் திரிபு. மீனாட்சியம்மன் கோயிலுக்கு பாத்தியதை யான இந்தக் கிராமம் சமணர் கழுவேற்றப்பட்டதன் இரத்த (சாம்பல்) சாட்சியாகத் திகழ்கிறது. கழுவேற்றத் திருவிழா இங்கே நடந்ததுண்டு' என்கிறது அக்குறிப்பு.

மேலும், 'பதினாறு வயதில் மணமுடித்த சம்பந்தர் தானாக விரும்பிச் சோதியில் கலந்து விடவில்லை. மணவிழா காண வந்த பக்தர்களும் பரவசப்பட்டு நெருப்பினுள் சங்கமிக்கவில்லை. எல்லோரும் கோயிலினுள் வைத்து எரிக்கப்பட்டார்கள். கோயிலில் தீ மூண்டதைக் கண்ட பலரும் தப்பியோடி இருக்கிறார்கள். (பெரிய புராணமோ சைவத்தின் இந்தத் தோல்வியை ஒப்புக்கொள்ள முடியாமல் எல்லோரும் விரும்பியே சோதியில் கலந்ததாகப் புனைந்தது) ஓடியவர்கள் சமண பௌத்தர்களான ஊர் மக்களால் விரட்டப்பட்டு, மீண்டும் நெருப்பினுள் வீழ்த்தப்பட்டிருக்கிறார்கள்' என்றும் (சிலம்பு நா.செல்வராசு நூலை மேற்கோள் காட்டி) அக்குறிப்பில் விவரிக்கப் பட்டுள்ளது.

இவரைத் தொடர்ந்து சாமநத்தம் பகுதிக்குச் சென்ற ஒருவர், 80 வயது பெரியவரைச் சந்தித்தாகவும், அப்பெரியவர் 'இங்குள்ள குடியிருப்பு களுக்கு மேற்கேதான் சமணர்களைக் கழுவேற்றம் செய்து எரித்தனர். நான் சிறுவனாக இருக்கும்போது அந்தச் சாம்பலை நெற்றியில் பூசிப்பள்ளிக்குச் சென்றேன். அது மூன்று நாள்களுக்கு அழியாது எனவும் வரலாற்றை தமக்குத் தெரிந்தமட்டில் சொன்னதாக'வும் தனது வலைத்தளத்தில் பதிவு செய்துள்ளார்.

சம்பவம் நடந்ததாகச் சொல்லப்படுவது கி.பி.ஏழாம் நூற்றாண்டு. ஆனால் 21ஆம் நூற்றாண்டில் அந்த இடத்தில் சாம்பல் இருந்ததாகவும், அதை ஒருவர் நெற்றியில் பூசிக் கொண்டுச் சென்ற தாகவும் சொல்வது அறிவுக்கும், விஞ்ஞானத்துக்கும், வரலாற்றுக்கும் எந்த வகையிலும்

ஒத்து வருவதாகத் தெரியவில்லை. ஆனாலும் இதே சாமநத்தம் கிராமம் குறித்து கள ஆய்வு செய்த முனைவர் பா.அ.ம.மணிமாறன் 'ஞானசம்பந்தருக்கும் சமணர்களுக்கும் நிகழ்ந்த அனல் வாதத்தில் சமணர்களுடைய ஏடு தீயில் எரிந்து சாம்பலான இடம் 'சாம்பல் நத்தம்' எனப்பட்டு இன்று 'சாமநத்தம்' என மாறியுள்ளது எனச் சொல்லப்படுவதாக'ப் பதிவு செய்துள்ளார். எல்லாம் யூகம்தான்.

இவற்றைப் படிக்கும்போது சில ஊர்களின் பெயர்களும், அவற்றுக்குச் சொல்லப்படும் காரணங்களும் நினைவுக்கு வருகின்றன.

கடலூர் அருகே உள்ளது வண்டிப்பாளையம் கிராமம். இதன் பழைய பெயர் 'கரையேறவிட்ட குப்பம்.' சமணர்களால் கல்லில் கட்டிவிடப் பட்ட அப்பர் கரையேறியதால், அவரைச் சிவபெருமான் இங்கு கரையேற விட்டார் என்பதால் இப்பெயர் வழங்கப்படுகிறதாம்.

திருவதிகையில் முப்புர அரக்கர்களை எரித்த இறைவன் களைப்பாறிய இடம் 'களைப்பாறிய குழி' என அழைக்கப்பட்டு, 'களப்பாக் குழி' என இப்போது வழங்கப்படுகிறது.

சிவபெருமானின் தேர் அச்சு முறிந்த இடம் அச்சிறுப்பாக்கம், அம்பிகை வெண்ணெயில் கோட்டை கட்டியிருந்த இடம் வெண்ணெய் நல்லூர், பசுக்களுக்குக் கொம்பு கொடுத்த இடம் ஆமாத்தூர் - இப்படி மக்களின் வாய்வழி வரலாற்றுக் கதைகள் ஒவ்வொரு ஊருக்கும் தொடர்ந்து கொண்டு தான் இருக்கின்றன.

'பெயருக்குத் தக்கபடி கதை கட்டுதல் எனும் அடிப்படையில் இயற்றப்பட்ட தல புராணங்கள் என்ற இலக்கிய வகைமை 14ஆம் நூற்றாண்டில் இருந்து தோன்றத் தொடங்கியது' எனத்தெரிவிக்கும் அறிஞர் தமிழண்ணல், உமாபதி சிவத்தின் கோயிற் புராணம், பெரும் பற்றப் புலியூர் நம்பியின் திருவால வாயுடையார் திருவிளையாடற் புராணம், பரஞ்சோதியின் திருவிளையாடற் புராணம் போன்றவற்றை உதாரணமாகக் காட்டுகிறார்.

'வாய்வழிக் கதைகளில் உண்மைகள் புதைந்திருக்கலாம். ஆனால் உண்மைகளைத் தோண்டி எடுப்பதற்கு வரலாறு பற்றிய புரிதல் வேண்டும். பொறுமையோடு இயைந்த திறமை வேண்டும். எல்லா வற்றிற்கும் மேலாக முன்முடிபு இல்லாமல் அணுக வேண்டும். தமிழில் இன்று எழுதிக் கொண்டிருப்பவர்களில் பலருக்கு இந்தப் பண்புகள் இருப்பதாக எனக்குத் தெரியவில்லை' என்கிறார் பி.ஏ.கிருஷ்ணன்.

பேராசிரியர் த.பழமலய் சொல்வார், 'கோயில் ஊர்களுக்குத் தலபுராணம் பாடிய புலவர் பெருமக்கள் வரலாற்றை மனத்துள்

கொள்ளாமல், அல்லது அது தெரியாமல் கற்பனைக் கயிறு திரித்திருக்கிறார்கள். செவிவழிச் செய்திகள் ஒருபுறம், உண்மையான வரலாறு ஒருபுறம். இதில் ஆளாளுக்கும் புதிய புதிய விளக்கங்கள்-கண்டுபிடிப்புகள் வேறு.'

தல புராணங்கள் பலவற்றையும் வரலாற்று வழியாக ஆராய்ந்து ஒருவழியாக உணர்ந்து கொள்ளலாம் எனத்தெரிவித்துள்ள அறிஞர் தெ.பொ.மீ. கூட 'இப்படிப்பட்ட ஆய்வு, செல்வத்தைப் பற்றி எளியவன் கனவு காண்கிற கதைபோல' ஆகிவிடுவதாக ஆயாசப் பட்டிருக்கிறார்.

இதற்கு உதாரணமாக, தேசிங்கு இராஜனின் கதையைச் சொல்லலாம். செஞ்சியை ஆண்ட இரஜபுத்திர வீரனான தேசிங்கு, நவாபுடன் நடத்திய சண்டையில் துப்பாக்கியால் சுட்டுக் கொல்லப்பட்டார்.

ஆனால் அவரைப் பற்றிய பல்வேறு கதைப்பாடல்கள் 'வாளினை வானத்தை நோக்கி வீசி அதனைத் தன் மார்பின் மீதுத் தாங்கி, தன்னைத் தானே மாய்த்துக் கொண்டார்' எனப் புகழ்கின்றன. வரலாற்றுக்கும் வாய்மொழி வழக்கிற்கும் எவ்வளவு இடைவெளி.

இதை நான் இங்குக் குறிப்பிடுவதற்குக் காரணம், என்னுடைய 'வரலாற்றில் விழுப்புரம் மாவட்ட ஊர்கள்' நூலில் தேசிங்கு இராஜன் சுட்டுக் கொல்லப்பட்டதைக் குறிப்பிட்டிருந்தேன். இதைப் படித்த தேசிங்கின் வம்சாவழியைச் சார்ந்த நண்பர் ஒருவர் 'இப்படி எழுதி விட்டீர்களே' என என்னிடம் வருத்தப்பட்டுக் கொண்டார். பின்னர் அவருக்கு நான் வரலாற்று ஆதாரங்களைக் காட்டி விளக்க நேர்ந்தது.

இதனால்தான், 'நாட்டுப்புற வழக்காறுகளின் வழியாக வரலாற்றைப் புரிந்து கொள்வதில் மிகுந்த எச்சரிக்கை தேவை' என்கிறார் ஆறு.இராமநாதன்.

'சாமநத்தம்' குறித்த ஆய்வுகளிலும் இந்த எச்சரிக்கை உணர்வுடன் ஈடுபட்டால் நன்றாக இருக்கும்.

பின்னிணைப்பு

திருநறுங்கொன்றை

விழுப்புரம் மாவட்டம் உளுந்தூர்ப்பேட்டை வட்டத்தில் அமைந்துள்ளது திருநறுங்கொன்றை. இங்குள்ள அப்பாண்டைநாதர் கோயில், தமிழகச் சமணர்களின் முக்கியத் திருக்கோயிலாகும். குன்றின்மீது அமைந்துள்ள இக்கோயிலில் சமணத் துறவிகளின் கற்படுக்கைகள் காணப்படுகின்றன. இதில் தங்கியிருந்த துறவிகள் 'வீர சங்கத்'தினை நிறுவி பலபகுதிகளுக்குச் சென்று சமண மதத்தினைப் பரப்பியுள்ளனர்.

இக்கோயிலில் உள்ள சந்திரநாதர், நேமிநாதர், தருமதேவி உள்ளிட்டோரின் உலோகத் திருமேனிகள் சோழர் காலத்தியவை யாகும். கோயிலுக்கு அருகிலுள்ள ஏரி குந்தவைப் பேரேரி என்றழைக்கப்படுகிறது. அப்பாண்டைநாதர் கோயிலில் முதலாம் இராஜராஜன், விக்கிரம சோழன், மூன்றாம் குலோத்துங்கன், காடவராயன் கோப்பெருஞ்சிங்கன், சடையவர்மன் சுந்தரபாண்டியன் மற்றும் மாறவர்ம விக்கிரம பாண்டியன் ஆகியோரது காலங்களைச் சேர்ந்த 30க்கும் மேற்பட்ட கல்வெட்டுகள் காணப்படுகின்றன.

இக்கல்வெட்டுகளின் அடிப்படையில், அப்பாண்டைநாதர் கோயிலில் பல்வேறு காலக்கட்டங்களில் மேற்கொள்ளப்பட்ட பணிகளைக் கீழ்க்கண்டவாறு பட்டியலிடுகிறார் 'நடுநாட்டுக் கோயில்கள்' நூலாசிரியர் கூ.பிச்சைப் பிள்ளை:

'முதலாம் இராசராசனின் பத்தாவது ஆட்சியாண்டில் (கி.பி.995) திருநறுங் கொன்றை கோயிலில் வழிபாட்டுச் செலவுக்காக நிலங்கள்

தானமாக வழங்கப்பட்டது. இவனது பதினேழாவது ஆட்சியாண்டில் (கி.பி.1002) இவனது படைத் தலைவனான மும்முடிச் சோழ பிரம்மராயன் மேலைப்பள்ளி, கீழைப்பள்ளி ஆகிய இரண்டு கோயில்களுக்கு நிலம் மற்றும் விளக்கு தானமாக வழங்கினான். அதே காலக்கட்டத்தில் அப்பாண்டைநாதர் கோயிலுக்குச் சிலநிலங்கள் ஒற்றியாகக் கொடுக்கப்பட்டு அவற்றிலிருந்து கிடைக்கும் வருமானம் கோயில் செலவுக்குப் பயன்படுத்தப்பட்டது.

விக்கிரமச் சோழனது பத்தாம் ஆட்சியாண்டில் (கி.பி.1128) மலைய மல்லனான விக்கிரமச்சோழ மலையமான் என்னும் சிற்றரசன் பயிரிடப்படாமல் கிடந்த நிலங்களைச் சீர்செய்து அந்நிலங்களை இறையிலியாக ஆக்கிக் கோயிலுக்கு அளித்தான். இவற்றிலிருந்துக் கிடைக்கும் வருமானம் வைகாசித் திருநாளின்போது அருண்மொழித் தேவரையும், நித்திய கல்யாணத் தேவரையும் உலா எடுத்துச்செல்ல 'விழாப்புறம்' ஆகச்செலவு செய்யப்பட்டது. இம்மன்னனின் பதினாறாம் ஆட்சியாண்டில் (கி.பி.1134) ஏரி உடைப்பால் பயிர் செய்யப்படாமல் கிடந்த நிலங்கள் திருத்தப்பட்டு திருவிழாக் காலங்களில் இறைவனை பல்லக்கில் ஏற்றிச்செல்ல 'சிவிகைப் புறம்' ஆக வழங்கப்பட்டது.

மூன்றாங் குலோத்துங்கச் சோழன் அப்பாண்டை நாதருக்கு சிறுசாத்த நல்லூர் என்ற ஊரைத் தானமாக வழங்கியிருக்கிறான். இவனது ஒன்பதாவது ஆட்சியாண்டில் (கி.பி.1187) நறுங்கொன்றை அருகப் பெருமானுக்கு 'திருநாமத்துக்காணி'யாக ஆற்றூர், திருநறுங் கொன்றை, ஏனாதிமங்கலம் ஆகிய ஊர்களை அரச நாராயணன்

அப்பாண்டைநாதர் கோயில் - திருநறுங்கொன்றை

ஆளப்பிறந்தான் வீரசேகரக் காடவராயன் வழங்கி, அவ்வூர் நிலங்களில் இருந்து கிடைக்கும் நன்செய், புன்செய், தறியிறை, தட்டார் பாட்டம் ஆகிய வரிகளையும் கோயிலுக்கே அளித்தான்.

மூன்றாம் இராசராசனின் பத்தாம் ஆட்சியாண்டில் (கி.பி.1226) பார்சுவ நாதருக்கு நந்தா விளக்கெரிக்க கூடல் ஆளப்பிறந்தான் ஏழிசை மோகன் என்னும் காடவச் சிற்றரசன் 10 மா அளவுள்ள நிலம் வழங்கினான்.

சடையவர்மன் சுந்தரபாண்டியன் காலத்தில் (கி.பி.1251-1268) திருநறுங் கொன்றை கோயிலில் வைகாசி மாதத்தில் நடைபெறும் நற்காட்சித் திருவிழாவிற்கும், தை மாதத்தில் நடைபெறும் அஸ்தத் திருவிழாவிற்கும் ஆகும் செலவிற்காக இருங்கோளப்பாடி தவத்தாளன் என்பவன் சில நிலங்களை வழங்கினான். மாறவர்மன் விக்கிரமப் பாண்டியன் ஏழாம் ஆட்சியாண்டில் (கி.பி.1290) அப்பாண்டைநாதர் கோயிலில் நித்திய அமுதுபடி முதலிய வழிபாட்டுச் செலவுகளுக்காகத் திருநறுங் கொன்றையில் ஆறு மா அளவுள்ள நிலம் விடப்பட்டது.'

10ஆம் நூற்றாண்டு தொடங்கி 13ஆம் நூற்றாண்டு வரை, சமணக் கோயில் ஒன்று, அரசு ஆதரவுடன் இயங்கியது அல்லது அரசின் ஆதரவு அளிக்கப்பட்டமைக்குச் சான்றாக விளங்குகிறது.

மேல் சித்தாமூர்

விழுப்புரம் மாவட்டம் செஞ்சி வட்டத்தில் இருக்கிறது மேல்சித்தாமூர். இங்கு மலைநாதர் கோயில், பார்சுவநாதர் கோயில் மற்றும் சமண மடம் ஆகியவை அமைந்துள்ளன.

மலைநாதர் கோயிலில் உள்ள கல்வெட்டுகளில் மிகவும் பழமையானது, கி.பி.888-ல் பொறிக்கப்பட்ட முதலாம் ஆதித்தச் சோழனதாகும். அப்போது காட்டாம்பள்ளி என்றழைக்கப்பட்ட சித்தாமூர் மலைநாதர் கோயிலின் ஒத்துரைக்கும் மண்டபத்துக்கும், நந்தா விளக்கெரிக்கவும் தானம் செய்யப்பட்டதைக் குறிப்பிடுகிறது இக்கல்வெட்டு. இதனையடுத்து கீழ்க்காணும் கல்வெட்டும் முக்கியத்துவம் பெறுகிறது.

'ஸ்வஸ்திஸ்ரீ காடவர்கோன்பாவை கனைகழற்காற்
சோழர்க்கு நீடுபுகழ்த்தேவியர் நீணி

லத்துப் பீடு சிறந்தமரும் சிற்றாமூர் செய்திறங்கள்
மீட்ப்பித் தறம் பெரு வாக்குமவள்'

ஒலிக்கின்ற கழல்களையணிந்த சோழ மன்னனுடைய புகழ்மிக்க தேவியாகிய காடவர்கோன்பாவை, இந்த நெடிய நிலப்பரப்பில் பெருமை பொருந்தி விளங்கும் சிற்றாமூரில், முன்பு செய்யப்பட்ட அறத்தினை மீண்டும் நிலைப்பெறச் செய்து சமண அறங்கள் பெருக வழிவகை செய்தாள் - என மேற்கண்ட கல்வெட்டுக்கு விளக்கம் தருகிறார் ஆய்வாளர் ஏ.ஏகாம்பரநாதன். இக்கல்வெட்டு பொறிக்கப்பட்டக் காலம் கி.பி.888-907க்கும் இருக்க வேண்டும். இதில் குறிப்பிடப்பெறும் காடவர்கோன்பாவை, முதலாம் ஆதித்தச் சோழனின் மனைவி திரிபுவன மாதேவியாக இருத்தல் வேண்டும்.

மேலும், விக்கிரம சோழன் (கி.பி.1136), இரண்டாம் குலோத்துங்கச் சோழன் (கி.பி.1148), இரண்டாவது இராசாதி ராசன் (கி.பி.1173) மற்றும் விஷ்ணுதேவ மஹாராயர் (கி.பி.1218) காலக் கல்வெட்டுகள் மலைநாதர் கோயிலில் கண்டெடுக்கப்பட்டுள்ளன. இக்கோயிலில் ரிஷபநாதர், நேமிநாதர், பார்சுவ நாதர், கோமதீஸ்வரர் ஆகிய சிற்பங்கள் இடம்பெற்றுள்ளன. இக்கோயிலில் உள்ள (9ஆம் நூற்றாண்டு) யக்ஷியின் உருவம் பனைமலை சிவன் கோயிலிலுள்ள பல்லவர் கால உமையவள் ஓவியப் பாங்கினை ஒத்திருப்பதாகத் தெரிவிக்கிறார் ஏ.ஏகாம்பரநாதன்.

மேல்சித்தாமூரில் உள்ள பார்சுவநாதர் கோயிலின் கருவறை, அர்த்த மண்டபம், முகமண்டபம், மானஸ்தம்பம் ஆகியவை கி.பி.16ஆம் நூற்றாண்டு கலைப் பாணியை கொண்டுள்ளது. எஞ்சியவை 19ஆம் நூற்றாண்டில் கட்டப்பட்டவையாகும். இங்குள்ள நேமிநாதர் சிற்பம் சென்னை மயிலாப்பூரில் இருந்த சமணக் கோயிலில் இருந்து எடுத்துவரப்பட்டதாகும். பார்சுவ நாதர் கோயிலில் வேங்கடபதி தேவ மஹாராயர் (கி.பி.1586,1603) மற்றும் கி.பி.1578-ல் வடிக்கப் பெற்ற தமிழ், கன்னட வரிவடிக் கல்வெட்டுகள் உள்ளிட்டவை இடம் பெற்றுள்ளன.

மேலும் திருச்சி மாவட்டம் திருமழபாடி, விழுப்புரம் மாவட்டம் மாறங்கியூர், பரனூர் ஆகிய இடங்களில் உள்ள கல்வெட்டுகளின் மூலமும், அப்பாண்டை நாதர் உலா, தோத்திரத் திரட்டு, கலியாண வாழ்த்துப் போன்ற நூல்களின் மூலமும் சித்தாமூர் சமணக் கோயில்கள் குறித்த விவரங்களை அறிந்து கொள்ள முடிகிறது.

தமிழகத்தில் எஞ்சி நிற்கக்கூடிய ஒரே சமண மடம் எனும் பெருமையைப் பெற்றுள்ளது மேல்சித்தாமூரில் உள்ள ஜினகஞ்சி

பார்சுவநாதர் கோயில், மேல்சித்தாமூர்

ஜினகாஞ்சி மடம், மேல்சித்தாமூர்

மடம். கி.பி.16ஆம் நூற்றாண்டில் (விழுப்புரம் மாவட்டம்) உப்பு வேலூரைச் சேர்ந்த வீரசேனாச்சாரியார் என்பவரால் இம்மடம் தோற்றுவிக்கப்பட்டது. இது, தமிழகத்திலுள்ள திகம்பரப் பிரிவுச் சமணர்களின் தலைமை மடமாகத் திகழ்கிறது. இங்கு 1816-ல் கர்னல் மெக்கன்சி வந்திருக்கிறார். இம்மடத்தில் சமண சமய புராண, காவியம், கதை, வியாக்கரண, தர்க்க, ஆசார விதி, பிராகிருதம், தமிழ் மற்றும் அஸ்டக நூல்கள் இருப்பதாக மெக்கன்சி சுவடித் தொகுப்பில் தெரிவிக்கப்பட்டுள்ளது.

'மெரியா'

'கோண்டு' - இந்தியாவில் உள்ள தொல் பழங்குடியினரில் குறிப்பிடத் தகுந்தவர்கள். கடுமையான மத நம்பிக்கையுள்ள இவர்களின் படைப்புத் தெய்வம் பூரபொண்ணு. இவரின் மனைவி தார பொண்ணு. நிலத்தெய்வம். இவளே செடி கொடிகள், விலங்குகள், மக்கள் - யாவற்றையும் கொடுப்பவள், பெறுவதற்கு உரியவள். இவளுக்குக் குருதி மிகவும் உவப்பானது.

கோண்டு இனத்தவர்களிடையே ஆள் பலி என்பது வழக்கமான ஒன்றாக இருந்தது. ஆண்டுதோறும் சில குறிப்பிட்ட நாள்களில் இதனை இவர்கள் சமுதாயத் திருவிழாவாகவே நடத்தினர். ஆள் பலி விழா பொதுவாக விதைப்புக் காலத்திலோ, நடவுக் காலத்திலோ நடந்தது.

கோண்டு பழங்குடியினர் பலி ஆளை 'மெரியா' என்று அழைத்தனர். இவர்கள் விலைக்கு வாங்கப்பட்டவர்களாகவோ, பழைய மெரியாக் களுக்குப் பிறந்தவர்களாகவோ, கடத்தி வரப்பட்டவர் களாகவோ அல்லது குற்றவாளிகளோகவோ-யாராகவும் இருப்பவர்கள்.

மெரியா பலியிடல்- மூன்று நாள் திருவிழாவாக நடத்தப்பட்டது. முதல் நாள் குடியுடன் ஆடல் பாடல் நிகழும். இரண்டாவது நாள் தோப்பில் நடப்படும் கால் (றிளிஷிஜி)ஒன்றின் அடியில் உட்கார வைக்கப்பெறும் மெரியாவை அத்துடன் இணைத்துக் கட்டுவார்கள். 'இருந்த கோலத்தில்' உள்ள மெரியாவின் மேல் எண்ணெய், எருமை வெண்ணெய், மஞ்சள் பொடி ஆகியவற்றை இட்டு, மலர் மாலைகளையும் இடுவார்கள். அப்போது மெரியாவைச் சுற்றி ஆடுபவர்கள் 'ஓ தெய்வமே, நாங்கள் இப்பலியை உனக்குச் செலுத்துகிறோம். நீ, எங்களுக்கு நல்ல விளைச்சல்களையும்,

மெரியா பலித்தூண்

பருவங்களையும் (மழை) உடல் நலத்தையும் அருள்வாயாக'.

மூன்றாம் நாள், பலியாளுக்கு மீண்டும் எண்ணெய் இடப்படும். அவன் தன்னை மறக்கும் பொருட்டு அபின் தருவார்கள். சில நேரங்களில் தப்பித்து விடக்கூடாது என்பதற்காக ஆளின் கைகளையும் கால்களையும் முறித்து வைப்பதும் உண்டு.

பூசாரி பூமித்தாய்க்குப் பூசை செய்வார். இதன்பின், பூசாரி மழுவால், மெரியாவைச் சிறிதே தீண்டுவார். அவ்வளவுதான் காத்திருந்தக் கூட்டம் பலியாள் மேல் விழுந்து கூரிய கத்தியால் அவனை அரிந்து கொள்வார்கள். தலையும் குடலும் மட்டுமே விட்டு வைக்கப்படும்.

இரத்தம் சொட்டும் உடற்கூறுகளுடன் ஓடுபவர்கள் ஊரின் எல்லையை அடைந்தவுடன், அதனை பரப்பிய புல்லின்மீது வைப்பார்கள். பின்னர் உள்ளூர் பூசாரி தன் விரல்களால் நிலத்தைத் தோண்டி பலியூனை புதைப்பார். முன்னதாக பங்கிடப்பட்டப் பலியூன் பெற்ற பொதுமக்கள் தங்கள் நிலங்களுக்குச் சென்று புதைப்பார்கள்.

இதன் மூலம் நிலத் தெய்வமாகிய தாரை பொண்ணு உவகை அடைகிறாள். தங்களுக்கு நல்ல விளைச்சல் தருவாள் என்பது இப்பழங்குடியினரின் நம்பிக்கையாக இருந்தது.

ஒரிசாவில் கோண்டு இனத்தவர் மிகுந்த கும்சூர் பகுதியில் 1837-ல் மெக்பெர்சன் எனும் ஆங்கிலேயே அதிகாரி மக்கள் தொகை கணக்கெடுப்பில் ஈடுபட்டார். அப்போதுதான் மேற்கண்ட 'ஆள்பலி - கொடை நேர்தல்' குறித்த விவரங்கள் தெரியவந்தன.

இதனைத் தொடர்ந்து சென்னையில் இருந்து ஒரிசாவுக்கு அனுப்பி வைக்கப்பட்ட கேப்டன் ஜான் கேம்ப்பெல் என்ற அதிகாரி, கோண்டு மக்களிடம் மீட்புப் பணியில் ஈடுபட்டார். 1837-1854 ஆண்டுகளுக்கு இடையிலான காலத்தில் 717 ஆண்கள், 789 பெண்களுமாக 1,506 பேரை பலியிடலில் இருந்து கேம்ப்பெல் காப்பாற்றினார். இவர் சொல்கிறார்: 'இதுவரை பலியிடப்பட்ட மெரியாக்கள் எத்தனைப் பேர் என்று சொல்ல முடியாது. ஆண்டிற்கு ஒருமுறை, சுற்றப்புறத்து சிற்றூர் மக்கள் பலரும் 'நரபலி' செய்வார்கள். சில நேரங்களில்

இதனைப் பெரியஅளவில் கொண்டாட வேண்டியிருக்கும். ஆண்டுக்கு 150 பேர் கொல்லப்பட்டிருக்கலாம்.'

1852-ல் தான் இறுதியாக மெரியா பலி அளிக்கப்பட்டதாக அரசாங்கக் கோப்புகள் தெரிவிக்கின்றன. மெரியா பலியிடலுக்குப் பயன்படுத்தப் பட்ட பலித்தூணின் மிச்ச சொச்சமான ஒன்றுதான் இப்போதும் சென்னை அருங்காட்சியகத்தில் காட்சி தந்து கொண்டிருக்கிறது.

குகையிடிக் கலகம்

இந்தக் கலகம், மூன்றாம் குலோத்துங்கனின் இரண்டாம் ஆட்சியாண்டில் (கி.பி.1071) நடைபெற்றது. நித்த விநோத வளநாட்டில் (பாபநாசம், நன்னிலம் தாலுகாக்களை உள்ளடக்கிய) இராசமகேந்திர சதுர்வேதி மங்கலம் என்ற பிராமணக் கிராமத்தில் இக்கலகம் நடந்தது. அப்போது அங்கிருந்த கோயில் இடித்துத் தள்ளப்பட்டது. கோயில் கருவூலம் சூறையாடப்பட்டது. கிராமமே தீக்கிரையாக் கப்பட்டது.

இக்கலகம் வலங்கை, இடங்கையினரிடையே நடந்த கலகம் என்று சொல்லும் ஆய்வறிஞர் கே.கே.பிள்ளை 'ஏற்கனவே வலங்கை யினருக்கும் பிராமணருக்கும் வேளாளருக்கும் அரசன் அளித்திருந்த சலுகைகளைக் கண்டு இடங்கையினர் பொருமிக் கொண்டிருந்தனர். இந்த நிலையில் அவர்கள் மீது சுமத்தப்பட்ட சுங்கவரி பெரிய சுமையாக மாறியது. இதன் விளைவாக இக்கலகம் நிகழ்ந்திருக்கலாம்' என்றும் தெரிவிக்கிறார். (நூல்: தமிழக வரலாறு மக்களும் பண்பாடும்).

குகையிடிக் கலகத்துக்கான காரணமாக மேற்கண்டவற்றையே தெரிவிக்கும் வரலாற்று ஆய்வாளர் கே.ஏ.நீலகண்ட சாஸ்திரி, இச்சம்பவம் 'முதலாம் குலோத்துங்கனின் இரண்டாம் ஆட்சியாண்டில்' நடந்ததாகத் தெரிவிக்கிறார். இதன் எதிரொலியாக 'காஞ்சிபுரத்தில் வலங்கையரும் இடங்கையரும் ஒரே கோயிலுக்குப் போக மறுத்தனர். நடன மங்கையர், தேவரடியார் ஆகியோரால்கூட இந்தப் பூசல்களிலிருந்து விலகி நிற்க முடியவில்லை' எனும் தகவல் களையும் அவர் தம் 'சோழர்கள்' நூலில் விளக்கி உள்ளார்.

'திருஞான சம்பந்தர் பெயரால் மடங்கள் பல தமிழ் நாடெங்கும் இருந்தன என்பதை எண்ணிறந்த கல்வெட்டுக்கள் எடுத்தோதுகின்றன. ஆயினும் அவற்றுள் பல மூன்றாங் குலோத்துங்கனுடைய

இருபத்திரண்டாம் ஆண்டில் உண்டான குகையிடி கலகத்தால் அழிக்கப்பட்டன. மிகச் சிலவே எஞ்சின. பின்னர்ச் சில உண்டாயின என்றாலும் அவை வேறு பெயரால் தோன்றி நிற்பனவாயின' எனும் தகவல்களைச் சொல்லும் உரைவேந்தர் ஒளவை சு.துரைசாமிப் பிள்ளை, இது தொடர்பான பின்வரும் அடிக்குறிப்பினை, தமது 'சைவ இலக்கிய வரலாறு' நூலில் அளித்துள்ளார்.

'குகையிடிக் கலகம் which happened in the 22nd year of பெரியதேவர் (குலோத்துங்கன் III) must have been instigated by the Brahmanas aginst the non-Brahmanical saiva mathas' - A.R.for 1913. para 42. vide also A.R. for 1926-7. p.84.

இக்குகையிடிக் கலகத்துக்கு இரா.செல்வக்கணபதி சொல்லும் காரணம், 'சிவப்பிராமணர்கள் என தம்மைக் கூறிக்கொண்ட சைவ ஆசாரியார்கள் சிலர், வேளாண் குடியிற்பிறந்து கல்வி கேள்வி ஒழுக்கங்களால் சிறந்து நின்று ஞானோபதேச நெறி நிற்கத் தலைப் பட்டோரின் தலைமையை உடன்பட இசைந்திலர். இவர்களைச் சூத்திரர் என்றும், இவர்கள் குருவாகத் திகழ்ந்து ஞானோபதேச நெறி நிற்றல் பாவம் என்றும் பிரசாரங்கள் செய்தனர். இவற்றின் எதிரொலியாகத்தான் இக்கலகம் நடைபெற்றது.' (நூல்:தமிழ் வளர்க்கும் தருமபுரம்)

திருத்துறைப்பூண்டியில் குகையிடிக் கலகம் ஒன்று நிகழ்ந்ததாகக் குறிப்பிடும் வல்லிபுரம் மகேஸ்வரன், இதற்கு ஆதாரமாக அங்குள்ள திருச்சிற்றம்பலமுடைய முதலியார் குகையில் 'குகையிடிக் கலகத்திலே சாதனங்கள் சேமந்தப்பின்' எனும் கல்வெட்டு வாசகத்தை மேற்கோள் காட்டுகிறார்.

மேலும், இக்குகையிடிக் கலகம் பிராமணர் பிராமணர் அல்லாதரோடு செய்தக் கலகம் என எச்.கிருஷ்ண சாஸ்திரியார் கூறுவதையும், பாசுபத மடங்களுக்கும் வேறுமடங்களுக்கும் இடையே ஏற்பட்ட முரண் பாட்டினைக் காரணமாகக் காட்டும் என்.சேதுராமனின் கருத்தையும் வல்லிபுரம் மகேஸ்வரன் தமது 'சோழர் காலத்துக் கோயிலும் சமூகமும்' எனும் நூலில் மேற்கோள் காட்டியிருக்கிறார்.

துணைநின்ற நூல்கள்

1. ஆயிரத்தெண்ணூறு ஆண்டுகட்கு முற்பட்ட தமிழகம் - வி.கனகசபை. தமிழில் கா.அப்பாத்துரை
2. இலக்கிய வரலாறு - கா.சுப்பிரமணியப் பிள்ளை
3. இலக்கியக் கேணி - வித்துவான் கா.ம.வேங்கடராமையா
4. இருபெருமக்கள் - அ.மு.சரவண முதலியார்
5. எண்பெருங்குன்றம் - முனைவர் வெ.வேதாசலம்
6. என் சரித்திரம் டாக்டர் - உ.வே.சாமிநாத ஐயர்
7. கல்விக் கழகக் கட்டுரை - புதுவைக் கல்விக் கழகம்.
8. கடிதங்கள்: சுவாமி விவேகானந்தர் - ஸ்ரீராமகிருஷ்ண மடம், சென்னை.
9. குமரிநாட்டில் சமணம்: தொல்லியல் பார்வை - டாக்டர் சிவ.விவேகானந்தன்
10. கெடிலக்கரை நாகரிகம் - சுந்தர சண்முகனார்
11. கொங்கு நாடு - புலவர் குழந்தை
12. கொங்குநாடும் சமணமும் - கோவைக்கிழார்
13. கொலைக் களங்களின் வாக்குமூலம் - அருணன்
14. கோபல்ல கிராமம் - கி.ராஜநாராயணன்
15. ஞான சூரியன் - சுவாமி சிவானந்த சரஸ்வதி
16. சமணமும் தமிழும் - மயிலை சீனி.வேங்கடசாமி
17. சமணத் தமிழிலக்கிய வரலாறு - தெ.பொ.மீனாட்சி சுந்தரனார்
18. சம்பந்தரும் சமணரும் - தெ.பொ.மீனாட்சி சுந்தரனார்
19. சங்க காலத் தமிழர் சமயம் - க.நெடுஞ்செழியன்
20. சமணம் (ஜைனம்) - ஆர்.பார்த்தசாரதி
21. சமயப் புரட்சியாளர் சம்பந்தர் - ச.சாம்பசிவன்
22. சிவப்பிரகாச சுவாமிகள் அருளிய நால்வர் நான்மணி மாலை - (உரை) டாக்டர் வை.இரத்தினசபாபதி
23. சித்தாமூர் வரலாறு - ஏ.ஏகாம்பரநாதன்

24. சீர்திருத்தம் அல்லது இளமை விருந்து - திரு.வி.கலியாண சுந்தரனார்
25. சிலப்பதிகாரம் - (மூலமும் உரையும்) ந.மு.வேங்கடசாமி நாட்டார்
26. சிலப்பதிகாரத் திறனாய்வு - டாக்டர் மா.பொ.சிவஞானம்
27. சைவ இலக்கிய வரலாறு - ஔவை சு.துரைசாமிப் பிள்ளை
28. சேக்கிழார் பெருமான் அருளிய திருத்தொண்டர் புராணம் - (உரை) திரு.வி.கலியாணசுந்தரனார்
29. சோழர்கள் - கே.ஏ.நீலகண்ட சாஸ்திரி
30. சோழர் காலத்துக் கோயிலும் சமூகமும் - வல்லிபுரம் மகேஸ்வரன்
31. தமிழக வரலாறு மக்களும் பண்பாடும் - டாக்டர் கே.கே.பிள்ளை
32. தமிழகத்தில் ஜைனம் - ஜீவபந்து டி.எஸ்.ஸ்ரீபால்
33. தமிழ் இலக்கியத்தில் மதமும் மானுடமும் - கார்த்திகேசு சிவத்தம்பி
34. தமிழ் விருந்து - ரா.பி.சேதுப்பிள்ளை
35. தமிழ் வளர்க்கும் தருமபுரம் - இரா.செல்வக்கணபதி
36. தமிழ்ச் சங்கங்களின் வரலாறு - அ.சிதம்பரனார்
37. தமிழர் இலக்கிய வரலாறு - மு.வரதராசன்
38. தமிழர் மதம் - மறைமலையடிகள்
39. தமிழர் சரித்திரம் - ந.சி.கந்தையா பிள்ளை
40. தமிழர் நாகரிகமும் பண்பாடும் - தெ.பொ.மீனாட்சி சுந்தரனார்
41. தமிழர் பண்பாடு - தேவநேயப் பாவாணர்
42. தமிழர் திருவிழாக்களும் பண்பாடும் - பெ.சுப்பிரமணியன்
43. தமிழர் மானிடவியல் - பக்தவச்சல பாரதி
44. தமிழர் கலை இலக்கிய மரபுகள் - ஆறு.இராமநாதன்
45. தமிழரின் தத்துவ மரபு - அருணன்
46. தமிழும் தத்துவமும் டாக்டர் - சோ.ந.கந்தசாமி
47. தக்கயாகப் பரணி (மூலமும் உரையும்) - முனைவர் இரா.குமரவேலன்
48. தத்துவ விவேசினி - தொகுப்பு வீ.அரசு
49. திராவிட இந்தியா - டி.ஆர்.சேசையங்கார். தமிழாக்கம்: க.ப.அறவாணன்
50. திருஞானசம்பந்த சுவாமிகள் தேவாரம் - காசித்திருமடம், திருப்பனந்தாள்
51. திருத்தொண்டர் புராணம் - காசித்திருமடம், திருப்பனந்தாள்
52. திருத்தொண்டர் புராணம் (பெரிய புராணம்) - உரை திரு.வி.கலியாணசுந்தரனார்

53. திருத்தொண்டர் புராணம் என்னும் பெரியபுராணம் - (உரை) சி.கே.சுப்பிரமணிய முதலியார்
54. திருஞான சம்பந்தர் - சொ.சிங்கார வேலன்
55. திருஞான சம்பந்தர் ஆய்வு மாலை - த.கோ.பரமசிவம், ந.முருகேசன், கோ.ப.நல்லசிவம்
56. தென்னிந்திய வரலாறு - கே.ஏ.நீலகண்ட சாஸ்திரி
57. தெய்வத்தின் குரல் - தொகுப்பாசிரியர் ரா.கணபதி
58. தேவாரத் திருமொழிகள் - சாமி.சிதம்பரனார்
59. தொல்காப்பியம் - முனைவர் கொடுமுடி சண்முகன்
60. தொல்லியல் நோக்கில் காஞ்சிபுர மாவட்டம் - ச.கிருஷ்ணமூர்த்தி
61. நரபலி: தெய்வங்கள் திருவிழாக்கள் - த.பழமலய்
62. நடுநாட்டில் சமணம் - வில்லியனூர் ந.வெங்கடேசன்
63. நடுநாட்டுக் கோயில்கள் - கூ.பிச்சைப்பிள்ளை-
64. நாயக்கர் காலக் கலைக்கோட்பாடுகள் - சா.பாலுசாமி
65. பரஞ்சோதி முனிவர் அருளிச் செய்த திருவிளையாடற் புராணம் - ந.மு.வேங்கடசாமி நாட்டார்
66. பரஞ்சோதி - முனிவர் பா.சிவநேசன்
67. பதினெண் சித்தர்கள் பெரிய ஞானக் கோவை - வா.சரவணமுத்துப் பிள்ளை
68. பல்லவர் வரலாறு - டாக்டர் மா.இராசமாணிக்கனார்
69. பண்டைத் தமிழர் வாழ்வும் வழிபாடும் - க.கைலாசபதி
70. பன்னிரு திருமுறை வரலாறு - க.வெள்ளைவாரணன்
71. பண்பாட்டு அசைவுகள் - தொ.மு.பரமசிவன்
72. பாண்டியர் வரலாறு - தி.வை.சதாசிவ பண்டாரத்தார்
73. பாண்டியர் காலச் செப்பேடுகள் - டாக்டர் மு.ராஜேந்திரன் இ.ஆ.ப
74. பாண்டியர் காலத் தமிழ் மக்கள் வரலாறு - க.ப.அறவாணன்
75. பெரியார் ஈ.வெ.ரா. சிந்தனைகள் - பதிப்பாசிரியர் வே.ஆனைமுத்து
76. பெரியபுராண ஆராய்ச்சி - டாக்டர் மா.இராசமாணிக்கனார்
77. பெரியார் பார்வையில் இஸ்லாமும் புத்தமும் - ஞான.அலாய்சியஸ்
78. பௌத்தமும் தமிழும் - மயிலை சீனி.வேங்கடசாமி
79. மணிவாசகப் பெருமான் வரலாறு - கா.சுப்பிரமணியப் பிள்ளை
80. மதமும் சமூகமும் - டாக்டர் தேவிபிரசாத் சட்டோபத்தியாயா
81. மதமும் மார்க்சியமும் தமிழ்ப் பண்பாட்டுப் பார்வை - ந.இரவீந்திரன்

82. மதமும் பகுத்தறிவும் - மலையாளத்திலிருந்து தமிழில் த.அமலா

83. மதுரை மாவட்டக் குடைவரைகள் - மு.நளினி, இரா.கலைக்கோவன்

84. மதுரை மாவட்ட ஊர்ப் பெயர்கள் - முனைவர் பா.அ.ம.மணிமாறன்

85. வரலாற்றில் விழுப்புரம் மாவட்ட ஊர்கள் - கோ.செங்குட்டுவன்

86. வேங்கடம் முதல் குமரி வரை - தொ.மு.பாஸ்கர தொண்டமான்

87. க்ஷத்ரியன் இதழ் தொகுப்பு (தொகுதி 5) - ஆறு.அண்ணல்

இதழ்கள்

காலச் சுவடு (நவம்பர், டிசம்பர் - 2013, ஜனவரி -2014)

தி இந்து (தமிழ்) - மே 6, 2014

மணற்கேணி - ஜூலை-ஆகஸ்ட் 2014